शहाण्या शब्दांनो हात जोडतो आता
कोषात जाऊनी झोपा मारीत बाता
रस रुप गंध अन् स्पर्श पाहुणे आले
घर माझे नाही, त्यांचे आता झाले ।।

'उत्तर रात्र'
रॉय किणीकर

अभिप्राय

हे तर आपले प्रत्येकाचे घर...

दैनिक सकाळ नाशिक, २७-४-२००३

शाश्वताच्या शोधाचं हितगुज

दैनिक लोकसत्ता, १८-५-२००३

'चौथा कमरा' शोधण्याचा केलेला प्रयत्न

दैनिक गोमंतक, ८-६-२००३

तरल, हृदयस्पर्शी 'बंजाऱ्याचे घर'

महाराष्ट्र टाइम्स, ६-५-२००४

बंजाऱ्याचे घर

यशोधरा काटकर

मेहता पब्लिशिंग हाऊस

Please contact us at **Mehta Publishing House,** Pune 411030.
Email : production@mehtapublishinghouse.com
Website : www.mehtapublishinghouse.com

BANJARYACHE GHAR by YASHODHRA KATKAR
बंजाऱ्याचे घर : यशोधरा काटकर / ललितलेख
Email : author@mehtapublishinghouse.com

© श्रीमती यशोधरा काटकर

प्रकाशक : सुनील अनिल मेहता, मेहता पब्लिशिंग हाऊस,
१९४१, सदाशिव पेठ, माडीवाले कॉलनी, पुणे - ४११०३०.
अक्षरजुळणी : पीसी नेट, नारायण पेठ, पुणे - ३०

मुखपृष्ठ : सतीश भावसार
रेखाचित्रे : मनोज आचार्य
प्रकाशनकाल : जानेवारी, २००३ / पुनर्मुद्रण : जून, २०१५

P Book ISBN 9788177663235
E Book ISBN 9788184987539
E Books available on : play.google.com/store/books
www.amazon.in
https://books.apple.com

माझ्यासारख्या कित्येक वेड्याबागड्या अन् हूड मुलांना
शिक्षणाबरोबर मानवीमूल्यांचे संस्कार देऊन
सुजाण, सुदृढ व सक्षम व्यक्ती म्हणून अक्षरश: घडवणाऱ्या
नॅशनल रेयॉन कॉर्पोरेशन स्कूलनामक माझ्या शाळेला, तेथील
प्राचार्य व सगळ्या शिक्षकांना...

मनोगत

आज 'बंजाऱ्याचे घर' हा ललित लेखांचा संग्रह वाचकांच्या स्वाधीन करताना मला अतिशय आनंद होत आहे. मी कोणी लेखिका नव्हे. मी कधीकाळी काही लिखाण करेन, ते वेगवेगळ्या दिवाळी अंकांतून प्रदर्शित होईल, रसिक वाचकांकडून त्याची एवढी दखल घेतली जाईल आणि याची परिणती म्हणून इतक्या झटपट ते पुस्तकरूपाने प्रकाशित होईल अशी कल्पना मी कधी स्वप्नांतदेखील केली नव्हती. ध्यानीमनी नसताना हे सर्व इतक्या उत्स्फूर्तपणे होत गेले, सफळ, संपूर्ण झाले, याचा एक आगळाच रसरशीत आनंद या क्षणी माझ्या मनात दाटून आला आहे.

तसे बघायला गेले तर माझा जन्म अशा कुटुंबात झाला होता की, त्याचा प्रत्येक लहानमोठा सदस्य – आजोबा (चित्रपटतपस्वी श्री. भालजी पेंढारकर), आजी (लीलाबाई पेंढारकर), आई (माधवी देसाई), पितृतुल्य दादा (रणजीत देसाई), मामा (प्रभाकर पेंढारकर), बहीण (मीरा तारळेकर) आणि इतर अनेक जण सर्जनशील कलावंत होते, आहेत. एवढेच काय, माझी मुलगी जाई उपयोजित कलेच्या क्षेत्रात नव्याने धडपडू लागली अन् धाकट्या सायलीचे (भाची) शाळकरी वयापासून इंग्रजीत लिहिलेले गंभीर विषयांवरचे लेख बेळगावच्या वर्तमानपत्रातून ठळकपणे झळकू लागले आहेत. या सर्व मंडळींनी निवडलेल्या व्यवसाय व कलाक्षेत्राबरोबर साहित्याशी असणारी बांधिलकी आपल्या जीवनक्रमाचा एक अविभाज्य भाग म्हणून स्वीकारलेली होती. अशा पार्श्वभूमीवर एक प्रश्न मला नेहमी मोठ्या अपेक्षेने विचारला जात असे,

"यशोधरा, तू केव्हा लिहायला लागणार?"

अर्थात बऱ्याच वेळा हा प्रश्न माझ्यावरील निखळ प्रेमापोटी वा काळजीपायी विचारला जाई, असे मात्र नव्हते. काहीही असो, तो प्रश्न ऐकून मी आतल्याआत अस्वस्थ होत असे.

देशाला स्वातंत्र्य मिळाल्यानंतर इथे जन्माला आलेल्या पहिल्या पिढीची मी प्रतिनिधी होते. स्वातंत्र्यपूर्व व उत्तर कालखंडातील मराठी साहित्याचे संस्कार माझ्यावर लहानपणापासून होत होते. मुलींनी भरपूर वाचावे व समृद्ध व्हावे याबद्दल माझे आईवडिल अतिशय जागरूक असायचे. तेव्हाच्या त्या वाचनाच्या हव्यासापायी समोर येणारी सगळीच पुस्तके 'साहित्य' आहेत व वाचकांचे शिक्षण, प्रबोधन करण्यासाठी किंवा त्यांना आनंद, विरंगुळा, करमणूक देण्याच्या उत्तम हेतूने ती लिहिली गेली आहेत, असा माझा त्या काळात समज होत गेला. केवळ अनुभवशरणवृत्तीने तेव्हा वाचलेले सगळे साहित्य मी स्वीकारत गेले. त्यात आनंद मानत राहिले. पण पुढे कॉलेजात प्रवेश घेतला आणि तिथले सर्व शिक्षण इंग्रजीत असल्याने मराठी भाषा व साहित्याशी असणारे माझे नाते दुरावत गेले. विज्ञान शाखेतील अभ्यासाच्या रेट्यापायी माझा मराठी वाचनाचा नाद सुटत गेला. शिवाय त्या काळात मिळालेले सर्व मित्रमैत्रिणी परभाषिक होते म्हणून मराठीशी असलेली माझी थोडीबहुत जवळीक या काळात जवळपास संपूनच गेली. आपल्याला आता एक साधे पत्रदेखील मराठीतून लिहिता येत नाही, ही खंत मला आतून टोचणी लावत राही, त्रास देत राही. वाचन हरवले, लिहीणे तर दूरच होते. आणि कां कुणास ठाऊक, पायाखालची भूमी कुणी खेचून घेतल्यासारखे झालेल्या अस्थिरतेच्या एका कालखंडात मी मोठ्या शर्थीने मराठी भाषा व साहित्याकडे परतून आले. शालेय शिक्षणानंतर मराठीशी तुटलेले नाते मुंबई विद्यापीठात पदव्युत्तर पदवीचे शिक्षण घेताना पुन्हा जुळत गेले. खरे तर त्या काळच्या बिकट परिस्थितीची निकड

भागवण्यासाठी व कारकीर्दीचा आलेख चढता ठेवण्यासाठी एखादा मॅनेजमेंट वा कॉम्प्युटरचा अभ्यासक्रम करणे माझ्या दृष्टीने तेव्हा जास्त इष्ट ठरले असते. विषयाची निवड ऐकताच जवळच्या मंडळींपैकी काहींनी भुवया उंचावल्या होत्या, तर कुणी नाके मुरडली होती. पण त्या दुष्कर वाटचालीमध्ये मला कुणा माणसांची साथसोबत नको होती, माया अन् जवळीक हवीशी वाटली होती ती माझ्या भाषेची व साहित्याची! माझ्या सुदैवाने मराठी साहित्य व समीक्षा या प्रांतात आदर्श कामगिरी केलेल्या डॉ. सरोजिनी वैद्य व प्रा. शंकर वैद्य, डॉ. उषा देशमुख, प्रा. गंगाधर पाटील, डॉ. सुधा जोशी यांसारख्या ज्येष्ठ प्राध्यापक मंडळींकडून शिकण्याची संधी मला त्यावेळी मिळाली आणि मराठी साहित्याविषयीची माझी दृष्टी बदलत गेली.

माझ्या लक्षात येत गेले, गेल्या १९-२० वर्षांच्या कालावधीत मराठी साहित्यक्षेत्रात क्रांतिकारी बदल होत गेले आहेत. साहित्य ही शहरात राहणाऱ्या मराठी मध्यमवर्गीय पांढरपेशा वर्गाची मक्तेदारी उरलेली नाही. गावाकडची व गावकुसाबाहेर राहणारी मंडळी स्वत:च्या अशा जीवनजाणिवा व्यक्त करण्यासाठी आता पुढे सरसावली आहेत. ग्रामीण, दलित, कामगार, आदिवासी, ख्रिस्ती, मुस्लिम... अशी महाराष्ट्रीय समाजातल्या विविध स्तरावरली माणसे स्वत:ची वैयक्तिक सुखदु:खे मांडताना, त्यांच्या समाजाने शतकानुशतके भोगलेल्या दुःख, दास्य व दैन्याचे दाहक, प्रसंगी प्रक्षोभक चित्रण वाचकांपुढे उभे करत होती. स्त्रियांच्या आत्मचरित्रांची एक मोठी लाट मराठी साहित्यात उमटली होती आणि तिने वेगळीच उलथापालथ करायला सुरुवात केली होती. स्थैर्य व सुबत्तेच्या शोधापायी परदेशी स्थायिक झालेल्या मराठी माणसांनी भारतीय व परकीय संस्कृतीच्या कात्रीत सापडलेल्या माणसांची कहाणी सांगण्याचा प्रयत्न सुरू केलेला दिसत होता. या साहित्याचे मी जे काही थोडेबहुत वाचन केले, ते सगळे मला फार जवळचे वाटू लागले.

याचे प्रमुख कारण म्हणजे ही सगळी कवी-लेखक मंडळी माझी समकालीन होती. माझ्या अवतीभोवतीच्या परिघात ती वावरत होती, प्रसंगी ती पलिकडच्या टेबलावर काम करताना वा ग्रंथालयातील अभ्यासिकेत वाचन करताना दिसत होती, त्यांच्याशी संवाद साधणे शक्य होत होते.

हे लिखाण मला जवळचे वाटण्यामागे आणखी एक महत्त्वाचे कारण असे होते की, लहानपणी वाचलेले व समकालीन मराठी मध्यमवर्गीय लेखकांकडून लिहिले जाणारे ललित साहित्य, त्यातले काही अपवाद सोडले तर मला अपुरे वाटू लागले होते. जागतिकीकरण व उदारीकरणाच्या रेट्यामुळे देशात होत चाललेले बदल, गतीमानतेने येऊ घातलेल्या तंत्रज्ञानामुळे माणसाच्या जीवनात होणाऱ्या उलथापालथी, गलिच्छ शहरातून विविध पातळ्यांवर होणारे भ्रष्टाचार, अगदी आपल्या दाराशी येऊन ठेपलेला दहशतवाद आणि या सर्वांमुळे आपल्या जीवनात येत असलेली सामाजिक व पर्यायाने सांस्कृतिक विरूपता, भीती अन् हतबलता या लिखाणात व्यक्त होताना मला दिसत नव्हती. या अफाट पसरलेल्या महानगरातल्या कुण्या एका 'मी'चे जीवन, त्याचे दु:ख आणि प्रस्थापित साहित्यिकांच्या लिखाणातून प्रकट होणारे जीवनदर्शन यातला विसंवाद मला सतत जाणवत होता. विशेषत: स्त्रीलेखिकांच्या कथा-कादंबऱ्या वाचताना मी यांच्या जगात जगतेय् की इतर कुठल्या, असा प्रश्न माझ्यासमोर उभा राहात असे. वैयक्तिक पातळीवर परिस्थितीशी चाललेल्या माझ्या सततच्या झगड्यामुळे, वेदना सोसणाऱ्या व त्याविरुद्ध आवाज उंचावत स्वत:चे अनुभव निर्भीडपणे व्यक्त करू पाहणाऱ्यांचे लिखाण मला माझे वाटत गेले, ते नि:संशयपणे माझ्यावर प्रभाव टाकत राहिले. यामुळे माझे पहिले स्वतंत्र लिखाण हे आत्मनिवेदनपर असेल हे जणू ठरूनच गेले.

आयुष्यातील अत्यंत अवघड वळणावर काही घरे मला सामोरी येत गेली. या घरांनी मला हक्काची सावली दिली, निवारा दिला अन् त्या काळात अतिशय

गरजेचे असणारे स्थैर्य व स्वास्थ्य मिळवून दिले. त्यांचे ते ऋण काही अंशी तरी फेडण्याची निकड मला प्रकर्षाने वाटत राहिली, त्यातून हे लिखाण आपोआप माझ्या हातून उमटत गेले. माझ्या लेखी कोणतीही वास्तू मग ती कितीही भव्य, समतोल व सुंदर असली तरी ती नेहमीच 'घर' या संज्ञेला पात्र होत नाही. वास्तुशास्त्राच्या नियमानुसार बांधकामासाठी आवश्यक असे विविध घटक वापरून उभी केलेली निर्जीव इमारत म्हणजे 'घर' नव्हे. त्या घराची सगळी अंगे, त्याची भूमी, तेथील पर्यावरणात सुखेनैव नांदत असणारी माणसे, अनेकविध वृक्ष-वेली, बागडणारे पशु-पक्षी एवढेच काय कृमि-कीटकदेखील त्या वास्तूचा एक भाग असतात. तेथे वाहणारा वारा काही वेगळीच सिंफनी गातो, तिथला नितळ पाण्याचा झरा शेतातून उत्फुल्ल कलकलाट करत बागडतो. तिथले चंद्र-सूर्य अन् नक्षत्रे आपल्या आकाशात रोज दिसणाऱ्या ग्रहगोलांपेक्षा कुणी वेगळेच भासतात. आजीची अंगाई, वडिलांचे रागवणे, बहिणींची भांडणे, आईने दण्णकन् टाकलेल्या फोडणीचा झणझणीत खाट... किती नाद, गंध, त्या वातावरणात मिसळलेले असतात. तिथल्या शांततेलाही एक अस्फुटसा हुंकार लाभलेला असतो. घर हे नेहमीच सजीव असते. ते तिथे राहणाऱ्यांच्या आनंदात, दुःखात सहभागी होत असते. घरातल्या मुलाबाळांची तुडुंब भरलेली टम्म पोटे बघितली की त्याला तृप्तीची ढेकर येते, तीच मुलेबाळे घर सोडून दूर परदेशी निघून गेली की दुःखीकष्टी होऊन त्यांच्या आठवणी काढत ते दिवसेंदिवस कळाहीन होत जाते. असे श्वास घेणारे, चैतन्याने सळसळणारे 'घर' ज्यांना लाभते ते खरे भाग्यवान!

पण ज्यांना ते मिळत नाही त्यांचे काय?

प्रसिद्ध लेखिका अमृता प्रीतम म्हणतात की, भारतीय स्त्रीला चौथा कमरा कधीच मिळत नाही. ती राहते आपल्या पतीच्या घरात, जिथे पहिला दर्शनी कमरा असतो पुरुषमंडळीच्या बैठकीचा, दुसरा रसोई पकवण्याचा आणि तिसरा नवऱ्याची

शेज सजवण्याचा. आपल्या देशातल्या स्त्रीला स्वत:चा असा हक्काचा एखादा लहानसा कोपरा, कोनाडा कुठे असतो? किती खरे आहे त्या म्हणतात ते! आज मी आजूबाजूला बघतेय्... माझ्या बहिणी, मैत्रिणी, परिचित स्त्रिया... कुटुंबाच्या चौकटीत पिता, पती व पुत्राच्या अधिपत्याखाली सर्व आयुष्य घालवत असताना कधी दोन क्षण स्वत:शीच निवांत संवाद साधत टेकण्यासाठी, प्रसंगी चीड व्यक्त करण्यासाठी तर कधी दोन अश्रू ढाळण्यासाठी स्वत:च्या हक्काचा इवल्याशा फटीएवढा तरी कमरा कुठे असावा असे त्यांना वाटत नाही. स्वत:ला आधुनिक, सुशिक्षित म्हणणाऱ्या आम्ही असेच जगतो आणि त्यातच धन्यता मानतो. प्रत्येक स्त्रीने कुटुंबाची चौकट तोडून घराबाहेर पडावे, स्वत:च्या हिंमतीवर जगावे, असे मी म्हणणार नाही. थोडासा प्रयत्न, थोडीशी शर्थ केली तर आहे त्या चौकटीतदेखील स्त्रीला स्वत:चा अवकाशाचा तुकडा मिळू शकेल, जिथे तिला सत्वाचे संरक्षण व 'स्व'त्वाचे संवर्धन करता येईल. निसर्गाने स्त्रीला जन्मत:च सर्जनशीलता, कार्यक्षमता, सौंदर्याभिमुखतेच्या बीजांबरोबर सहनशीलता व कणखरपणा अंमळ जास्तच बहाल केला आहे. त्या शक्तीचा उपयोग तिने स्वत:ची अशी 'स्पेस' मिळवून आपल्या विकासासाठी करून घ्यावा. हे व्यक्तीश: तिच्या, तिच्या कुटुंबाच्या व समाजाच्या हिताचे ठरेल, असे मला मनापासून वाटते. माझ्या सुदैवाने मला अशी 'स्पेस' मिळवून देणारी घरे लाभत गेली. त्यांच्या कडू-गोड आठवणी माझ्या मनात साठत गेल्या. आज मी त्या घरांकडे बघते तेव्हा त्यांचे मोल पुन्हा एकवार माझ्या लक्षात येते.

अशी घरे भेटत गेली म्हणून एक यशोधरा मोडके-तोडके कां होईना लिहू लागली. अशा अनेक यशोधरा आज आपल्या अवतीभोवतीच्या दुनियेत वावरत आहेत, कधी परिस्थितीशी, तर कधी स्वत:शी झगडत त्यांचा प्रवास सुरू आहे. त्या सर्वांना स्वत:चे अवकाश मिळावे यासाठी माझ्या त्यांना शुभेच्छा !

दिवाळी अंकातून हे लिखाण प्रकाशित झाले, त्याला वाचकांचा उत्तम प्रतिसाद मिळत गेला. माझ्या लिखाणाची पहिली वाचक होती माझी शेजारीण, सौ. गौरी प्रशांत दामले! स्वत:चे सगळे व्याप सांभाळून वेळात वेळ काढून तिने माझे हे मोठमोठे लेख अतिशय काळजीपूर्वक वाचले अन् प्रोत्साहन तर दिलेच पण प्रसंगी मौलिक सूचनाही केल्या. त्याबद्दल मी तिची मनापासून आभारी आहे. येनकेनप्रकारे मला लिहायला सतत प्रवृत्त करत राहणारे दैनिक 'नवशक्ती'चे संपादक श्री. प्रकाश कुलकर्णी, माझे एकेकाळचे सहाध्यायी व मुंबई विद्यापीठातले सध्याचे सहकारी श्री. गुरुनाथ कलमकर यांचे ऋणही फार मोठे आहे. श्री. मनोज आचार्य यांनी पूर्वीची कुठलीही ओळखदेख नसताना या पुस्तकासाठी उत्तम रेखाचित्रे काढून दिली. श्री. अनिलभाई व त्यांचे तरुण धडपडे चिरंजीव श्री. सुनील मेहता यांनी विश्वास बसणार नाही इतक्या लवकर हे पुस्तक प्रसिद्ध केले. एवढेच नव्हे तर कागद, छपाई, रंगसंगती, रेखाचित्रे व मुखपृष्ठ अशा अनेक तांत्रिक बाबींबद्दल असणारे माझे आग्रह त्यांनी ऐकून घेतले व मान्यही केले. त्यांचे आभार मानणे औपचारिकपणाचे ठरेल. याशिवाय माझ्या अनेक मित्रमंडळींनी दिलेले प्रोत्साहन व त्यांच्याशी केलेला विचारविनिमय माझ्या गाठीशी आहे.

या सर्वांबद्दल मी कृतज्ञता व्यक्त करते.

— **यशोधरा**

अनुक्रमणिका

बंजाऱ्याचे घर

कितीही नाही... नाही म्हटले, नको... नको म्हटले तरी इथून परत फिरायची वेळ येते तशी ती आत्ता आलेली आहे.

आता इथून म्हणजे कुठून?

आणि परत फिरायचे म्हणजे कुठे?

प्रश्न वरवर सोपे वाटले तरी ते तितके साधे, सोपे नाहीत.

आणि त्यांची उत्तरे?

ती तर अधिकच हुलकावण्या देणारी... कित्येक प्रश्नांच्या उत्तरांसारखी बऱ्याचदा शोधूनही न सापडणारी. आज सापडणारी उत्तरे उद्या तितकीशी खरी वाटणार नाहीत. कदाचित ती अगदी निरर्थक ठरतील. हे सगळे जाणूनही उत्तरे शोधण्याचा प्रयत्न तर करायलाच हवा.

आत्ता इथून म्हणजे या घराच्या पायरीवर मी हातात बॅग घेऊन निघायच्या तयारीत उभी आहे तिथून. माझ्या थबकलेल्या पावलांपुढे वाळूने आच्छादलेली पायवाट आहे. झाडाझुडुपांतून वळणे घेत जाताना ती दिसते आणि उंच तरारून वाढलेल्या गवतात वळून नाहीशी होते. पुढे ती सरळ जात खडकाळ रस्त्याला जाऊन भिडणार आहे मग तो रस्ता गर्द झाडीने वेढलेल्या टेकाडाच्या उतारावरून वेड्यावाकड्या उड्या घेत अल्लाद हमरस्त्यापर्यंत जाऊन ठेपणार आहे. मला रस्त्यावरचे सगळे दृश्य इथून दिसायला लागले आहे. धावत सुटलेला हायवे... तिथल्या चहाच्या टपरीबाहेरची माणसांची फुललेली जत्रा... पानपराग खात पच्चकन् थुंकणारी... बसमधल्या व्हिडिओवरचा चीप सिनेमा बघून खिंकाळणारी... एस्टीमधून पंक्चरलेल्या चेहऱ्याने उतरणारी... कुर्ते... शर्ट... डगले... कुणीच कुणाचे नाही... नुसतेच हात अन् नुसतेच पाय... असून नसणारे...

मलाही खाली हमरस्त्यावर पोचल्यावर या गर्दीत मिसळायचे आहे. त्यातल्याच एखाद्या बसमधली एखादी कळकट्ट सीट मिळवून व्हिडिओवरचा चीप सिनेमा बघत मान दुखवून घ्यायची आहे. आत्ताच एक सूक्ष्मशी कळ मणक्यांच्या आतून धडका द्यायला लागलेली जाणवतेय् का? प्रत्येक वेळी इथून निघताना असेच होते. इथून माझे निघणे जसे अपरिहार्य तसे असे होणे अपरिहार्य का असावे? ती बस सुसाट वेगाने शहराकडे धावत सुटते. समुद्रावरचा तो न संपणारा पूल... त्या पुलाच्या किनारीवरून समुद्रात खोलवर बुडी घेणारा सूर्य... अन् समुद्राच्या स्तब्ध पृष्ठभागावर पसरत जाणारा लालभडक अंधार... यांची विलक्षण भीती कधीपासूनची माझ्या मनात ठाण मांडून बसली आहे. ती का? त्यापासून सुटका नाही म्हणून? त्या अंधारातून बस पुढे धावतच राहणार आहे. त्या अजस्र पसरलेल्या गलिच्छ शहराकडे मला ओढून खेचून घेऊन जाणार आहे. मी शहरात पोचेन तेव्हा तिथल्या सगळ्या वाटा अंधारात बुडून गेलेल्या असतील. गरीबीची लक्तरे पांघरलेले जीव फूटपाथवर

पसरलेले... कुठे चरसअफीमची धुंदी... कोपऱ्याकोपऱ्यावर उभा चकचकीत वेश्यांचा बाजार... सायरन वाजवत जाणाऱ्या पोलिस जीप्स... घराघरातून चिडीचुप होत चाललेले झी... अल्फा... मलाही तिथेच परत जायचे आहे. क्षणोक्षणी गडद होत जाणाऱ्या दगडी अंधाराकडे जात त्यातच विरघळत अदृश्य व्हायचे आहे. पण इथून पावले हलतील तेव्हा...

ती केव्हा?

माझ्या पाठी एक बुटकेसे कौलारू घर उभे आहे. घाटमाथ्यावरच्या गावाकडे जशी चार घरे दिसतात तसेच दिसते हे बाहेरून, तरी आगळेवेगळे. निदान माझ्यासाठी तरी हे एकमेवच. हे घर कुणाचे? माझ्या अतिशय जिवलग मित्राचे? कलाकाराचे? सूफी संताचे? की या सगळ्यांनी मिळून तयार होणाऱ्या अजब रसायनापलिकडच्या आणि कुणा अनोख्या एकाचे? चुकलेल्या वाऱ्यासारखा भरकटत कित्येक वर्षांपूर्वी तो कोण जाणे कसा या प्रचंड खडकाळ टेकाडावर आला असेल पण आला तो मागे कोणतेही पाश नसल्यासारखा या टेकाडाचाच कुणी बनून आजतागायत इथे राहिला. तसेच त्याचे हे घर. सह्याद्रीच्या खोल पोटात, आत खदखदणाऱ्या तप्त लाव्हारसाचा अचानक प्रचंड उद्रेक होऊन त्यातून उन्मळून वर आल्यासारखे... नंतर तरंगत हेलकावत या उतारावर स्थिर होत ध्यानस्थ झाल्यासारखे...

म्हटली तर या घराला एकच एक लांबुडकी खोली आहे. या खोलीला लागून लहानसे न्हाणीघर व स्वयंपाकघर आहे. गरजेपुरत्या सोयी भागवणारे घराचे भाग या एकलकोंड्या खोलीला बिलगलेले आहेत. या सर्वांच्या भोवतीने भलामोठा व्हरांडा पसरलेला आहे. व्हरांड्यात खांबाखांबाला बिलगून फुलांच्या झाडांच्या अनेक लहानमोठ्या कुंड्यांची गर्दी आहे. या व्हरांड्याच्या पायरीवरच मी आत्ता उभी आहे.

मला खरोखरच इथून निघायला हवे आहे.

ही पायरी उतरली की स्टेजसारखे पसरत गेलेले पायऱ्यांचे दोन टप्पे आहेत. वरच्या टप्प्यावरची सगळी झाडे तशीच ठेवल्यामुळे त्यांची एक घेरदार छत्री इथे सावली धरून आहे तर खालच्या टप्प्याच्या बाजूने झाडे वेडीवाकडी होत आडवी बाहेर पडली आहेत अन् मग आपल्या स्वभावानुसार प्रकाशाकडे बघत, वाढत ताठ होत गेली आहेत. एरवी सगळी मित्रमंडळी जमली की त्या टप्प्यांवर बसून गप्पा रंगत जातात. एखाद्या हिवाळ्यातल्या सर्द चांदण्या रात्री खुल्या आकाशाखाली त्या टप्प्यावर बसून सर्वांनी पंडित जसराजांचे गाणे ऐकायचे हेसुद्धा कधीचेच ठरलेले आहे.

या पायऱ्या चढून पाठी आले की त्या रहायच्या एकुलत्या एका खोलीत वाकून बघता येते. कौलारू छतापर्यंत पोचणाऱ्या पुस्तकांच्या उतरंडीच्या उतरंडी चारी बाजूंनी इथे अक्षरश: रचलेल्या आहेत. तत्त्वज्ञान, चित्रकला, इतिहास, वास्तुशास्त्र, ज्योतिष, फोटोग्राफी... नुसती पुस्तकेच पुस्तके फळ्यांवर फळ्या टाकून रचली

आहेत. शतकानुशतकांपूर्वीचे लेखक, तत्त्ववेत्ते, विचारवंत... कुठून कुठून प्रवास करत ही अमाप संपत्ती या घरात एकत्रित झाली आहे. छपरातून खाली तरंगत आलेल्या बांबूच्या लॅम्पशेडस्‌मधून पाझरणाऱ्या प्रकाशात इथल्या भिंतीवरची चित्रे, कोलाजेस, फोटो उजळून निघतात. लक्षात येते की इथले सगळे तसे विसंगत तरी एकमेकांची लय सांभाळत गुण्यागोविंदाने या घरी नांदत आहे.

या दृश्यावरून माझी नजर फिरते ती थेट समोरच्या खिडकीतून पलीकडे बाहेर धावत जाते. खिडकीपासून पाऊलभरच दूर असलेले सोन्याच्या झाडाचे खडबडीत खोड, त्यापुढची सुपारीची ओळ, हिरवळीपलीकडे पार भुईपर्यंत ओणवत आलेले गुलमोहोर... या सर्वांच्या पलीकडे असणाऱ्या दूर क्षितिजाच्या किनारीवर पसरलेल्या सह्याद्रीच्या घट्टमुट्ट रांगड्या घड्या... आणि आता भर दुपार तापलेली असूनही वर पसरलेले स्वच्छ, निरभ्र आकाश. सगळे कसे चित्रासारखे स्तब्ध आहे.

याक्षणी जवळच कुठेतरी एक एकांडा पक्षी चिवचिवतोय.

तहान लागलीय त्याला?

त्याचाच काय तो किनरा कोवळा आवाज या आसमंतात गुंजतोय्.

त्याला कुणी 'ओ' का देत नसेल?

या घराभोवती लहानमोठ्या झाडांची गर्दी आहे. सुरू, गुलमोहोर, लॅबर्नम्, आंबा, पेरू, जांभूळ... मी गोव्याहून मुद्दाम हट्टाने आणून लावलेले काजू... सह्याद्रीच्या खडकाळीतल्या मूळच्या झाडांना, खडकांच्या राशींना कुठेच धक्का न लावता आजूबाजूने ही पाहुणी झाडे लावण्यात आली आहेत. आणि आता मात्र ती इथलीच रहिवासी बनून गेली आहेत. इथल्या लालकाळ्या भुईने सर्वांना मायेने आपलेसे करून घेतले आहे. जळता अंगार कोसळावा तसा उन्हाळ्यात सूर्यबाप्पाच्या रागावलेल्या डोळ्यांतून संताप फुटून फुटून इथे बरसतो, पावसाळ्यात मेघ उरी दुभंगत धो... धो करत प्रपात बनून बरसतात अन् हिवाळ्यात दात गच्च गोठवणारी जीवघेणी थंडी इथे पडते. निसर्गाच्या या थपडा सहन करत ही झाडे वाढत गेली आहेत, त्यावर फुलेफळे धरू लागली आहेत. आता त्यांचीच सावली भुईला थंडावा देते. इथल्या फळांच्या पेट्याच्या पेट्या भरून शहरात राहणाऱ्या मित्रमंडळींना पाठवून त्यांची चैन करून टाकायची हेही फार पूर्वीच ठरवून टाकण्यात आले आहे.

कधीकधी असेही होते.

तळ्यापलिकडच्या पाड्यातल्या शाळेतील 'गुर्जी' मुलांना घेऊन इथे येतात. त्यांचा वर्ग या झाडांमधल्या सावलीतल्या खडकांवर भरतो. कधी कागद, कात्र्या, डिंकाच्या बाटल्या आणून हस्तकलेचे प्रयोग होतात तर कधी कुंभाराचे चाक फिरवून वेडीवाकडी गाडगीमडकी करून चिखल मातीत हात राड करण्याची हौस सगळीजण भागवून घेतात. कधी एखाद्या शेंबड्या पोराला 'गानं' म्हणण्याची हुक्की येते. मग

लाजत लाजत कविता म्हटली जाते. अन् हसण्याखिदळण्याचा एकच कलकलाट त्या झाडापानांतून भरून उसळत राहतो. घरात असेल तो खाऊ, चटणीपोळी त्या मुलांत वाटून दिली जाते. पण असे क्वचित, कधीमधी... बहुधा चुकूनच! एरवी आता आहे तशा नीरव शांततेखेरीज इथे कुणीच रेंगाळत थबकलेले नसते. पण तेही तसे खरे नाही. या वाढत फुलत गेलेल्या झाडांवरती हल्ली देशोदेशींचे पक्षी उतरायला लागले आहेत. नित्य नेमाने ऋतुचक्र बदलते, वाऱ्यांच्या दिशा बदलल्या की पक्षांचे थवे सवयीने इथे उतरतात. झाडांच्या अंगाखांद्यावर घरटी बांधली जातात. वस्ती स्थिरावली की घरट्यात लसलसणारा जीव जन्माला येतो. दिशांचे रंग बदलू लागले की पोराला काखोटीला मारून आनंदाची गाणी गात पक्षी पुन्हा आपापल्या मुलखाला निघून जातात. पाठी राहिलेली त्यांची रिकामी घरटी वारा काडी करत विस्कटून टाकताना बघून भुई उदास होऊन जाते, डोळे टिपते आणि वरून तरंगत टपटपणाऱ्या गळणाऱ्या पानांची शाल पांघरून आपला ओढलेला चेहरा लपवून दडून बसते.

या घराचे आवार तसे मोठे नाही. या उतरत तिरप्या होत खाली गेलेल्या आवारात हिरवळीची वर्तुळेच वर्तुळे आहेत. आवारात वर्तुळाभोवती फिरवून आणणारी पायवाटही तशी आडनिडी, वेडीवाकडी आहे. मी बघतेय् पण इथे कुठेही सरळ रेषा नाही, आखीव आकार नाहीत. एखादी रेषा वाकवली तर कितीतरी आकार करता येतात पण त्यासाठी ती रेषा वाकवावी लागते, प्रसंगी ताणून तट्कन् तोडावी लागते. तेच वर्तुळ बनवताना मात्र रेषा हळुवार होते. आपले लवचिकतेचे सगळे सामर्थ्य पणाला लावून जुळवून घेत एका गोलाकाराला जन्म देते. वर्तुळ... एक संपूर्ण आकार... गोलावर दाब दिला तर त्याचा होतो लंबगोल... तर कधी इंग्रजीचा आठ... इन्फिनिटी... पण तो तुटून, मोडून, विखरून पडणार नाही. इतर आकार दाबले, वाकवले की त्यांचे स्वरूप पार विस्कटून जाते, ते वेडेवाकडे होऊन तुटून मोडून जातात. वर्तुळ मात्र स्वतंत्र... स्वयंभू... स्वत:च असते. बिंदू बिंदू बनून जुळते रेषा... त्या रेषेचे वर्तुळ... कुणीच तोडू शकणार नाही. युगानुयुगांपूर्वी अशाच एका कृष्णवर्णीय अभेद्य वर्तुळातून ब्रह्मांडाच्या उत्पत्तीची शक्यता सांगणारा ॐचा ध्वनी तेजस्वी किरणे सोबत घेऊन प्रकटला होता का?

या घराच्या पायरीपर्यंत आणून सोडणारी पायवाट तशी येडीबागडीच आहे. स्वत:च्या स्वभावानुसार ती कधी चिंचोळी तर कधी पसरट होत खडकांतून उड्या घेत घेत या घराच्या टप्प्यापर्यंत येऊन ठेपते. पण इथून पुढे ती इतकी हळू अन् गंभीर होते की वाटते तिच्यावर अगदी हलकी, अलगद पावले टाकावीत. वयाआधीच पोक्त झालेल्या घरंदाज स्त्रीसारखी घराच्या अंगणातल्या फुलांवर माया करत, कधी एखाद्या द्वाड फुलपाखराला रागे भरत झाडांभोवती वळणे घेत ती फिरत राहते. पण

बाईच्या जातीची ती शेवटी, मूळ स्वभाव सोडणार थोडीच! परिस्थितीशी मिळतेजुळते घेताना तिचे बाह्य रूप बदलले तरी अंतर्यामीचे खट्याळपण कसे हरवून जाईल? रोज सकाळी मावशी सगळे आवार झाडून साफ करतात तेव्हा पायवाटही साजिरी होते. सगळी वाळली सुकी पाने बाजूला हटवली जातात, वाळू 'सप्पय' केली जाते, आजूबाजूच्या कुंड्या मावशींच्या पद्धतीने नीट लावल्या जातात तशी पायवाट एकदम नीटनेटकी दिसू लागते. पण हे कुठवर? अंगणापासून जेमतेम पाच पावलांपर्यंत ही शिस्त, हा थाटमाट असतो. इथून ही बाई जरा दूर गेली की पुन्हा उड्या मारायला तयार, ती थेट पुढच्या कुंपणापर्यंत!

कुंपणापाशी येऊन मात्र ती थबकते... घुटमळते, दूर नजर टाकून बघते. उतारावरच्या झाडांच्या दाटीतून खालचा हायवे अस्पष्टसा दिसत असतो. वाट बघत राहते. कोण येईल आज? उद्या... परवा... केव्हातरी... कोण येईल? कुणीतरी यावे... निदान नुसता निरोप घेऊन तरी कुणी यावे... फाटकाजवळच्या नारळाकडे बघते तर तो आपला ताडमाड उंच आभाळाकडे बघत स्वत:तच मश्गुल होऊन उभा... पायाशी कुणी आहे, तिथे काय उलथापालथ चालली आहे, त्याच्याशी काहीच देणेघेणे नसलेला. वाट हिरमुसली होत बाजूच्या अननशीकडे बघते तर ती आपली तिच्या नव्या बाळाचे कौतुक करण्यात हरवून गेलेली. एखाद्या चुकार पाखराकडून निरोप तरी यावा. कसे होणार? कुणीच का फिरकत नसेल इकडे? किती वेळ असे टाचा वर करून मान उंचावत ताटकळत बघत राहायचे? तिला वाटते पटकन् पुढे व्हावे, धावत सुटावे ते थेट हमरस्त्यावर जाऊन थडकावे! तिथून इतक्या गाड्या झरझर धावत येत जात असतात, त्यातलेच कुणीतरी इथे यायला उतरेल. ती मनाचा हिय्या करून पुढे होऊ बघते. पण कुंपणाचे काय? ते आपले काटेरी डोळे रोखून तिच्याचकडे बघत असते. ती मर्यादा ओलांडून पलीकडे जाणार तरी कसे? ती कावरीबावरी होते, अजिजीने बघते.

"जाऊ मी?"

कुंपण मख्खच. ते उत्तर देत नाही. तसेच तारवटलेल्या मुर्दाड डोळ्यांनी बघत राहते. नारळ, काजू, अननशी कुण्णीच तिच्या मदतीला येत नाही. इतक्यात दुरून अस्पष्ट चाहूल कानावर येते. गाडी... कुणाची गाडी हमरस्ता सोडून इकडे वळली? गाडीचा आवाज जवळ येत स्पष्ट होत जातो तसा तिच्या उत्सुकतेचा ताण वाढत जातो. कोण? कोण असेल ते? सगळे प्राण कानात एकवटून ती ऐकत राहते, मनात खुश होत राहते. गाडीचा आवाज वाढत वाढत जवळ येतो आणि ऐकू ऐकू म्हणेपर्यंत कमी होत हवेत विरूनही जातो.

"अरे, म्हणजे आजही इथे कुणी येणार नाही? निदान त्या पूर्वी येणाऱ्या चित्रं काढणाऱ्या मुली तरी याव्यात..."

पण गाडी धुराचे लोट उडवत कधीच पुढच्या घराच्या वाटेवरचे वळण पार करत दृष्टिआड झालेली असते. नारळ वाटेकडे तुच्छतेने बघतो.

"पागल्, जा वापस घर जा. अंधेरा हो गया."

खरंच तर, फुलांनी पाकळ्या कधीच मिटून घेतल्या. अननशीने पोराला मऊ दुलई पांघरत पोटाशी घेतले.

वाट अजून तिथेच अंधारात घुटमळलेली... हरवलेली...

या वाटेच्या एका बाजूला असलेले बदामाच्या झाडाचे वर्तुळ संपले की एकदम खोल घसरवणारी घळीसारखी उतरण येते. या उतरणीच्या काठावर गुलमोहोराची दोन नानुश्शी झाडे उभी आहेत. त्याखाली या झाडांच्या बुंध्याला पाठ टेकून बसायला एक काळ्या फरशीचा कट्टा आहे. ही माझी इथली सगळ्यात आवडती जागा. समोरची घळ दूरवर पसरत जिथे संपते तिथे डॅमची उंच तिरपी दगडी किनार वरवर चढत आहे. आत्ता डॅममध्ये तुडुंब पाणी भरलेले आहे, अगदी किनारीपर्यंत पोचलेय्. संध्याकाळ होत आलेली असूनही पाण्याच्या राखी काचेवर कोणताच नाचरा तरंग उमटलेला नाही.

सगळे कसे शांत, स्तब्ध आणि नितळ...

डॅमच्या किनारीवर आज नेहमीसारखी माणसांची, गुराढोरांची वर्दळ नाही. तलावाच्या पलीकडे अगदी थेट आबालाल रेहमानांच्या चित्रात शोभून दिसावा तसा झाडात लपलेला, कौलारू झोपड्यांतून धुराची तरल वळणे आकाशात अलगद सोडणारा गावाचा एक अस्पष्टसा देखावा आहे. त्याच्यामागे नजरेच्या या टोकापासून ते त्या टोकापर्यंत टेकड्यांच्या चुणीदार घड्या पसरल्या आहेत. त्यावरच्या हिरव्या रंगांच्या छटा बघता बघता थकून जातात माझे डोळे. पण मन समाधान नाही पावत... आत्ता या क्षणी सूर्यबाप्पा पश्चिमेकडच्या टेकडीवर झुकलाय् पण त्याच्या तेजाचे झोत तलावाच्या पृष्ठभागापर्यंत पोचलेलेच नाहीत.

ते कसे काय?

बघितले तर समोरच्या टेकडीच्या माथ्यावरून धुक्याचे विरळ ढग एकमेकाला लोटत ढकलत हळूहळू खाली घरंगळत यायला सुरुवात झालेली दिसतेय्. तरंगत खाली येणाऱ्या त्या कापसासारख्या पिंजाऱ्यातून दिसणारी पलिकडची हिरवाई कशी जादूची होत चालली आहे. खालच्या व्हॅलीतल्या जलाशयात कडेकडेने टेकड्यांची प्रतिबिंबे गडद काळे रंग लेऊन सुस्त शांत पडली आहेत. वरून एकमेकांशी मस्ती कुस्ती करणारे ढगांचे लोट त्या प्रतिबिंबांकडे आपसूकच ओढले जातायत् पण त्यांना स्पर्श करेपर्यंत ते विरळ होत हलके हलके विरघळून जातात, उरतच नाहीत. तरीही पुन्हा वरून नव्याने येणाऱ्या ढगांची चाळवाचाळव सुरू होते. खूप धमाल चालवली आहे बेट्यांनी! एखादा चुकल्यामाकल्या ढगाचा खवला लेऊन उभे

असलेले ते राखाडी आकाश अन् खाली त्याच रंगाशी नाते सांगणारा हा जलाशय, किती शांतपणे हा सगळा कल्लोळ बघत कधीपासून इथे उभे आहेत. खरे तर हा सगळा खेळ त्यांचा, त्यांनी तर घडवून आणलेला... या खेळाचे सगळे कायदेकानून त्यांनीच आखून दिलेले. या खेळाची सुरुवात जशी त्यांना ठाऊक तसाच मध्य अन् अंतही त्यांना माहिती आहे. या खेळाला कधीमधी प्रेक्षक म्हणून हजर राहणारी मी... माझे हे थकलेले शरीर अन् विझलेले मन घेऊन मी इथे यायचे हे सगळे आधीच ठरलेले. तेही त्यांनीच ठरवलेले... कुणास ठाऊक कधी... माझ्या या जन्माच्या पूर्वी की कित्येक जन्मांच्या पूर्वी?

पण मी सर्वात प्रथम इथे आले केव्हा?

अन् कशी?

कॅलेंडर बघितले तर फार दिवसांपूर्वी नाही. आज लक्ष देऊन आठवण्यासारखे ते तितकेसे महत्त्वाचे उरलेले नाही. एवढे मात्र नक्की आठवते की खूप मोडक्या-तुटक्या अवस्थेत मी इथे आले होते. तसे का झाले, कुणामुळे झाले की मी माझ्याच हाताने करून घेतले होते, तेही आता फारसे महत्त्वाचे उरलेले नाही. पण त्या वेळी मात्र एखाद्या हिंस्त्र वादळाचा तडाखा बसल्यासारखी स्वत:चे असणेच हरवून बसले होते, जणू मी नव्हतेच तेव्हा कुठे! स्वत:लाच दिसेनाशी झालेली मी इतर कुणाला दिसण्याचा प्रश्नच नव्हता. अशा एका संध्याकाळी हताश, निराश होऊन थकून बसले असताना दूर आसमंतातून एक हाक ऐकू आली. कोण बोलवत होते? समजले नाही. पण या टेकाडाच्या टोकावरून, उतारावरच्या खडकांवरून, झाडांच्या गच्च दाटीतून एका अनोळखी आवाजाने साद दिली होती. त्या हाकेत शब्द नव्हते, मग काय होते? तर हृदयाला जाणवणारी आर्तता होती, संवेदना होती... माया होती, ती ओळखीची होती. अन् त्या क्षणी ती हाक येण्याची इतकी गरज होती की समोर आडवी येणारी सर्व अवधाने झुगारून देऊन अंगातली क्षणोक्षणी कमी होत चाललेली शक्ती एकवटून मी या टेकाडाच्या दिशेने धावत सुटले.

शहरापासून दूर नेणारी बस मला हायवेवरच्या थांब्याजवळ सोडून कधीच निघून गेली होती. भोवतालचा सगळा परिसर अनोळखी होता. आजूबाजूला कुणीच रेंगाळताना दिसत नव्हते. चहाच्या टपरीजवळचा वॉचमन स्टुलावर बसून पेंगत होता. समोरच्या पेट्रोलपंपावरही हालचाल दिसत नव्हती. टपरीसमोरून पायवाट वर टेकाडाकडे निघालेली दिसत होती. वाटेच्या दोन्ही बाजूला बैलगाडीच्या चाकोऱ्या पडल्या होत्या. मी पायवाटेवरून चालत चढत वर निघाले. पण वस्तीची, घराची कोणतीच खूण मला दिसेना. डावीकडच्या डोंगराच्या छाताडावर एन्रॉनचा महाकाय लोखंडी टॉवर आपले प्रचंड पाय रोवून उभा होता. दूरवर झाडीत कुठेतरी घराचे अर्धवट पडलेले बांधकाम दिसत होते. तिथूनच कुठूनतरी सुतारपक्षाची ''ठकर्र..

ठक, ठोक.. ठोक.. '' ऐकू येत होती. पण इतर कुणीच नाही. काहीच नाही. गर्द दाटत चाललेल्या झाडांवर संध्याकाळच्या सावल्या उतरू लागल्या होत्या. मी तशीच पायवाटेवरून चालत राहिले आणि कुंपण दिसू लागले. कुंपणाआत वळत गेलेल्या पायवाटेच्या दोन्ही बाजूंना फुलझाडे लावलेली दिसू लागली. क्रोटन, बोगनवेल अन् मुक्तपणे वाढत गेलेल्या कृष्णकमळांच्या अगणित वेली... म्हणजे कुणीतरी आहे इथे... कदाचित थोड्या वेळापूर्वीच इथून कुणीतरी गेले असावे. त्या खुणा शोधत शोधत मी पायवाटेवरून वर चढत आले. टेकाडाच्या चढतीची कमान जिथे आडवी सरळ होत होती तिथल्या खडकाळीवरून चालत मी पुढे आले आणि सिनेमातले दृश्य एकदम पालटावे तसे झाडीत दडलेले हे घर झपकन् समोर आले. ते बघताच मी थबकले.

हे घर? या घराने बोलवून घेतले मला? हे तर माझे गावाकडचे पिढ्यान्‌पिढ्यांपासूनचे शंभर वर्षांचे माझे घर... तेच कौलारू छप्पर... व्हरांडा... हे इथे कसे आले?

त्या भक्कम घरात माझ्या पूर्वजांच्या पिढ्या वर्षानुवर्षे सुखाने नांदल्या होत्या. या कुटुंबाची सर्वतोपरी भरभराट व्हावी म्हणून खस्ता खाणारी, झिजणारी माझी आजी याच घरात जन्माला आली होती. आजतागायत ते घर तिच्या नावाने ओळखले जाते. तेच माझे घर इथे अचानक सामोरे आले होते.

ना धड रात्र, ना दिवस अशी ती वेळ होती. हातातल्या बॅगेच्या वजनाचा ताण मला दंडातून, खांद्यातून जाणवायला लागला होता. पण माझी चकित नजर त्या घरावरून दूर हटायला तयार नव्हती. आठवले त्या गावाकडच्या घरचे काही... या अशा मधल्या वेळी वातावरण मंद, सांद्र होत जाते. आजूबाजूचे आवाज पुसट होत विरून जातात. मला दिसतो, व्हरांड्यात बसलेल्या माझ्याभोवती अंधार हळूहळू साचत जाताना, सांदीकोपऱ्यात उतरत गडद होत जाताना... वारा घरातून धावता धावता थबकतो, हवा जडावत जाते. सगळे वातावरण शांत, स्थिर, घट्ट होत जाते तेव्हा अज्ञाताकडे निघून गेलेल्या आज्जीच्या, पप्पांच्या आठवणींनी घराला आतून गलबलायला होते. कुठे गेली असतील सगळी? तेवढ्यात पाठच्या अंधारातून चालत येणाऱ्या आईच्या पावलांचा हलकासा नाद कानांना जाणवतो. देव्हाऱ्यासमोर आलेली आई स्वत:शीच काही पुटपुटत निरांजन पेटवते आणि समोरची महालक्ष्मी एकदम उजळून निघते. आज्जी घर सोडून गेलीय् कुठे? ती तर समोरच्या तसबिरीतल्या महालक्ष्मीच्या डोळ्यांनी अजून घराकडेच बघतेय्. तेवढ्यात समोरच्या चौकातल्या देवळाच्या गाभाऱ्यात ठण्णकन् घंटा वाजते. पाठीमागचा प्रचंड पिंपळ सळसळ करत पाने घुसळायला सुरुवात करतो आणि एकदम सुरक्षित वाटते. त्या सुरक्षिततेची ऊब मनात जागी असते म्हणून तर अनोळखी चेहऱ्यांच्या गर्दीने कोंदलेल्या शहरात असे एकाकी जगता येत असते. तिथल्या ओंगळपणामुळे जीव गुदमरून घाबराघुबरा

झाला की त्या घराच्या कुशीत शिरून लपून बसता येते. तेच ते महालक्ष्मीच्या चौकातले घर इथे पुन्हा भेटायला आले होते. इथल्या सगळ्या खुणा ओळखीच्या होत्या. तशाच उतरत्या कौलारू छपराखाली उभ्या दगडी चिऱ्यांच्या भिंती, तसाच व्हरांडा अन् कुंड्यासुद्धा अगदी तशाच. या वेळी माझ्या अंत:प्रेरणेने मला दगा दिला नव्हता. मी योग्य वेळी योग्य ठिकाणी येऊन पोहोचवली गेले होते.

हलका हलका अंधार टेकाडावर उतरायला लागला तशी घराची बाह्यरेषा त्यात धूसर व्हायला लागली. अजूनही आसपास कुठेच हालचाल जाणवत नव्हती. एखाद्या रातकिड्याची किर्रकिर्र तरी कुठे असावी तर तीही ऐकू येत नव्हती. मी अजूनही फाटकापाशीच उभी होते. आणि अचानक कुणीतरी घराच्या आत दिवा पेटवला. कौलारू छतातून त्या प्रकाशाचे झोत आकाशाकडे झेपावत चमकत फेकले गेले. सगळे घर एकदम उजळून निघाले. मी थक्क होऊन ती जादू बघत तिथेच खिळून उभी होते. पण आता कशाचीही काळजी करायची नव्हती. मला घेरून बसलेल्या सगळ्या काळ्याकुट्ट सावल्यांनी कधीच मागच्या मागे पळ काढला होता. समोरची पायवाट उजळून निघाली होती. त्या पायवाटेवरून चालत कुणीतरी माझ्याकडेच यायला निघाले होते. प्रकाशाने भरलेल्या त्या अंधारातून शब्द उमटले.

"आइये, हम आपहीका इंतजार कर रहे थे."

आणि एखाद्या लहान मुलीसारखे मनातल्या मनात खुश होत मी एक मोठ्ठा, मोकळा श्वास छाती भरून घेतला होता. तेवढ्यात पाठच्या पायरीवरून "हॉप्प" करत धापकन् उडी घेत भीम पुढे आला, म्हणाला.

"या ताई, बॅग द्या पाहू... म्हटलं केव्हा येऊन पोचताय्?"

त्यानंतर मात्र या घरी यायला मी कारणे शोधत बसले नाही. तशी गरज कुणालाच वाटली नाही. जावेसे वाटले तेव्हा अगदी सहजपणे निघून तिथे जावे इतके ते घर माझे आणि मी त्या घराची होऊन गेले. उन्हाळ्यातल्या कडकडीत उष्णतेत तिथल्या जमिनीतून निघणाऱ्या आगीचीच मला सोबत झाली. धबधब्यासारख्या कोसळणाऱ्या पावसात वेड्यासारखे चिंब भिजून घेता आले. नक्षत्रांनी फुललेल्या आकाशाखाली अंगणातल्या बाकावर बसून नुसतीच शांतता अनुभवता आली तर कधी शेकोटी पेटवून भीमच्या स्टोऱ्या ऐकत रात्र जागवली गेली. या जंगलात वेळीअवेळी दूध मिळत नाही म्हणून मी काळा चहा चवीने प्यायला शिकले. भीमच्या चुलीवर रटरटणारी डाळ, मावशींनी डब्यातून कौतुकाने आणलेली भाकरीचटणी... या लाडांची चव अपूर्वाईची. शहरातल्या गरजा, त्यातून उद्भवणारे ताण, काळज्या इथे आल्यावर कसे नाहीसे होऊन जातात त्याचआधी वाटणारे आश्चर्यही नंतर कमी होत होत पार हरवूनच गेले.

इथे एका संध्याकाळी सगळी ओळखीचीच मंडळी जमलेली असताना माझी

नव्याने ओळख करून देण्यात आली होती.

"यह यशोधरा, यह लिखती है."

आणि एकदम चटका बसल्यासारखी माझी अवस्था झाली. मी लिहिते? कल्पना तशी नवी नव्हती. पण खूप वेगळा काळ होता तो. लिहावेसे वाटूनही आतून बळ मिळत नव्हते. एक जीवघेणी असहाय्यता सगळीकडे ठाण मांडून बसली होती. अशा वेळी हे वाक्य ठामपणे पुढ्यात येऊन ठाकले होते. कितीही शर्थीचा प्रयत्न केला तरी ते पाठपुरावा करत डोळा रोखून बघत राहणार होते. आणि ते तसे सतत टोचत बोचत राहिलेही. त्या वाक्याची सक्ती वाढत चालली. पण का कुणास ठाऊक आतून विश्वासही जागा होत गेला, वाढत गेला...

मी प्रथम इथे आले तेव्हा इथली बहुतेक झाडे नानुश्शी होती. आता ती मोठी होत विस्तारत गेली आहेत. त्यातला माझा सगळ्यात लाडका आहे तो कुंपणालगतचा आंबा. इथे आंब्याची खूप झाडे आहेत पण घरातल्या सगळ्यात अशक्त, किरकिऱ्या मुलाकडे आईचा सगळ्यात जास्त ओढा असतो तसेच काहीसे त्या अगदी वरच्या टोकाला कोपऱ्यात, कुंपणाच्या काटेरी तारेला खेटून उभ्या असलेल्या आंब्याचे आणि माझे. आंब्याची इतर झाडे मोठी होत वरवर वाढत गेली तरी हे मात्र बुटके अन् हडकुळे राहिलेले, त्यात एका कडेच्या कोपऱ्यात एकाकी पडलेले! पहिल्याच दिवशी पहाटे बागेत फिरताना ते मला दिसले. "मला कडे घे..." म्हणून हात वर करत भोकाड पसरणाऱ्या लहानग्यासारखे त्याचे ते रूप बघून मला आतून हसू यायला लागले. खडकांवरून चढत त्याच्यापर्यंत पोचले तर खरोखरच त्याच्या अंगावर जाळी जमलेली दिसत होती. त्याखालची पाने किडून काळी पडली होती. त्याला स्वच्छ करून मुळांशी खतपाणी घालून नीटनेटका करण्यात सगळी सकाळ गेली. तेव्हापासून त्या रडोबाचे लाडच लाड सुरू झाले. बाब्या काय... शोन्या काय... आंजारणे गोंजारणे किती म्हणून करायचे ते... प्रत्येक वेळी आले की भीमच्या हातात बॅग देऊन टाकून मी आंब्याकडे धावत सुटायचे.

मध्यंतरी एकदा बऱ्याच कालावधीनंतर मी इथे आले. बघते तर काय हा बाब्या चांगलाच बाप्या झालेला दिसत होता. त्याचा बुंधा नुसता भक्कम, रखरखीत जाडजूड झालेला. मोठमोठ्या फांद्या वर पसरत गेलेल्या... त्यावर पालवीचे लुसलुशीत तुरे फुटलेले... "कित्ती मोठ्ठा झालो ना मी..." अशा खुशीत अंग हेलकावत राजश्री आपले उभे.. त्याला बघून मी माझ्याशीच खुश होत गेले. वाटले आता हा असाच मोठा होत जाईल, बहरत मोहरत जाईल, त्याला फळे धरतील पण याच्या अंगावरची फळे मी कुणालाच काढू देणार नाही. ती राहू द्यायची तशीच! एखाद्या ऋतूत त्या फळांच्या घमघमाटाने वेडीपिशी झालेली पाखरे या झाडावर थोडा वेळ तरी उतरतील. ती त्याच्या अंगाखांद्यावर उड्या मारत बागडतील, नाचतील,

गातील. कुणी दूर देशीच्या अद्भुत कहाण्या सांगून त्याला रिझवेल तर कुणी एखादे बिचारे मनात बांधून ठेवलेल्या दु:खाची गाठ त्याच्यापाशी उकलेल. तेवढाच वेळ झाडाला त्यांची साथ लाभेल. मग झाडही आनंदून त्यांच्यासारखे गाऊ लागेल. त्या झाडापानांतून फुलणारी गाणी ऐकायला मीही तिथेच अवतीभवती असेन.

किंवा कदाचित... नसेनही.

दवाने भिजलेल्या अशाच एका सुंदर सकाळी सोन्याच्या झाडाखाली बसल्याबसल्या मी अचानक लिहायला सुरुवात केली. एका पावसाळी संध्याकाळी डॅमसमोरच्या टेकड्यांवरून इंद्रधनुष्याचा दुहेरी पूल व्हॅलीच्या या टोकापासून त्या टोकापर्यंत लखलखीत पसरलेला बघून... बघतच राहिले होते, सुरूच्या धमन्यांतून धाडधाड करत वाहात राहणारी ऊर्जा अनुभवताना थरथरून गेले होते. इथल्या प्रत्येक पानाफुलातून जाणवणारी चेतना, त्यांचे हसणेरडणे, रुसण्याफुगण्यांचे खरेखोटे आविर्भाव माझ्या आता चांगलेच परिचयाचे झाले आहेत. ही चेतना त्यांना नित्य नेमाने कोण पुरवत असेल? ही खडकाळ भुई? हे सतत बदलते आकाश? की या सर्वांपासून अलिप्त राहणारा तो तलाव? या सर्वांच्या एकमेकांशी काय गुजगोष्टी चालू असतात? काहीतरी सतत चालू असते हे मात्र अगदी नक्की.

इथे आल्यावर माझा दिवसभराचा मुक्काम सोन्याच्या झाडाखाली असतो. कधी कंटाळा आला की गुलमोहोराच्या कट्ट्यावर आणि संध्याकाळी मात्र न चुकता तलावाच्या किनाऱ्यावर... इथे आल्यावर आमचे शहरातले वेळापत्रक गुंडाळून बाजूला फेकले जाते. इथे पोटभर फिरायचे, लिहावेसे वाटले तर लिहायचे, वाचावेसे वाटले तर वाचायचे, नाहीतर काहीच करायचे नाही. नुसतीच शांतता अनुभवत डोळे मिटून बसून राहायचे. एरवी बिसलेरीच्या बाटलीशिवाय प्रवास न करणारे आम्ही तिथे डोंगरातून धावत येणारे 'मिनरल वॉटर' निमूटपणे प्यायला लागलो, त्याच बर्फासारख्या थंडगार पाण्याने आंघोळ करायला शिकलो. इथे कुणी एखादा दिवसभर चित्रात रंग भरतो आणि संध्याकाळी दमून झोपून जातो. तर कुणी दिवसभर घोरतो आणि रात्री ठणठणीत दिवे लावून इन्स्टॉलेशन करत जागतो, इतरांना जागे ठेवून शिव्याशापांचा धनी होतो.

सुदैवाने मी जेव्हा जेव्हा इथे येत गेले तेव्हा इथे कुणीच नसायचे. घर, झाडे, भीम... सगळे माझ्या ताब्यात असायचे. मग भीमकडून हवे तसे लाड करून घेता यायचे. गेल्या पावसाळ्यात मात्र एक मैत्रीण माझ्या सोबतीला इथे राहायला यायला लागली. धो...धो पाऊस कोसळून अगदी दोन हातांवरची झाडीसुद्धा पाण्याच्या अखंड पडद्यामागे दिसेनाशी झाली तेव्हा त्या धावत्या पाण्याला कंटाळून की काय कोण जाणे, चक्क एक रानमांजरी इथे वस्तीला येऊ लागली. अगदी छोटीशी वाघीणच जणू! तिची ती पट्टेदार कातडी, उग्र चेहऱ्यावर फेंदारलेल्या मिशा अन्

हिरवीगार लख्ख नजर बघून मी तर पहिल्यांदा घाबरुन उडालेच. त्यातून जवळून नुसते कुणी गेले तरी ती शेपटी आपटून नापसंती व्यक्त करी, गुरगुरून घशातून आवाज काढी, जबडा वासून सुळे दाखवी. तिचे हे प्रताप बघून मी तर तिच्या बाजूलाही फिरकत नसे. आमचे हे शीतयुद्ध बरेच दिवस चालले. एकदा दुपारी अशीच वळकटीला डोके टेकून पडले असताना कसला तरी मऊ स्पर्श झाला. वर बघितले तर काय! वाघीणबाई माझ्या डोक्याशी गुरगुटून सरळ झोपून गेल्या होत्या. वर बघताना माझे डोके जरासे हलले तशी तिची झोप चाळवली गेली. झोपेने जडावलेले डोळे किलकिले करत तिने माझ्याकडे रोखून बघितले, नजरेला नजर भिडवली मात्र... बाप रे... पण दुसऱ्याच क्षणी "म्यॅव..." करत तिने फिस्सकन् एक सुस्कारा सोडला, डोळे मिटले आणि मिशा फेंदारून पुन्हा पाय पोटाशी घेत ती झोपून गेली. माझ्याच जातीची दिसतेय् ही बाई, असे मनाशी म्हणत मी डोळे मिटले. पण आता झोप येते कसली? जरासुद्धा डोके हलवण्याची सोय नव्हती. पंजा मारला तर? सुळे विस्फारत अंगावर धावून आली तर? काही क्षण तसेच टेन्शनमध्ये गेले. थोड्या वेळाने मी धीर करून हात वर केला, तिच्या अंगावर टेकवला. तशी ती चाळवाचाळव करत हातावर आपला गाल टेकवून शांतपणे झोपून गेली. आणि मीही.

त्या दिवसापासून तिची माझ्याशी लगट वाढतच गेली. पुढेपुढे वळकटीवरून खांद्यावर उतरत माझ्या मानेच्या खोबणीत डोके ठेवून झोपायला लागली आणि आता तर ती कुशीतच झोपते. मी दुपारी जरा आडवी झाले की कधी दबक्या पावली येऊन ती माझ्या पाठीपोटाला चिकटून झोपते मला कळतसुद्धा नाही. पण मी जराशी जरी हलले की नाखुशीचा "म्यॅव..." निघतो, पंजा उगारून मार देण्याची धमकी दिली जाते, लालभडक डोळ्यांनी रागावले जाते की मी आपली जिथल्या तिथे चुपचाप! प्राण्यांवर अशी माया करणे माझ्या स्वभावाला तसे अपरिचित पण ही द्वाड बाई तर आता माझ्या गळ्यातच पडली आहे.

मी या घरी येऊन पोचल्याचे तिला टेकाडावरच्या जंगलात कसे कळते कुणास ठाऊक! वरच्या पठारावरून ती लगेच खाली यायला निघते. खडकाळीवरच्या झाडांच्या सावलीतून येताना हे सगळे साम्राज्य आपलेच आहे, राज्यात सगळे आलबेल आहे अशा मोठ्या बिनधास्तपणे ती एखाद्या महाराणीसारखी दमदार पावले टाकत रुबाबात उतरत येते. तिला लांबून मी दिसले रे दिसले की मग मात्र ती चेंडूसारखी टणाटण उसळ्या घेत धावत सुटते ते थेट माझ्या पायाशी येऊन कोसळून लोळण घेते. लागलीच पायावर अंग घासायला सुरुवात होते. मग तिच्याशी थोडी मस्तीकुस्ती करावी लागते. उलट्यासुलट्या लोळणी घेत, झोंबाझोंबी करत, खोटं खोटं पडत धडपडत, मोठ्यामोठ्याने ओरडत तिचा हा खेळ चालतो.

पण या खेळात तिच्यावर कुरघाडी केलेली तिला मुळीच चालत नाही. ती हरायला लागली की चक्क उताणी पडते, चारी पाय वर करून नख्या बाहेर काढून खरीखुरी हाणामारी करायला लागते. कधीतरी तिच्या पंजाची चपराक जोरात लागली की मी मग खोटेखोटे रागावते, दार लोटून खोलीत जाऊन बसले की तिचा कसा अपमान होतो! की दारावर धडका सुरू... पुढचे पंजे दारावर टेकवून खर्रखर्र करत खरडायला सुरुवात होते. तरीही दुर्लक्ष केले की "म्यॅव... म्यॅव..." करत करुण स्वरात विव्हळायला सुरुवात करते, रात्रभर दारासमोर गरीबवाणी होत बसून राहते. सकाळी दार उघडले न उघडले की धावतपळत आत येऊन कधी एकदा माझ्या अंथरुणात पायाजवळच्या दरीत घुसेन असे तिला होते. ते एकदाचे झाले की मग मात्र बाई खुश!

एकदा अशीच चढण चढून मी वर आले तर घरात कुणीच दिसत नव्हते. भीमच्या 'किचन'मध्ये चाहूल जाणवत नव्हती. बघितले तर व्हरांड्याच्या कठड्यावर पुढेमागे पाय लांब करून बाई पसरलेल्या... चेहरा पुढच्या पायांवर टेकवला होता, मागे शेपूट हातभर पसरलेलं. माझ्या येण्याची, व्हरांड्यातल्या फेरीची बाईंनी नेहमीसारखी दखल घेतली नाही याचे नवल करत मी जवळ गेले, नेहमीप्रमाणे कुरवाळायला हात पुढे केला, डोक्याजवळ नेला तशी ती सण्णकन् वळली, उताणी झाली, तशी पोटाकडची बाजू उघडी होत वर आली. चेहरा रागीट होत उग्र झाला. मिशा पिंजारल्या गेल्या, हिरव्यागार बुबुळातल्या बाहुल्या आकुंचित होऊन चमकू लागल्या. उघडलेल्या जबड्यातून टोकदार सुळे बाहेर आलेले बघताच मी चक्रावून थबकले. तेवढ्यात पाठीमागून धावत आलेला भीम ओरडला.

"ताई... ताई... हात लावू नका. ती ही नव्हं..."

मी "ती कुठाय्?" म्हणत वळले तर बरोब्बर भीमच्या मागे वर छपरातल्या वाशावर 'त्या' बाई ऐटीत बसल्या होत्या. आणि त्या चक्क माझी फजिती झालेली बघून खुश होत मिशीतल्या मिशीत हसत होत्या.

"तू खाली तर ये, मग बघते तुला."

तशी ती आणखीनच उकळ्या फुटल्यासारखी हसायला लागली.

मग भीमसुद्धा.

तेव्हापासून या जुळ्या इथे आल्या आणि आता त्या इथल्याच झाल्या आहेत. त्यातली एक अगदी मायाळू, जीव लावणारी अन् लावून घेणारी तर दुसरी मग्रूर, भांडकुदळ... लहान लहान गोष्टींनी चिडून पंजा उगारून मारायला अंगावर धावून येणारी आहे. एवढे मात्र खरे की इतक्या दिवसांच्या सहवासात, भांडण्यातंटण्यात त्यांनी कधीच मला नख लावून ओरबाडले नाही, बोचकारून रक्त काढले नाही. वाटते, शहराकडची सगळीच माणसे अशी झाली तर किती बरे होईल?

हा या घराचा गुणधर्मच आहे. या परिघात येणारी प्रत्येक व्यक्ती, प्रत्येक जीव इथून जाताना बदललेला असतो. या घरात फोन नाही. वीज कधी असते, कधी नसते, तरीही भीती नावाची वस्तू इथे आजूबाजूला फिरकत नाही. गच्च अंधाऱ्या रात्री घरात कंदील पेटवला की झाडांच्या वेड्याविद्र्या सावल्या आवारभर फिरत राहतात. डोंगरावरून कोल्ह्यांची हालचाल जाणवते, अंधारलेल्या झाडांवरून घुबडांचा घूत्कार कानी येतो, पानांची सळसळ जाणवते. जंगलात कुणी कुजबुजतेय् का? पण अशा वातावरणातही भयाचा लवलेश जाणवत नाही. मी असले तर मी अन् भीम, नाहीतर तो मुलगा या ठिकाणी मस्तपैकी एकटाच राहतो याचे मला नेहमी आश्चर्य वाटत राहते. एकदा मी त्याबद्दल भीमला विचारलेसुद्धा. तर तो त्याच्या त्या खास टपोरी स्टाईलने झुल्फांना झटका देत म्हणाला,

"वो है ना उप्पर, आपुनका बॉस, वोच देखता है आपुनको मॅन... "

एकदा कधी नव्हे ती जाई माझ्याबरोबर इथे राहायला आली होती. करकरीत संध्याकाळच्या वेळी आम्ही डॅमवरून फिरत परत येत होतो. तलावातले इरुळे वळवळ करत काठावरल्या दगडांच्या उतरडींकडे यायची ती वेळ. डॅमच्या किनाऱ्याच्या अगदी टोकावर आम्ही आलो आणि जाई म्हणाली.

"मम्मा, ते बघ... सच अ बिग् स्नेकपिट् यार."

"ए, त्याला आमच्या मराठीत वारुळ म्हणतात."

मी नेहमीच इथून चालत जाते पण हे अनेक मुखे असणारे प्रचंड जुने वारुळ कधीच लक्षात कसे आले नाही, असे मनाशी म्हणे न म्हणेपर्यंत त्या वारुळाच्या मुखाशी कसलीशी हालचाल जाणवली अन् आम्ही दोघी एकदम चमकून थांबलो. लखख चंदेरी रंगाचे, दंडभर जाडीचे एक तेजस्वी डोके त्या मुखातून सळसळत बाहेर येत होते. क्षणार्धात ते त्या वारुळाच्या मुखावर स्थिरावले. रात्र व्हायला सुरुवात झाली होती पण संपूर्ण चंद्र कधीच माथ्यावर आला होता. त्या उजेडात ते मजबूत मस्तक लखलखून चमकत होते. हवेच्या गार स्पर्शाने की काय न कळे, ते शहारले आणि त्याने आपला मोहरा वळवला. अनोळखीपणाने नजर आसमंतातून फिरवली. त्या लखलखीत मस्तकावरचे रत्नासारखे झगमगीत डोळे क्षणभर झप्पकन् आमच्यावर स्थिरावले, एकाग्र झाले, तसा माझ्या अंगावर आपादमस्तक सर्रकन शहारा उमटला. पाठीच्या कण्याच्या तळाशी काहीतरी उष्ण पेटत गेले आणि मणक्यांतून वरवर सरसर जाळत गेले. कवटीचा तळ... टाळू... मस्तक... ती आग सगळ्या अंगातून लाटेसारखी धावत गेली तसा अंगाला कंप सुटला. तेवढ्यात त्याने आपली दिशा ठरवली आणि त्या दिशेने तो सळसळ करत बाहेर पडायला लागला. त्याचे मस्तक वाकले, भुईशी टेकले, सरकत पुढे जात दिसेनासे झाले तसे पाठोपाठ शरीर नागमोडी वळणे घेत वारुळातून बाहेर पडायला लागले. संथपणे

सळसळ... सळसळ... करत पुढे सरकू लागले. दुधिया मोत्यांसारखे खवले असणारे ते तेज:पुंज शरीर... लांबलचक... संपता संपत नव्हते. माझी मंत्रमुग्ध झाल्यासारखी अवस्था झाली होती. त्यावरची दृष्टी हटवणे केवळ अशक्य होते. धरणीच्या गर्भातल्या कुठल्या खोल विवरात त्याने कितीतरी युगांपासून मुक्काम ठेवला होता. भुईतल्या जीवनरसाच्या स्रोतावर जगत तो दडी मारून समाधिस्थ झाला होता, परिपक्व होत गेला होता. अशी किती युगे गेली होती कुणास ठाऊक? साधना... फक्त साधना... तोच त्याचा जीवनधर्म. आणि आज अखेरीस तो क्षण आला होता. त्याच्या मिटलेल्या डोळ्यांमागे प्रकाशाचा लोळ अवचित अवतरला होता अन् सगळी रहस्ये उकलून क्षणार्धात नाहीसा झाला होता. मस्तकात असलेल्या चिरंतन मण्यासारखे जे रहस्य त्याच्या आत खोल दडी मारून बसले होते ते आज स्पष्टपणे दर्शनाला आले होते. त्या ज्ञानाने प्रकाशमान झालेले शरीर घेऊन तो आज प्रथमच त्या अंधाऱ्या विवरातून बाहेरच्या सृष्टीकडे परत आला होता.

हजारो हिरकण्यांचा खच जंगलात विखरून पडावा तसा त्याच्या येण्याने अवघा आसमंत उजळून निघाला होता. जमिनीवर इतस्तत: पडलेल्या पानांवरून तो मोठ्या दिमाखात पुढे पुढे सरकत चालला होता. त्याच्या अंगाखाली येणारी वाळली पाने चुरमडली जात होती, त्यांचा पार भुगा होत होता अन् जमिनीवरच्या क्षुद्र धुळीशी एकरूप होत होता. मध्येच खडकाळीवरचा एक पत्थर त्याला आडवा आला तरी तो वळला नाही, त्याने आपला मार्ग बदलला नाही. तर त्या पत्थरावर सरसर चढत गेला. ती नक्षीदार कमान त्या दगडाचे अवघे अस्तित्व व्यापून पसरली तसा तो क्षुद्र दगडही पाऱ्यासारखा रूपेरी होऊन गेला. झाडे, पाने, गवत ज्याला ज्याला तो स्पर्श करत पुढे पुढे निघाला होता ते सगळेच चांदीसारखे लखलख होत चालले होते. पण त्याला कशाचीच तमा नव्हती. आता त्याचे लक्ष्य ठरलेले होते, त्या दिशेने तो प्रवास करत राहिला होता. तो जात राहिला. त्याची ती करवती सळसळ माझ्या अंगावर चरचरीत शहारे उमटवत होती. काहीतरी अद्भुत, अलौकिक बघितल्याची जाणीव मनात जागी होत चालली होती. त्याच्या येण्याची सूचना अंतर्मनाच्या तळात आपोआप उमटली होती. त्याच्या येण्याने सगळे जग उजळून निघाले होते. भीतीचा थरार जाणवत होता पण आत कुठेतरी आश्वासकही वाटत होते. पुन्हा बघितले तर तो दृष्टिआड होऊ लागला होता. ते लवलवणारे शरीर सरकत पुढे गेले तसे शेपूट टोकदार होत झाडाझुडुपात नाहीसे झाले. तशी तिथे उजळलेली पाने मंदावत शांत होत विझून गेली. त्याच्या निघून जाण्याने मन उदासीने भरून आले होते. पण तो तिथेच पठारावर कुठेतरी वस्ती करून राहणार होता. पुन्हा बघितले तर तो जिथे अदृश्य झाला होता तिथे काही तरी अचानक लख्खकन् चमकून उडाले. काजवा? एक... दोन... अनेक तेजाच्या ठिणग्या लखलख करत

झाडाच्या सावलीतून उडाल्या अन् जंगलातल्या अंधारात वेगाने पसरत टेकाडाच्या दिशेने झेपावत नाहीशा झाल्या. कोण होता तो?

या घराच्या प्रत्येक भेटीत असे काहीतरी मिळत गेले. तसे हे घर सर्वांसाठी खुले आहे. या शहरात राहून अमानुष न झालेल्या, न होणाऱ्या माणसांसाठी हे घर आहे. सर्जनाच्या ध्यासापायी आयुष्याची माती करायला निघालेल्या वेड्या माणसांची हे घर वाट बघत असते. इथे येऊन काम करायलाच पाहिजे असा या घराचा आग्रह नाही पण इथल्या बांबूच्या सळसळीतून, पानाफुलांच्या ताज्या टवटवीत रंगांतून, एवढेच काय अननशीवरच्या काट्यांतूनही जाणवणारी चेतना सर्वांनाच कामाला लावते. इथला विस्तीर्ण अवकाश बघून कोंदलेली मने आपोआप मोकळी होतात, डोक्यावरची ओझी आपसूकच उतरवली जातात, थकलेल्या हातापायांतून चेतना जाणवू लागते. अन् मन एकाग्र होत जाते. त्यातूनच माझ्या- सारखी अडाणी बाई मोडकेतोडके लिहू लागली. अनेक चित्रकार, लेखक, शिल्पकार इथे काही काळ राहून गेले आहेत, पण त्यांनी इथे येऊन काम केले. कधीतरी एकमेकांहून वेगळी, अगदी विरोधी व्यक्तिमत्त्वाची माणसे इथे एकत्र येतात आणि एकच धमाल उडते. कधी सूर जुळतात. तर कधी वादविवाद, खटके उडतात अन् भांडणे जुंपण्यापर्यंत मजल जाते. पण एकदा कामाला सुरुवात झाली की सगळे भान विसरून कामच होत राहते.

एवढ्या लहानशा जागेत राहायचे म्हणजे अनेक अडचणी येणारच. मला वाचायचे असते तेव्हा भीमला एखादी दणादण वाजणारी कॅसेट लावून व्हरांड्यात नाचायची हुक्की येते आणि घराचे छप्पर उडून जायची पाळी येते. कधी केलेले जेवण थंडगार होत पडून राहते तर कधी शिजत असलेल्या जेवणाचा दरवळ घरात घुमायला लागून पोटात कडकडून भूक जागी होते न होते तेवढ्यात कुणी आगंतुक येऊन सगळे जेवण फस्त करून निघून जातो. माझ्या शहरी, स्वच्छ इस्त्रीच्या पद्धती असणाऱ्या संस्कृतीत हे मुळीच बसत नाही. तरीही सुट्टी मिळाली की समोर मिळेल ती एस. टी. पकडून मी या टेकाडाकडे धावत सुटते.

शहरातली अनेक घरे मला आठवू लागतात. भौतिकदृष्ट्या अत्यंत वैभव- संपन्न घरे... कधी त्या घरांचे दरवाजे माझ्यासाठी बंद केले गेलेले असतात तर कधी मीच त्यांच्याकडे निग्रहाने पाठ फिरवलेली असते. माझ्या घराच्या दरवाजातून तरी सर्वांना प्रवेश करण्याची मुभा कुठे असते? पण या घराचे तसे नाही. इथे सर्वांचे स्वागत होते, मानपान राखत आदरातिथ्य होते. कितीही देशीपरदेशी माणसे इथे जमली असली तरी कुणाला कधीच काही कमी पडत नाही याचे मला नेहमी आश्चर्य वाटत राहते. सकाळी सकाळी सगळ्यांचा चहा घेऊन भीम येतो. त्याच्या हातात ताट असते अन् ताटात वेगवेगळे कप, मग् असतात. तिथे जमलेल्या माणसांसारखा

प्रत्येक कपाचा रंग, रूप, जडणघडण... प्रत्येक वेगळ्या मुशीतून आलेला... वेगळ्या स्वभावधर्माचा, वैशिष्ट्याचा. कोंडाळ्यातला प्रत्येकजण मग कोणता कप उचलतो तेही बघण्यासारखे असते. प्रत्येकाला चहा देत देत भीम शेवटी माझ्यापर्यंत येतो तेव्हा ताटात उरलेल्या इराणी चायच्या बिनरंगी ग्लासकडे बघत आम्हाला दोघांना गुदगुल्या होऊन हसू फुटायला लागते. मग तो ग्लास मी उचलला की भीम नाटकीपणाने झुकून सलाम करत म्हणतो,

''आज क्या पकायेंगे, मॅडम?''

त्याच्या प्रश्नामागची खरी खोच फक्त मलाच कळते. पकायेंगे म्हणजे पकवणार कोण? पण आज पकवायची जबाबदारी मॅडमवर टाकून भीमसाहेबांना बहुधा गावात मावशीकडे किंवा टपरीजवळच्या थेटरात सिनेमाला जायची हुक्की आलेली असते. भीमचा प्रश्न ऐकताच सगळेजण टवकारून बघायला लागतात. ''मुर्ग मुसल्लम'', ''फिश टिक्का'' अशा अगडबंब फर्माईशी ऐकवल्या जातात. त्या पुऱ्या होणार नाहीत हे सर्वांनाच ठाऊक असते. पण एकदा मीच ''सूजी का हलवा'' म्हणण्याचा आचरटपणा केला होता. तेव्हा दुपारच्या चहाच्या वेळी तुपाचा वास घमघमत असणारा, वर आख्खे काजू-बेदाणे पसरलेला शिरा त्या जंगलात खायला घालून भीमने सर्वांची विकेट पार उडवून टाकली होती. कधी रात्रीच्या अंधारात तलावात गळ टाकून मासा पकडून आणला होता. कुणालाही कळू न देता तो साफ करून त्यावर दगडी पाट्यावर वाटलेला मसाला थापून ''टिक्का'' बनवून आमच्या घशात चेपला होता आणि हे सगळे इतक्या मायेने, सहजतेने केले जाते. इथे येणारा प्रत्येकजण या मायेच्या स्पर्शाने हळुवार होऊन जातो. शहरातून येताना बरोबर आणलेले ताणतणाव, बिंगे, मुखवटे यांचा इथे काहीच उपयोग होणार नाही हे अगदी सहजपणे जाणवते आणि आपण समजूतदार, मऊ होऊन जातो.

मी इथे नेहमी बघते गुलमोहोराच्या झाडावरचे इवलेसे पान पिवळे पडत वाळून जाते, शेवटच्या क्षणी झाडापासून तुटून अलग होते आणि हवेतून गोल, गोल गिरक्या घेत हेलकावत जमिनीकडे खाली येऊ लागते. वाटते, आयुष्याच्या या अंतिम क्षणी त्या पानाला काय होत नसेल? जीवनरस पुरवणाऱ्या हिरव्यागार वृक्षापासून अलग होण्याचे दुःख... अजून किती पावसाळे बघायचे, वाऱ्यावर झुलायचे राहून गेले त्याची खंत... की आता ही सगळी सृष्टी दृष्टिआड होणार, पुन्हा ती कधीच दिसणार नाही याबद्दलचा आक्रोश... पण पान यातले काहीच करत नाही. कुठेही आपली लय तुटू न देता स्थिरचित्त होऊन ते भुईकडे झेपावत राहते. अंतिम क्षणाकडे निघालेल्या पानाची ही यात्रा बघता बघता शहरात राहून निर्ढावलेले माझे मन विचार करू लागते, नवीन काही शिकू लागते. हजारोंच्या गर्दीतून लोकल ट्रेनमधून धक्के खात प्रवास करताना, ऑफिसमध्ये सतत नव्या संघर्षांना तोंड देताना, घरातल्या तणावांच्या उतरंडीखाली दबून थकून

जाताना मी काय करत असते? मी कोणी अमुकतमुक... किती हे शहरात जगण्याचे ताप माझ्यासाठी... किती व्याधी... अशी स्वत:ची एक प्रतिमा माझी मीच ठरवलेली असते. त्या प्रतिमेला कुठेही तडा गेला की किती त्रास होतो! मग गाडीत भीक मागत फिरणाऱ्या आजारी पोरावर खेकसले जाते, ऑफिसमधल्या मीटिंग्जमध्ये कपाळावर आठ्यांची जाळी विणत तावातावाने भांडणे केली जातात, समोर उभ्या असलेल्या भाजीवाल्याच्या तोंडावर धाडकन् दरवाजा आपटावासा वाटतो. आयुष्याच्या क्षणभंगुरत्वाचे जे रहस्य त्या अल्पजीवी इवल्याशा पानालासुद्धा समजले ते माणूस म्हणून जगणाऱ्यांना कसे समजत नाही? मी पुन्हा पानाकडे बघते तर ते आपली यात्रा संपवून खालच्या हिरवळीवर शांत पडलेले असते. ऑलिव्ह ग्रीनवर तेवढाच चमकदार पिवळा ठिपका!

किती सोपे होऊन जाते सगळेच!

इथे येणारा प्रत्येक जण आयुष्याची अशी लय पकडायला शिकतो. भल्या पहाटे घराच्या आवारात गोलगोल झाडू फिरवत कचरा लोटत पुढे जाणाऱ्या एकाग्रचित्त मावशी, गाणी म्हणत घरातली कामे बिनधास्त उरकणारा भीम, पलिकडच्या बंगल्यातल्या रखवालदाराची धावत येणारी मुले... अशा किर्र आडरानात ही माणसे घराच्या सोबतीला वस्ती करून राहिली आहेत. त्यांच्या ठायी कोणतीही अभावाची भावना नाही, कुणाबद्दल आकस नाही की कुठली अतृप्ती नाही. हे त्यांना जमते कसे? मग मला का नाही जमणार? काय हरकत आहे? खोल आत कुठेतरी काही हलते आणि मनाचा एक कोपरा ऋजू होऊन जातो. इथून परत येताना जाणवतो आपलाच चेहरा बदललेला... उसळून हसरा स्वच्छ झालेला... मानेतला, पाठीतला सगळा ताण निघून गेलेला... इथे येणाऱ्या प्रत्येकाची इथे येण्यामागची कारणे वेगवेगळी असतील पण इथे पुन:पुन्हा येण्याचे कारण मात्र हे एकच असावे. ज्यांच्या बाबतीत हे होत नाही ती माणसे इथे पुन्हा कधीच दिसत नाहीत हेही अगदी खरे आहे.

एकदा अशीच कधीतरी गावाहून रात्रीच्या लक्झरीने परत येताना गाडी वाटेतच कुठे आडनिड्या ठिकाणी थांबलीशी वाटली. नेहमीचा थांबा नव्हता म्हणून गाडीमधून कुणी खाली उतरले नाही. पेंगणारे डोळे उघडून मी खिडकीतून बाहेर डोकावत बघितले तर गाडी नेमकी टेकाडावर नेणाऱ्या पायवाटेसमोर उभी होती. माझा क्षणभर डोळ्यांवर विश्वास बसेना. खरे की स्वप्न म्हणून डोळे उघडून नीट खात्री करून घेतली तर खरोखर सभोवतीचा परिसर ओळखीचा दिसत होता. आकाशात पौर्णिमेचा चंद्र सगळा आसमंत उजळून टाकत एकटाच उभा होता. ऐन हिवाळ्यातल्या रात्रीच्या त्या धुरकट रूपेरी प्रकाशात पायवाट गूढपणे उजळून निघाली होती अन् पुढे जात झाडीतल्या अंधारात लुप्त झाली होती. मला कुणी हाक मारली नव्हती की दिवा पेटवून इशारा केला नव्हता पण मी खाली उतरले अन् क्लीनरला बोलावून बॅग खाली उतरवायला सांगितली. तेवढ्यात टपरीजवळचा रखवालदार त्या अंधारातून

धावत पुढे आला. मला बघताच त्याच्या चेहऱ्यावर ओळखीचे हसू उमटले अन् आश्चर्य...

"आप इस वक्त अकेली उप्पर जायेगी?"

"हाँ, क्यूँ?"

"टॉर्च है आपके पास?"

मी आकाशाकडे बघितले, टॉर्चची गरज होतीच कुठे? मी बॅग उचलली अन् पायवाटेकडे वळले. रस्ता मागे पडत गेला तसा हायवेवरच्या दिव्यांचा प्रकाश मंद होत नाहीसा होत गेला. चालणाऱ्या पावलांखाली येणाऱ्या खडीच्या आवाजाखेरीज कुठलाच आवाज त्या आसमंतात उमटत नव्हता. टेकाड चढत पायवाट वर वर चालली तशी दोन्ही बाजूंची झाडी अधिक गर्द होत चालली अन् अंधार दाटून आला. वाटले, एरवी जंगलातल्या रात्रीत किती आवाज अंधारातून धावत येतात! कधी पलिकडच्या बंगल्यात पार्टीचे सूर लहरत असतात तर कधी दूर तलावापलीकडे गावात भजनी मंडळींनी ठेका धरलेला असतो... काहीच नाही तर कुंपणापल्याडच्या गवतात खसबस होते पण आज कुठेच कसला नाद नसावा? रातकिड्यांची किरकिर तरी... पण वारंवार कानोसा घेऊनही कुठेच थेंबभर देखील आवाज नव्हता. कुंपण पार करत व्हरांड्यात आले तर तिथे भीम चादर गुरफटून नेहमीसारखा शांत झोपून गेला होता. दबक्या पावलांनी व्हरांडा पार करत मी आवारात उघड्या आभाळाखाली आले. अन् क्षणभर त्या नि:शब्द शांततेत तशीच उभी राहिले.

आणि अचानक ढगांखाली लपलेला वाटोळा संपूर्ण चंद्र एकदम त्यामागून बाहेर आला. कुणीतरी "लाईटस्..." म्हणावे अन् स्टुडिओतले मोठमोठे लाईटस् फटाफट पेटत जावेत तसे सबंध आवार एकदम उजळून निघाले. प्रत्येक झाड, पाने, हिरवळ... कट्टा... सगळेच रूपेरी होऊन चमकत होते. पण सगळे कसे शांत, स्थिर... स्तब्ध. कुठे हालचालीचा आभास नाही, कुणाची साद नाही, एवढ्या विस्तीर्ण आसमंतात कुणाचीच कशी चाहूल नाही? असे मनाशी म्हणेपर्यंत आभाळात धावणाऱ्या धुरक्या ढगांनी पुन्हा चंद्राचा ताबा घेतला आणि समोरचे दृश्य धूसर होत नजरेसमोरून विरून गेले. ढग धावत मागे गेले तसा चंद्र पुन्हा लखलखत बाहेर आला. सगळी सृष्टी त्या तेजाने भारून गेली. चाललेय् तरी काय ते बघावे म्हणून आकाशाकडे नजर झेपावली तर... इतका वेळ एकाकी असलेल्या चंद्राच्या सोबतीला लाखो चांदण्या आकाशात अचानक अवतीर्ण झाल्या होत्या आणि पश्चिमेच्या सूर्यास्ताच्या टेकाडापासून पूर्वेच्या टोकापर्यंत ढगाचे तीन पिसारेदार धुरकट पट्टे आकाशाच्या व्यासासारखे पसरले होते. ते बघत बघत माझी नजर आकाशाच्या या कडेपासून त्या कडेपर्यंत फिरत गेली. नाजूकपणे चमकणारे मृग, कृत्तिका एका बाजूला आणि धीरगंभीर तेजाने तळपणारे सप्तर्षी दुसऱ्या कुशीला घेऊन तो अद्भुत

तिपेडी पट्टा आकाशभर पसरला होता. त्यावरून नजर बदलणे केवळ अशक्य होते. किती बघू अन् कुठे बघू अशी माझी अवस्था झाली होती. ते दृश्य बघता बघता आपला श्वास रोखला गेला आहे हे माझे मला जाणवत गेले.

तेजस्वी प्रकाशाचा एक नि:शब्द धबधबा त्या आवारात मुक्तपणे कोसळत होता. थंडीने वातावरण जड झाले होते, ती शिरशिरी अंगावर जाणवत होती, अन् नव्हतीही. आनंदाच्या लहरी आतून रुणझुणत उचंबळायला लागल्या होत्या. यासाठीच का कुणी अंधारलेल्या जंगलातून हाक दिली होती? अन् अंधारातून टेकाड चढून येण्याचा वेडेपणा करायला भाग पाडले होते?

क्षण... क्षण... करत चंद्र आभाळ चढत माथ्यावर येत गेला आणि बघता बघता कुणी मंत्र फुंकत जादू करावी तसे तेजाचे एक विस्तीर्ण वर्तुळ चंद्राभोवती प्रभावळीसारखे अवतरले. माझ्या नजरेला सर्व दिसत होते, जाणवत होते पण आनंदाने जड झालेले मन मूढ होत गुंगून गेले होते. नुसता निखळ आनंद... असण्याचा, जिवंत असण्याचा... या क्षणी या आकाशातून बरसणाऱ्या प्रकाशाच्या स्रोताखाली एकटीच उभी असण्याचा... त्या रूपेरी आनंदात डुंबण्याचा... काय करावे? की काही करूच नये? या शांत प्रकाशात असेच चिंब भिजत राहावे, मुक्त होत राहावे... की शांततेत बुडून एकदम नाहीसेच होऊन जावे? अन् त्याच क्षणी हमरस्त्यावरून प्रकाशाचे चमकारे फेकत धावणाऱ्या अनेक वाहनांनी अचानक जाग आल्यासारखे हॉर्न्स वाजवायला सुरुवात केली. इतका वेळ जडावलेले वातावरण कर्णकर्कश आवाजांनी खळबळून निघाले. नुसता जल्लोष... कल्लोळ उडून गेला. पण हे अगदी क्षणभरच! हा दंगा जितक्या झपाट्याने सुरू झाला तितक्याच घाईने शांत होत गेला. वर बघितले तर तो अलौकिक प्रकाशही मंद होत हळुवारपणे संपून जायला लागला होता.

पाठीमागे हालचाल जाणवली म्हणून मी वळले. बघितले तर या साऱ्या गदारोळाने जागा झालेला भीम तिथे उभा होता. त्याची नजर आकाशावर खिळली होती. आनंद अन् आश्चर्याचे प्रतिबिंब त्याच्या चेहऱ्यावर भरभरून उमटले होते. पण भीमच तो! हे सगळे असेच होणार आणि मी तेव्हा तिथे अचानक उगवलेली असणार हे जणू माहितीच असल्यासारखा माझ्याकडे बघत तो फक्त एक शब्द बोलला,

"चहा?"

आणि माझ्या उत्तराची वाट न बघता कुठली तरी फिल्मी धून शिट्टीवर मारत टुणटुणत स्वयंपाकघराकडे निघूनसुद्धा गेला. आकाशाकडे बघितले तर ते तेजाचे वर्तुळ विरळ, पसरट होत हरवून जायला लागले होते. चंद्र पुन्हा ढगांच्या पाठी लपून गेला होता. ढगांचे पट्टेही फैलावत अदृश्य व्हायला लागले होते. मृग, कृत्तिका, ध्यानस्थ सप्तर्षी आपापल्या जागी आकाशाला चिकटवल्यासारखे स्थिर होते. आकाश पुन्हा नेहमीसारखे निर्विकार अन् अलिप्त होऊन गेलेले.

भीम चहा घेऊन आला तसे आम्ही दोघे कट्ट्यावर जाऊन बसलो. चांदण्यांनी फुललेल्या आभाळाखाली शांतता दाटून आली. पण मनात अनेक प्रश्न उमटू लागले, त्यांच्या उसळ्या आतून आतून धडका देतच होत्या. हे सगळे नेमके आजच व्हावे? का? कसे? एरवी चटरचटर करून भंडावणारा भीमही आता बोलायच्या मूडमध्ये नव्हता. सगळ्या बाजूंनी शांतता दाट होत चालली. मी चहाचा कप खाली ठेवायला वाकले तेवढ्यात एवढा वेळ गपचुप बाजूला बसलेला भीम सण्णकन् बाण सुटल्यासारखा वर उसळला.

"ताई... ताई... ते बघा... बघा ना!"

बघितले तर पुन्हा एकदा तेच दृश्य! तेजाने झगमगणारे ढगांचे तिहेरी पट्टे तसेच आकाशाचा पसारा कापत गेलेले... एका बाजूला कृत्तिका, मृग अन् दुसऱ्या बाजूला सप्तर्षी... चंद्र पुन्हा लख्ख चमकत ढगातून बाहेर आलेला... आणि हे सर्व नजरेच्या आवाक्यात येते ना येते तोवर पुन्हा एकदा चंद्राला चक्रव्यूहात अडकवून बंदिस्त विळख्यात घेणारे ते दैदीप्यमान वर्तुळ... माझा डोळ्यांवर विश्वास बसत नव्हता, बुद्धी गुंग झाली होती. पुन्हा एकदा नाटकाचा तोच प्रयोग सुरू झाला होता, पण आता एक रंगीत तालीम झालेली होती म्हणून की काय हा खेळ पहिल्यापेक्षा जास्त सरस जमून आला होता. बघताबघता सगळे वातावरण त्या उधळलेल्या तेजाने भारून गेले. आपले सगळे वैभव असे मुक्त उधळणाऱ्या आकाशाकडे बघू की या सगळ्या तेजाची वृष्टी झेलत झगमगणाऱ्या आवाराकडे बघत राहू अशी माझी द्विधा मनस्थिती झाली होती. डोळे भरभरून वर किती वेळ आम्ही बघत राहिलो तरी समाधान होत नव्हते, तहान भागत नव्हती. किती क्षण असे गेले कुणास ठाऊक! माना वर करून करून दुखायला लागल्या तरी त्या अलौकिक दृश्यांचा कण् न् कण् टिपून घेण्याचा मोह सुटत नव्हता. पण हळूहळू नाटक संपत जावे, शेवटची भैरवी संपून रंगमंचावर हळुवार अंधार पसरत जावा, तसे हलके हलके ते दृश्य विरळ होत दृष्टीसमोरून नाहीसे होत गेले, हरवून गेले. मी आणि भीम गप्प गप्प घराकडे वळलो. माझा बिछाना लावून, पिण्याच्या पाण्याची बाटली आणून ठेवून भीम झोपायला व्हरांड्याकडे निघून गेला. माझी झोप केव्हाच पार हरवून गेली होती. असे अलौकिक दृश्य बघितल्याचा आनंद मनात भरून आला होता आणि तो क्षण निसटून गेल्याची हुरहुर अस्वस्थ करून सोडत होती. का हे सर्व असे झाले असेल? काय म्हणायचे याला? निसर्गाची किमया? आकाशाचा गोलाकार भेदत गेलेले ते तिहेरी पट्टे पुन्हा एकदा अगदी तसेच अवतरावेत... काळ क्रमश: पुढे सरकलेला नसल्यासारखे सगळे ग्रह, नक्षत्रे, तारे जागच्या जागीच खिळून राहावेत... अन् ज्वालामुखीच्या विवरासारखे ते प्रचंड तेजाळ वर्तुळ तसेच पुन्हा प्रकट व्हावे... असे का झाले असेल? मी आत्तापर्यंत कितीतरी वेळा इथे राहिले, रात्ररात्रभर कट्ट्यावर

गप्पा रंगत राहायच्या, कडक थंडीच्या दिवसांतसुद्धा आवारात शेकोटी पेटवून रात्रभर गाणी ऐकत बसायचो, पण असा खेळ आम्हाला कधीच बघायला मिळाला नव्हता. आणि आज घडून गेलेला हा अपूर्व सोहळा बघायला इथे फक्त मीच कशी आले असावे? हे सर्व कसे घडून आले? पुन्हा असे कधी घडणार नाही आणि घडलेले कुणाला सांगितले तर कोण विश्वास ठेवेल? पण हे सांगायचे तरी कशाला कुणास? बिछान्यावर पडल्या पडल्या माझ्या डोक्यात विचारांचे चक्र चालूच राहिले.

खोलीचा दरवाजा सताड उघडा होता. खोलीत अंधार होता पण उघड्या दरवाजातून बाहेरच्या प्रकाशाचा एक चमचमणारा झोत तिरपा कलंडत जमिनीवर सांडला होता. तेवढीच जागा उजळल्यासारखी झाली होती. थंड वाऱ्याची एक झुळूक आत शिरली तशा डोक्यावरच्या लॅम्पशेडस् हलायला लागल्या. दरवाजा जरा आडवा तरी करावा म्हणून मी उठते न उठते तेवढ्यात काहीतरी जाणवून थबकले. तो समोरचा तिरपा प्रकाशाचा झोत अधिक तीव्र होत चालला होता का? बघताबघता त्या झोताची तीव्रता वाढू लागली तशी जमिनीवरची फरशी झगमगू लागली. अंधारलेल्या खोलीत तेवढाच एक तिरपा अवकाशाचा तुकडा त्या तेजस्वी लोळात उजळून निघाला होता. त्यातून पलिकडचे शेल्फ, त्यात ओळीने उभी लावलेली पुस्तके... त्यांच्या बाजूचे पितळी हरीण... सगळे स्पष्ट दिसत होते. ते बघताच शांत होत चाललेले मन पुन्हा उचंबळून आले. मी उठून धावले, त्या प्रकाशाच्या झोतातून दाराकडे झेपावत भराभर पायऱ्या उतरत व्हरांड्यात आले आणि समोरच्या आकाशात पुन्हा एकदा तेच तिहेरी पट्टे... तेच ग्रहतारे... तशाच त्या चांदण्या... सगळ्या आवारात जणू तेजस्वी मोत्यांचा पाऊस पडत होता. फक्त चंद्राभोवती ते तेजाचे वर्तुळ मात्र दिसत नव्हते. पण हा विचार माझ्या मनात येतो ना येतो तेवढ्यात कुणीतरी मनकवड्याने तो ऐकून हुकूम सोडल्यासारखे, विस्तीर्ण खळे पडल्यासारखे ते वर्तुळ चंद्राभोवती अचानक अवतरायला एकच गाठ पडली. ते बघताच माझे मन अनावर होत गेले. अंगावर थरथरून शिरशिरी उमटत गेली. घसा कोरडा पडत गेला.

''भीम... भीम...''

त्याला हाक मारेपर्यंत माझा आवाज टिकला नाही. नजर आकाशावरून हलू शकत नव्हती, ती तिथेच बंदिस्त झाली होती. मन सावरेना तसे ते डोळ्यातून भरभरून वाहू लागले. आणि बघता बघता ती सृष्टी त्या लोटाबरोबर वाहून जाऊ लागली. काही क्षणातच ती अदृश्य झाली.

माझा आवाज ऐकून धावत आलेला भीम अवाक् होऊन तसाच उभा होता. माझा आवेग ओसरत चालला तसा तो शहाणा मुलगा सगळे माहिती असल्यासारखा एकच वाक्य बोलला.

"ताई, आज दत्तजयंती होती... "

आणि सगळेच उमजल्यासारखे आम्ही दोघे एकदम शांत होऊन गेलो. सकाळी प्रवासाच्या तयारीत असताना मी ही गोष्ट विसरले नव्हते. त्या धांदलीत कुणीतरी हातावर प्रसाद आणून ठेवला होता. तो घेऊनच परतीच्या प्रवासाला निघाले होते आणि वाटेत कुणीतरी हाक मारून बोलावल्यासारखी इथे येऊन पोहोचले होते. शिवाय उद्या ख्रिसमस! घाटात नुसता जल्लोष चालला होता. सगळ्या हॉटेल्समधून माणसांची तुडुंब गर्दी जमलेली मी येताना बघितली होती. अनेक शतकांपूर्वी या अशाच झगमगणाऱ्या आभाळात तीन तेजस्वी तारे प्रकट झाले होते, त्यांनी त्या तीन साधुपुरुषांना बेथलहेमची वाट दाखवली होती आणि निसर्गाच्या कुशीत जन्म घेणाऱ्या येशूच्या जन्माचे रहस्य सगळ्या जगासमोर उकलून ते अंतर्धान पावले होते. येशू आणि दत्त... विश्वाच्या कल्याणासाठी अवतार घेणारे दोन योगी... मसिहा... ईश्वराचे अंश... कितीतरी पिढ्यांपूर्वी वेगवेगळ्या कालखंडांत, वेगवेगळ्या देशांत या पृथ्वीवर जन्माला आले होते. आज जग पुन्हा एका प्रेषिताच्या आगमनाची प्रतीक्षा करत आहे. वर्षानुवर्षे त्या आगमनासंबंधीची भाकिते जाणकारांकडून वर्तवली जात आहेत. पूर्वेकडच्या टेकाडाकडे धावत गेलेले ते अद्‌भुत तिहेरी पट्टे कशाची सूचना देत आहेत? कोण इशारा देत आहे? काय सांगू बघत आहे?

काही बोलण्यासारखे मग उरलेच नाही.

त्या दिवसापासून जाणवत गेले की सगळे ताण कमी कमी होत संपून गेले आहेत. चिडचिड कमी होत गेली आहे, मन खूप हलके, आनंदी झाले आहे आणि उत्सुकही. आयुष्याचा परीघ बदललेला नाही, बदललेली आहे ती मी. येणारा प्रत्येक दिवस नवा आहे, जबाबदाऱ्या वाढत चालल्या आहेत त्याने थकून जायला होते आहे. या शहराचा चेहरा दिवसेंदिवस अधिक भेसूर होत चालला आहे, भीतीने थरकाप उडवण्याइतका बदलत चालला आहे. आजूबाजूची माणसे अधिक हिंस्त्र होत चालली आहेत. वर्षानुवर्षे आपल्या जवळ असणारी माणसे... अगदी स्वत:त सामावून घेतलेली माणसे क्रूर होताना, स्वत:च्या अगदी चिल्लर स्वार्थासाठी मला, इतरांना तुडवून, वापर करून घेऊन पुढे निघून गेलेली मला दिसत आहेत. पण आज जरी मी त्यामुळे हादरले तरी पूर्वीसारखी मोडून, तुटून पडत नाही. असे का झाले या विचारात गुंतून स्वत:ला क्लेश करून घेत नाही, इतरांनाही देत नाही. सावरण्याची शक्ती आपसूकच मिळत जाते आणि मी दुप्पट जोराने कामाला लागते.

आणि आता काल संध्याकाळची गोष्ट...

हल्ली समोरचे तळे अगदी तुडुंब भरलेले आहे. पण उन्हाळा सुरू झाला की ते सुकून अगदी चिखलाच्या डबक्यासारखे गढूळ होऊन जाते, पाण्यात दडलेली बेटे उघडीबोडकी होत वर डोकावू लागतात. संध्याकाळी मी डॅमवरून फिरायला

निघते तेव्हा उजवीकडे तळे अन् डावीकडे डॅमची उतरती, दगडी किनार असते. गावातल्या परकऱ्या पोरी आपल्या आयांबरोबर डोईवर लाकडाच्या मोळ्या तोलत तळ्यापलिकडच्या घरांकडे जायला निघालेल्या असतात. शाळा संपवून उधळत सुटलेली पोरे दप्तरे सांभाळत, गलका करत त्या टोकाला पळत सुटलेली असतात. टेकड्यांवर दिवसभर चरत फिरणारी गुरेही हळूहळू डॅमवरून घरच्या वाटेला लागलेली दिसतात. हे इथले नेहमीचे दृश्य... तसेच ते कालही दिसत होते. गुराखी पोरे आपल्या गायीवासरांना हाकत घराकडे निघून गेली. त्यांच्या धावण्याने आसमंतात उडालेली धूळ हळूहळू स्थिर व्हायला लागली. त्या प्रचंड निळ्या छत्रीखाली माझ्याशिवाय कुणीच उरले नाही.

एकीकडे सूर्यबाप्पा प्रकाशाचा लोळ बनून टेकडीमागे लुप्त होत चालला होता, त्या बाजूचे आकाश रंगांच्या विलक्षण छटांनी माखून निघाले होते. सूर्य त्या अर्धवर्तुळाकार टेकड्यांमागे बुडत गेला तशी टेकड्यांच्या माथ्यावरून शांतता हळुवार पसरत गेली. पक्ष्यांच्या चिवचिवाटाने गजबजून गेलेले डोंगर स्तब्ध होत गेले. वाऱ्याचे बांबूशी अंग घुसळणे थांबले. तळ्याच्या मधल्या बेटावरच्या झाडांवरचे सगळे बगळे एकदम फर्रकन् उडले आणि संथपणे पंख हलवत हलवत घरापाठच्या त्यांच्या घरट्यांकडे झेपावत गेले. खरे तर या वेळी सगळ्यात जास्त कोलाहल त्या मधल्या बेटांवरून येत असतो. सगळी रानबदके, पाणकोंबड्यांची गर्दी तिथेच होत असते. आज मात्र नेहमीसारख्या चुबूक चुबूक करत कोलांट्या मारण्याचा आपला नेहमीचा खेळ बंद करून ती पाण्यावर संथपणे तरंगत राहिली होती. सगळीकडे चिडीचुप होत गेले. एक एक क्षण टक टक करत पुढे सरकत चालला तसा टेकड्यांवरून हळूहळू काळोख पसरायला सुरुवात झाली. निळा शांत काळोख... हलके हलके ती निळी शांतता आकाशातून पसरत चालली, सगळा अवकाश व्यापत चालली. वारा स्थिरावला तशा तलावाच्या पृष्ठभागी नाचणाऱ्या एखाद दोन चुकार लहरीही शांत होत गेल्या. दूरवरच्या गावातल्या झोपड्यांच्या छपरांवर नेहमीसारख्या धुरांच्या वेलांट्या नाहीत, कुणी कुणाला हाक मारत नाही की कुणी कुणाला 'ओ' देत नाही. अशी ती शांतता सगळा आसमंत व्यापत चालली तसा सगळा आसमंत निळा होत चालला, क्षणोक्षणी गडद होत जाणाऱ्या त्या जादुई रंगात बुडत चालला. त्या शांततेचा स्पर्श मला झाला अन् अंगावर आनंदाची एकच लहर उमटली. ती शांतता मला कुशीत घेत वेढत चालली, शरीरात टपकत, मनात शिरत, अलगद आत टपकत झिरपत चालली. मन शांत, शांत होत चालले. सगळं शरीर पिसासारखं हलकं होऊन जणू अधांतरी तरंगतंय, फक्त हृदयाची धडधड जाणवतेय् अस्पष्टशी.

तेवढीच जाणीव उरली फक्त.

मी स्वत:कडे बघितले तर तिथे काहीच नव्हते. जणू मी नाहीच तिथे. हात, पाय, मान, डोळे... भुवया... काहीच नाही. शरीराचा कण न् कण विरघळून जात त्या अवकाशात कसा, कधी हरवून गेला? त्या हिंस्र शहरात जगण्याचा सोस धरून चिवटपणे राहणारी मी कुठे गेले? स्वत: निर्माण करून घेतलेल्या जाळ्यातून सोडवणूक करून घेत स्वत:ला पुन:पुन्हा सुरक्षित करण्यासाठी इथे आलेली मी कुठे गेले? कधी या आकारविहीन अस्तित्वात नाहीशी होऊन गेले?

आकाश, भुई, पाणी यांच्यात आणि माझ्यात त्या क्षणी कोणत्याही सीमा उरल्या नव्हत्या. शांतता... फक्त शांतता... दुसरे काहीच नाही. असे किती क्षण, किती तास की दिवस गेले तेही मला समजले नाही. यासाठीच मी पुन:पुन्हा इथे येत होते कां हा प्रश्नही आता उरलेला नव्हता. मी... माझे... मला... सगळे गळून पडले होते. अंधारलेल्या अवकाशात पसरलेल्या त्या शांततेतून मला दिसले काही... की नुसतेच भास जाणवले... त्या मधल्या बेटावर काही... एक दगडी चौथरा? हा चौथरा मला एरवी कसा दिसत नाही? आजच नेमका का दिसतोय? काही प्रश्न उमटले आणि उमटताक्षणी तिथल्या तिथेच निरर्थक बनून नाहीसे झाले. माझ्या धुंदावलेल्या नजरेला हालचाल जाणवली. बेटावर हालचाल होती नक्की... धुनी पेटलीय? अंधुक प्रकाशात त्या धुनीत पेटलेली आग, त्यातून उडणारे विक्षिप्त अंगारांचे चटके स्पष्ट दिसत होते. कुणीतरी वावरत होते तिथे. वृद्ध तपस्वी चेहऱ्याचे... कफनी पेहरलेले उंच व्यक्तिमत्त्व... कफनीच्या लांबलचक बाह्या वाऱ्याने फडफडत होत्या... अन् जपाची माळ... धुनीच्या प्रकाशात पुढे पुढे सरकत जाणारे मणी...? दृष्टीला दिसत होते. काही समजत नव्हते पण समजून घेण्याची गरजही आता उरली नव्हती. एवढेच जाणवले की नकळत आपले हात जोडले गेले आहेत आणि मनाच्या खोल गर्भातून पूर्वी कधीच कुणी न म्हटलेली एक प्रार्थना संथपणे आपोआप उमटू लागली आहे.

तेवढ्यात पाठीमागे पावले वाजली. अंधारातून विजेरीच्या प्रकाशाचा मंद गोलाकार झोत प्रकटला. माझी तंद्री भंग पावत गेली. तसे पाठून शब्द उमटले.

"आप यहाँ बैठी है? डर तो नहीं गयी? चलिये हम आप को घर तक छोड आते है."

मी स्वत:शीच हसले. भीती उरलीच कुठे? आता मी कधीच घाबरणार नव्हते. त्या शहराच्या दगडी हिंस्रपणाला... तिथल्या अमानवी माणसांना... सतत दडून बसलेल्या अंधाराला... पण हे काय त्याला, त्याच्या घराला आणि या सगळ्या आसमंताला समजलेले नव्हते? जगातली सगळी सुखे, मोह, प्रलोभने बाजूला सारून एखाद्या बंजाऱ्यासारखे इथे यायचे, या परिसरात घर बांधून राहायचे त्याने ठरवले त्यामागे काय गूढ होते ते त्याचे त्यालाच ठाऊक. पण मी कधीतरी इथे यायचे आणि असे मुक्त, निर्भय

होऊन जायचे यासाठी जी योजना कित्येक युगांपूर्वी बनवली गेली होती तिचा हे आकाश, माती आणि घराइतकाच तोही एक महत्त्वाचा भाग आहे हे त्याला आधीपासूनच माहिती आहे आणि आज तर ते मलाही समजले आहे.

मी मागे वळून बघितले तर तिथे कुणीच नव्हते, तिथे कुणी नसणारच होते.

आता मी इथून परत जायला निघाले आहे.

आता इथून म्हणजे कुठून आणि परत म्हणजे कुठे हे प्रश्नच उरलेले नाहीत.

पाठीशी घर उभे आहे. उजवीकडचा तलाव, समोर उभे तरारून हिरवेगार झालेले काजू, खडकाळीवर उंच उभा आंबा उन्हाचा चटका अंगावर घेत शांत उभे आहेत. बाकी तिथे कुणीच नाही, कोणतीही चाहूल नाही.

आज चित्र बदललेले आहे.

हे सर्व माझे नाहीत तरीही ते माझे आहेत आणि मी त्यांची आहे.

मी हात जोडते, डोळे मिटून एक लहानशी प्रार्थना करते. यापुढचा शहरापर्यंतचा प्रवास माझा मला एकटीने करायचा आहे. मी बॅग उचलते.

माझी इथून निघायची वेळ आता आली आहे.

◆

इये मराठीचिये नगरी, दिवाळी २००१

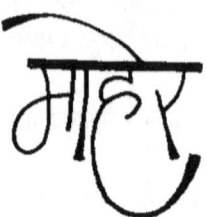

माहेर

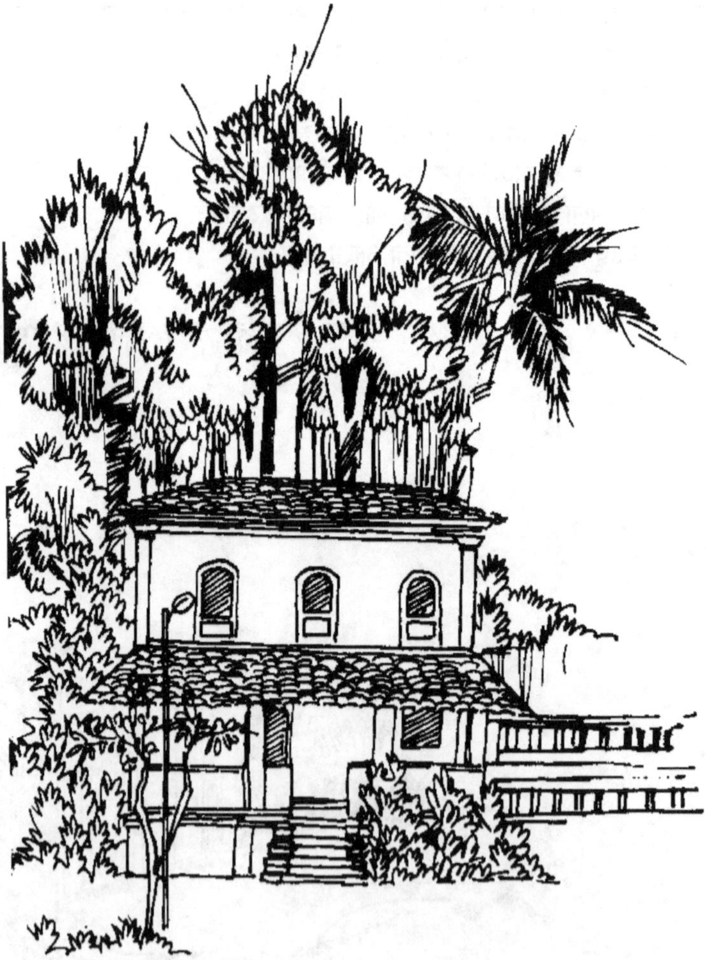

भल्या पहाटेच्या अर्धवट अंधारातून थंडगार वातावरण कापत मोटरसायकल धावत होती... सुसाट... फर्मागुडीच्या टेकडीवरून झपाट्याने खाली खाली धावत चालली होती. रस्त्याबाजूला दिवे नव्हते. मोटरसायकलच्या दिव्याचा क्षीण उजेड पुढच्या वाटेवरचा अंधार उजळण्यासाठी अपुराच पडत होता. सगळीकडे पसरलेल्या सूमसाम शांततेत मोटरसायकलचा तेवढाच एकाकी आवाज आसमंतावर ओरखडा उमटवत पुढे पुढे धावत होता. उंच उभ्या उतारावरून गाडीने एकदम वेग घेतला आणि पुढच्या त्या नागमोडी वळणाच्या कमानीची आठवण माझ्या मनात सर्रकन जागी झाली, पोटात काहीतरी एकदम आत खेचले गेले. "रंगा..." म्हणेपर्यंत गाडी वळणाच्या कमानीवर आलीसुद्धा... एका बाजूला झुकलेल्या गाडीवर तोल संभाळेपर्यंत ती कमानीवरून झर्रकन वळली अन् समोरची खोल दरी एकदम समोर आली. मी श्वास घेते न घेते तोवर गाडी सरसर खाली धावत सुटली. दरी मागे टाकत उतार संपवून नागेशीच्या पहिल्या स्पीडब्रेकरवर धप्पकन चढली अन् गच्चकन उतरली सुद्धा...

"मास्सो, हळू चलमरे रंगा!"

"किते घाबरता सायबिणी! तुझी आई एवढी जाणती झाली तीसुद्धा घाबरत नाय्... तुम्ही मुंबईच्या मुली म्हणजे अशाच... सामक्या भित्र्या..."

ती वाक्ये ऐकली अन् गोव्यात येऊन पोचल्याची जाणीव मनात जागी झाली. गोवेकरांचा पहिला हिसका! नागेशीच्या देवळाची दर्शनी कमान मागे पडली. आता पुढच्या कोपऱ्यावर रवळनाथाचे देऊळ... ते ही पार करत गाडी महालक्ष्मीच्या दिशेने धावू लागली. सपाट रस्त्याच्या दोन्ही बाजूंचे ओहोळ, पलिकडची भाताची चौकोनी खाचरे, बांधावर ओळीने उभ्या नारळीपोफळी... गावातल्या वाड्या... कुळागारातल्या हिरव्यागार झाडांमागे दडलेली उंच-बुटकी कौलारू घरे... अजूनही झोपलेलीच. गोवेकरांची साखरझोप पुरी व्हायचीय् अजून! मला समजायला लागले तेव्हापासून हे दृश्य मी असेच बघत आले आहे, पण प्रत्येक वेळी त्याची 'आपूर्बाय' मला नव्याने वाटतच राहते. महालक्ष्मीच्या देवळाचा कळस धावत मागे गेला अन् मनात एकदम उत्सुकता दाटून आली... घर... गाडी चढावरून सरसर वर पळत आपसूक घरामागच्या बुटक्या फाटकाशी येऊन थांबली. आठवले, मी या घरी अगदी पहिल्यांदा आले तेव्हा माझ्या बरोबर लहानगी जाई होती. अशाच भल्या पहाटेच्या थंडीतल्या अंधारात, पणजीच्या तिस्कावर उतरून टॅक्सीत सामान भरून दमून थकून आम्ही बांदोड्याला पोचलो होतो. महालक्ष्मीच्या देवळामागच्या चढावरून टॅक्सी धावत वर आली. बंद फाटकाच्या मागचे कौलारू घर दृष्टीला पडले. हे घर? हेच का ते घर? घराची आणि माझी तेव्हा तशी ओळख नव्हती. पत्ता विचारायला आजूबाजूला चिटपाखरूही

नव्हते. ओळीतली सगळी घरे सारखीच दिसत होती. पण का कुणास ठाऊक कसे? आतमध्ये काहीतरी लख्खकन् चमकले, ओळख पटली अन् बाजूला अजून पेंगणाऱ्या जाईचा दंड हलवत मी म्हटले,

"जाई, जाई... बघ आपलं घर... माय फादर्स होम!"

आताही फाटक बंदच होते. पण आतल्या छोट्याशा बागेत जाई, जुई, अबोली, सोनटक्का आणि आईने हौसेहौसेने जमवलेल्या दष्ण्या फुलत होत्या. प्राजक्ताच्या झाडाखाली दवाने चिंब झालेल्या ताज्या फुलांचा सडा पडलेला दिसत होता. आणि अग्गे माझे बाये... केळीचा घडही पिकलेला दिसत होता. झालं, आता त्या पिकलेल्या केळ्यांच्या वासाने चेकाळलेली कट्यामगाळीतल्या माकडांची झुंड भर दुपारच्या कडकडीत उन्हात उड्या मारत त्या घडावर तुटून पडणार, केळीबरोबर बागेतल्या इतर झाडाफुलांची चावून, ओरबाडून नासधूस करून टाकणार अन् तो धुमाकूळ संपतो न संपतो तेवढ्यात कौलांवर चढत, दणादणा उड्या मारत पलिकडच्या घराच्या छपरावरून पसार होणार. एवढ्यात मोठ्या माधवीताई जळल्या मेल्या माकडांना हाकलायला हातात काठी घेऊन भर दुपारी धावत बाहेर येणार,

"माझ्या बुर्ग्यांक राखून ठेवू दे रे पाप्यांनो... "

म्हणत माकडांचा उद्धार करत, तुटलेल्या कौलांकडे बघत हळहळणार... ते सगळे पुढचे दृश्य आठवून मला हसू यायला लागले. तेवढ्यात गाडीचा आवाज ऐकून आईच दरवाजा उघडून बाहेर आली.

"यशू... आली तू? बाये... बाये... बाये... बेगीन आयली बस... पळे गो शरद" आईपाठीमागून धावत आलेली शरद मात्र माझ्याकडे अन् रंगाकडे आळीपाळीने बघत तिथेच थबकून उभी होती.

"ताई... तू एकलीच? चिमणी खंय?"

म्हणजे? मी, आई, शरद एकमेकींकडे बघत तिथेच उभ्या. म्हणजे इतक्यांदा सांगूनसुद्धा चिमणी मला उतरवून घ्यायला फोंड्याच्या स्टँडवर एवढ्या पहाटेची गेली? शरदने कपाळावर हात मारून घेतला. या गोवेकरांचे घोळ संपायचे कधी? आता येईल माघारी तणतणत...

"कितले पैशे रंगा?"

नाटकाचा पुढचा प्रवेश सुरू झाला होता.

"नाक्का गो काकी."

"अरे रंगा, पैसे घे," मी.

"किते ताई? नाका... मागीर येता चा पिवूंक."

"बरे, देव बरे करो तुझे पुता, मागीर ये मरे चा पिवूंक... नक्की येतलो मरे?"

"येता गो काकी."

"ये रे रंगा."

"येता गो शरद."

हेही सगळे नेहमीचेच. रंगाला थांबायला वेळ नव्हता. काकीची मुंबईची 'चली' आली. ती कशी सामकी ब... री... एक बॅग खांद्याला मारून सरळ बसमधून आली, इतर बायल्यांसारखी टॅक्सीरिक्शासाठी मिजाशी न करता सरळ पायलटपाठी बसून घराक् येऊन पोचली, ही बातमी पसरेकराला, गुरुदासला पलिकडच्या नावतावाड्याला पोचवायला नको?

गाडी घराच्या पाठच्या बाजूला आल्याने प्रवेश होतो तो स्वयंपाकघरातून! या लांबलचक खोलीतून एक पायरी उतरले की तशीच एक समांतर लांबलचक उठाय-बसायची खोली आहे. आई कौतुकाने त्याला साल (Salon) म्हणते. त्यापुढे मोठा व्हरांडा आहे. गोव्याच्या पद्धतीप्रमाणे या व्हरांड्याला भलेमोठे बलकांव् आहे. बलकांव् ही सगळ्या गोवेकरांची गजाली करण्याची जागा. आईला भेटायला येणारे नातेवाईक, साहित्यिक, अगदी राजकारणीसुद्धा आले की या बलकांव्वरच टेकतात. कोल्डड्रिंकच्या 'बाटल्यो' आणून त्यांचे आगतस्वागत याच ओट्यावर होते. सुट्टीच्या दिवसांत आईच्या नातींचे गावातल्या इतर मुलींबरोबर भातुकलीचे खेळ, नाटकाचे प्रयोग, भांडणंतंडणं असा सगळा धुडगूस याच बलकांव्वर सुरू होतो. या व्हरांड्याच्या चार सुरेख गुळगुळीत पायऱ्या उतरल्या की मी थेट महालक्ष्मीच्या देवळाच्या चौकात पोचते. माझ्या डावीकडे मंदिराचा प्रचंड मोठा सभामंडप, उजवीकडे नगारखाना, समोर आगरशाळा आहे. तिच्या पलीकडे मंदिराच्या 'भटां'ची घरे आणि ती जिथे संपतात तिथे नारळीपोफळीच्या सावल्या पोटात घेतलेली नितळ पाण्याची तळी आहे. सगळे कसे शांत, स्थिर आहे. गोवेकर अजूनही गोधड्या, रजया पांघरून झोपलेलेच आहेत.

या घराचे प्रवेशद्वारही खास आहे. प्रचंड उंच अशा या दणदणीत लाकडी दरवाजाला पोर्तुगीज पद्धतीचे अंगचे कुलूप आहे. एखादी कॅथरीन डी ब्रॅगांझा किंवा इझाबेल डी सुआरेश नावाची पोर्तुगीज राजकन्या रुबाबात आपल्या उंची घोळदार गाऊनचा तोरा सांभाळत आपल्या जामदारखान्याचे दार उघडून आतल्या हिऱ्यामाणकांच्या झगमगीत आभूषणांच्या मखमली पेट्या बाहेर काढेल असे वाटायला लावणारी या कुलुपाची एक भलीमोठी मध्ययुगीन लोखंडी चावीसुद्धा आहे. या दरवाजाच्या बाजूने वर जाणारा वळणदार सुबक जिना मला वरच्या मजल्यावरच्या एकुलत्या एका खोलीत आणून अलगद पोहोचवतो. या घराचे वय तसे जवळपास शंभर वर्षांचे आहे. दगडी चिऱ्यांच्या या भक्कम घराच्या खालच्या मजल्याला पूर्वी शेणाने सारवलेली जमीन होती. आता मात्र खास गोव्याच्या पद्धतीचा लाल कोबा आहे. वरचा मजला मजबूत लाकडी तुळयांचा आहे. उतरत्या कौलारू छपराखाली

पोर्तुगीज पद्धतीच्या अर्धगोलाकार दरवाजेवजा खिडक्या आहेत. इथल्या किंवा खालच्या मजल्यावरच्या खिडक्यांना गज, ग्रिल अजिबात लावलेले नाही. दिवसभर खिडक्या आपल्या सताड उघड्याच असतात. देवळात येणारा कुणीही आगंतुक बिनदिक्कतपणे घरात डोकावू शकतो आणि खरा गोवेकर असेल तर पार स्वयंपाकघरात जाऊन काकीच्या पाठी उभा राहून ती आज कसले हुमण, कालवण, तोंडाक् रांधतेय ते बिनधास्तपणे बघू शकतो. असे दारेखिडक्या खुशाल उघड्या टाकून बसणे गोवेकरांच्या अंगवळणीच पडलेले आहे. मुळात चोरी, दरोडा, लुटालूट असले प्रकार गोवेकरांना कुठून जमायचे? आणि ते सुद्धा महालक्ष्मीच्या चौकात? छ्या, नावच नक्को.

घराच्या पूर्वेकडे एक प्रचंड डोळ्यात न मावणारा वृक्षराज या घरावर पिढ्यान्‌पिढ्या आपली सावली धरून आहे. त्याची ती पुढे झुकतवाकत आलेली महाकाय आकृती जशी आश्वासक आहे तशीच थरारकही! या पुरातन झाडाच्या पारावर गावाच्या राखणदाराची 'त्या'च्या असण्याची खूण असलेली दगडी देवळी आहे. हिरव्यागर्द झाडीत दडलेल्या गाळीच्या माथ्यावर पसरलेल्या झाडावरचा देवचार, रात्रीबेरात्री आपल्या कमानदार सळसळत्या दर्शनाने सर्वांचा थरकाप उडवणारा 'तो', देवळातल्या गाभाऱ्यातली महालक्ष्मी आणि समोरच्या टेकडीवरचे पांढरेशुभ्र कोपेल 'चर्च' या सगळ्या परिसराचे रक्षण करायला समर्थ आहेत. पहाटेचे ९-९।। वाजले तरी पक्ष्यांच्या चिवचिवाटापलीकडे अजून कुठे धावपळ नाही, दंगा नाही, धुराचे लोट उडवत धावणाऱ्या गाड्या, ट्रक्स, टेंपो, बस काहीच नाही. पाटीदप्तराचे बोजे सांभाळत ताटकळलेली मुले, धावत सुटलेली नोकरदार माणसे... वातावरणातली शांतता, स्तब्धता, एकदम अंगाला बिलगली आणि खरोखरीच घरी घेऊन पोचल्याची जाणीव माझ्या मनात जागी झाली.

या वरच्या खोलीच्या भिंती पुस्तकांच्या कपाटांनी भरलेल्या आहेत. आईचे स्वत:च्या कपड्यांचे एक छोटेसे कपाट सोडले तर बाकी सगळी जागा एखाद्या होस्टेलसारखी तिच्या नातींच्या कॉटसूनी व्यापली आहे. आज मी येणार म्हणून शरदला हाताशी घेऊन आईने घर अगदी चकाचक केलेले दिसत होते. सगळ्या कॉटसवर भट्टीच्या कुरकुरीत चादरी, रंगसंगती साधणारी उशांची कव्हर्स आणि मुद्दाम मला अगदी चटकन दिसतील अशा ठिकाणी नव्या फ्लॉवरपॉटस्‌मध्ये बागेतली फुलेसुद्धा सजवून ठेवलेली दिसत होती. कौलारू छपरातून उतरणारे कवडसे इथे तिथे नाचत होते. हे सगळे बघून मी खूश व्हावे, चकित व्हावे अशी त्यांची अपेक्षा आहे पण त्याचबरोबर या आडगावात राहिलो तरी हम (तुमसे) कुछ कम नहीं हेही मला दाखवायचे आहे हा त्यांचा बेत माझ्या लक्षात येतो. बायकाच त्या, मूळ स्वभाव सुटणार थोडाच!

जिना उतरून खाली येतायेता मी बघितले तर काय? समोरच्या भिंतीवर हसऱ्या मधुबालेचा भला मोठा फोटो... बाजूला जलरंगांतली चित्रे... तिथेच जरा खालच्या बाजूला जुन्या वाड्यात लावलेली असतात तशी हरणांची डोकी... जमिनीवर पितळी दिवे, समया, हंडे, पिकदाण्या अन् असंच काय काय! अग्ग बाई... मी मागे एवढ्या काळजीपूर्वक पॅकिंग करून पाठवलेले ते रविवर्म्याच्या चित्राचं प्रिंट कुठे गायब झालं? तर तेही तिथेच कुठे दाटीवाटीत अंग चोरून लटकलेलं दिसत होतं. घरात शिरतानाच त्या एवढ्याशा बागेतल्या जाई, जुई, प्राजक्ता, सायली माझ्या नजरेतून सुटल्या नव्हत्याच. आईच्या नातींच्या नावांनुसार तिने हौसेने कुठून कुठून गोळा करून ही फुलझाडे तिथे लावली आहेत. शिवाय घराची जिथे म्हणून रिकामी भिंत सापडेल तिथे त्या सुंदऱ्यांचे फोटो आणि त्यांची चित्रकला 'फ्रेमी'तून पसरलेली आहे. वाटते की आई आहे भालजी पेंढारकरांची मुलगी पण कलादिग्दर्शनाच्या बाबतीत मात्र ती व्ही. शांतारामांची शिष्या शोभेल बहुधा! आणि या सगळ्या सजावटीला बघितल्यावर होणारी माझी प्रतिक्रिया बघण्यासाठी ती कधीपासून जिन्याच्या खालच्या पायरीपाशी उभी होती एक हात कंबरेवर ठेवून, घरमालकिणीसारखी! "आई, काय ग तुझी ही गर्दी... " मनातले वाक्य मनातच गिळून टाकत मी म्हटले,

"काय मस्त दिसतंय घर, माधवीताई."

"अस्सूं दे बाई, आमच्चं क्काय आपलं खेड्यातलं घर" ठसकावून उत्तर आले. आणि खऱ्या भाटकरणीसारखी फल्लक फल्लक करत हात हलवत ती स्वयंपाकघराकडे चहा करायला वळली. माझे लक्ष वर लावलेल्या एका निळ्या अन् दुसऱ्या पांढऱ्या पंख्याकडे गेले अन् मी एक हताशसा निःश्वास सोडला. वाघिणीच्या गळ्यात घंटा कोण बांधणार?

आयुष्यातल्या एका पराकोटीच्या निराशेच्या क्षणी तिने गोव्यात येऊन राहण्याचा निर्णय घेतला होता. अगदी हताशलेल्या, उद्ध्वस्त अवस्थेत ती या घरात आसरा घ्यायला आली. ही खरे तर काटकरांची मूळ वास्तू. माझ्या आजोबांचा, त्यांच्या बहीणभावंडांचे जन्म याच घराने पाहिले होते. मग काका, पप्पा, आत्या... पुढच्या पिढीत कुटुंब विस्तारत गेले तसे घर लहान पडू लागले म्हणून महालक्ष्मीच्या चौकातले हे घर सोडून सगळे समोरच्या पोर्तुगीज स्टाईलच्या आलिशान घरात राहायला गेले. या घराला कुलूप ठोकण्यात आले. घर रिकामेच आहे म्हणून काही काळ गावातली प्राथमिक शाळा इथे भरवण्यात आली. नंतर वाचनालय, स्पोर्टस् क्लब यांची सोय या घराने भागवली. पण नंतर वर्षानुवर्षे घर तसेच बंद पडून राहिले. महालक्ष्मीची पालखी दारात येई तेव्हा कट्ट्यावर समई पेटवून तिचे स्वागत करायला कुणी तिथे राहिले नाही. गणपती, दिवाळी,

तुळशीच्या लग्नात गावातली इतर घरे पणत्यांनी उजळून जायची, दारातल्या रांगोळ्यांनी, तोरणांनी झळझळून निघायची, तुळशीच्या लग्नात सनईचौघड्याच्या आवाजाने दणदणून जायची. दिवाळीतला नरकासुर नाचवत घराघरातली पोरेबाळे रात्रभर जागत गावभर धुडगूस घालायची. कोजागिरी पौर्णिमेला देवळात मोठा उत्सव होई तेव्हा देवळाचा सगळा परिसर रोषणाईने लखलखून निघे. सुवर्णालंकारांनी सजलेली देवी आपल्या तेजस्वी स्वरूपाचे दर्शन भाविकांना देण्यासाठी सुखासनात बसून वाजतगाजत देवळाबाहेर निघायची. फुलांनी, दिव्यांनी सजवलेल्या नौकेतून तळीत ती विहार करायची तेव्हा वाजंत्र्यांनी, फटाक्यांनी सगळा परिसर जल्लोषाने, आनंदाने भरून जायचा. रात्री उशीरापर्यंत देवळात भजनी मंडळींची भजने-कीर्तने चालत. गावागावातून भाविक मंडळी तिथे गोळा होत होती. कुणाचा अभिषेक, कुणाची नवचंडी, कुणाचा लघुरुद्र अशी देवळात दिवसरात्र नुसती वर्दळ असे, गजबज असे. पण त्याच चौकातले हे घर मात्र अंधारात बुडून मान खाली घालून उदास बसलेले असायचे. घरामागच्या अंगणात तणांची दाटी वाढत चालली. सापकिरडांची बिळे जमीन पोखरत दूर धावत गेली पण दारांमागचे आडणे कधी हटवले गेले नाहीत, कुलूप उतरवून कुणी कधी साखळ्यांच्या कड्या खाली उतरवल्या नाहीत. लहानपणी आम्ही आई-पप्पांबरोबर मुंबईहून बांदोड्याला सुट्टीसाठी यायचो तेव्हा आजी-आजोबांबरोबर मोठ्या घरात राहायचो. देवळात दर्शन घेऊन परतताना पप्पा न चुकता नेहमी हे बंद असलेले घर दाखवायचे, म्हणायचे,

"हे देखील आपलंच घर आहे, बरं का! वाचनमंदिर."

पण इतक्या वर्षांनी आई परतून या घरी आली. या घराचे प्रचंड दर्शनी दार तिने त्या भल्यामोठ्या किल्लीने उघडले. उदासलेले, थकलेले घर दचकले. भयचकित होऊन थरथरत जागे झाले.

कोण? कोण ते? त्याच्या अंधारलेल्या नजरेला काहीच दिसेना.

कोण असेल? इतक्या वर्षांनी कोण चुकूनमाकून इकडे आले?

आईच्या हाताचा स्पर्श दाराला झाला, एक फट हळूच थरथरत उघडली, प्रकाशाची एक अंधुकशी तिरीप आत साठलेल्या अंधाराला छेदत घरात शिरली. घराच्या अंधुक जड नजरेला दिसली घरची सून...

भाटकराली सून?

कित्येक वर्षांपूर्वी नवरा आणि लहानग्या मुलींना घेऊन गाव सोडून गेलेली सूनबाय घरी परतलेली बघताना घराचा डोळ्यांवर विश्वास बसत नव्हता.

पण भाटकरालो पूत? त्याला कुठे ठेवून आलीस बाय? एकटीच का परत आलीस?

किती किती प्रश्न त्या अंधारलेल्या अंतरंगात उचंबळत जागे होत गेले. पण आता सूनबाय आली होती, घराची जाणती स्त्री आली होती आणि ती आता इथेच राहणार होती. तिच्या पाठोपाठ तिचे सामान आत आलेले बघून घर आनंदाने वेडावून गेले.

आई घर निरखत होती. घर सांभाळायला म्हणून विश्वासाने इथे ठेवलेल्या माणसांच्या अत्याचारांच्या खुणा घराच्या अंगाअंगावर उमटलेल्या दिसत होत्या. छपरावरचे नळे फुटून घरात पडले होते. थकलेल्या भिंती विटून ढासळल्या होत्या. त्यांवर ठिकठिकाणी मोठे क्रूर लोखंडी खिळे ठोकले गेले होते. मधून धावणाऱ्या तारा विनाकारण लोंबत लटकत होत्या. कोळिष्टके माजली होती. इतस्तत: धुळीचे साम्राज्य पसरले होते. कोसळलेल्या चुलीभोवती माजलेले उंदीर-घुशी नाचत होते. घरात पाण्याचा नळ, वीज घेतलेच गेले नव्हते. सगळी वाताहत झाली होती. ती अवघी वास्तू जणू आईच्या येण्याची वाट बघत होती. घराची ती दुरवस्था बघून सुनेला रडू कोसळले. आपल्याला आयुष्यात काय मिळवायचे आहे ते तिला तेव्हा नेमकेपणाने माहीत नव्हते. पण कदाचित या खेडेगावात राहून ते उमगणारच नाही, उमगले तर सापडणार नाही, स्वत:ची, कुटुंबाची भरभराट होणार नाही हे तिला कुठेतरी आतवर जाणवले होते म्हणून गावाची वेस ओलांडून शहराकडे जाण्याचा धाडसी निर्णय तिने पप्पांना कित्येक वर्षांमागे घ्यायला लावला होता. या मधल्या टप्प्यात तिने बरेच काही कमावले होते पण त्याच्याहीपेक्षा अनेक पटींनी गमावले होते. ते लक्षात येईपर्यंत अनेक वर्षे पटापट सरून गेली होती. आपल्या त्या अप्रिय भूतकाळाची पोटली कुठल्या तरी वळणावर मागेच ठेवून ती या घराकडे परत आली होती. पण कितीही म्हटले तरी त्या जुन्या आठवणी तिच्याभोवती सतत रुंजी घालत होत्या. ते दु:ख, त्या वेदनांचे तरंग या घरात तिच्याबरोबरच आले होते. पण पूर्वीसारखी आता ती स्वत:हून त्यांच्याकडे पुन्हा ओढून नेली जाणार नव्हती, धडपडत फरपटली जाणार नव्हती. तो सगळा प्रवास, ते प्रसंग आठवता आठवता ती अगदी थकून गेली, आधाराला घराच्या उंबरठ्यावर टेकली. तिचे स्वत:चे हक्काचे घर! ते बघताच घराला आनंदून गदगदून रडू कोसळले.

आता मात्र आईला तिच्या सगळ्या विवंचना बाजूला ठेवून कामाला लागणे भाग होते. घराच्या खिडक्या, दरवाजे उघडले गेले तशा प्रकाशाच्या धारा सरसरत घरात उतरल्या. गावातल्या वावराड्या बोलावल्या गेल्या, जमीन शेणाने सारवून गुळगुळीत झाली. घराची जमेल तशी डागडुजी सुरू झाली. भिंतींना रंगाचा ताजा लेप चढला. शहराकडच्या घरातले थोडेफार फर्निचर आणवले गेले. स्वयंपाकघरात ओटा बांधला गेला. आईचा चुलीवरून हात फिरला तशी चूल नीटनेटकी झाली.

गाव आश्चर्यचकित होऊन बघत होते. बागेचे कुंपण रेषेत ओवले गेले. तणांचे गचपण काढून टाकून साजरा तुळशीकट्टा तिथे उभा राहिला. गोव्याच्या सुशेगाद कारभारानुसार घरात वीज, पाणी यायला खूप वेळ लागला. त्यानंतर कधीतरी टेलिफोन! आजही या घरातली वीज गायब होते. पाणी आले आले म्हणता म्हणता धार लहान होत आटून जाते. पण घर हळूहळू ताजेतवाने साजरे होत गेले. तिला मिळालेले सन्मान, पुरस्कार, मानचिन्हे एका भिंतीवर सजली. आपण एके काळी अगदी वसुंधरा कोमकलींसारख्या सुंदर गात होतो हे आलेल्या पैपाहुण्यांना समजावे म्हणून गवसणी घातलेला तंबोरा सजवून सालात ठेवण्यात आला. मातीचे रांजण, पितळी डबे, बरण्या, अँटिक्स अशा कलाकुसरीच्या गोष्टींचा घरात शिरकाव झाला आणि ही गर्दी वाढतच गेली. काकी गावात राहायला आली म्हटल्यावर सगळी सोयरी हळूहळू या घरी येऊ लागली. त्यांचा भाऊ या घरात परत आला नव्हता पण वहिनीने घर उघडले, सांभाळले म्हणून खूश व्हायला लागली. सणासमारंभानिमित्त गावात कधीमधी येणारे दूरचे आप्त तिला आवर्जून भेटायला लागले. तीन ठिकाणी पांगलेल्या आम्हा मुलींना आपल्या मुलाबाळांसकट यायला हक्काचे माहेर पुन्हा मिळाले. पप्पांचे घर... पूर्वजांचे घर! नातवंडांची संख्या आणि वये वाढत गेली तसा घरातला पसारा वाढत गेला. वरच्या खोलीत कॉटस् वाढल्या. रात्री झोपेत पेंगणाऱ्या पोरांना शू करायला खाली यायलाच नको, गोल जिन्यावरून धडपडून पडली तर... म्हणून कौलारू छपराखाली छोटेसे बाथरूम बांधण्यात आले. व्हरांड्यात झूला झोके घेऊ लागला. आईच्या नाती मोठ्या झाल्या तशा आपले कपडे, खेळणी, रंगाच्या पेट्या बॅगेत भरून कधी कुणाच्या सोबतीने तर कधी एकेकट्या गोव्यात येऊन धडकू लागल्या. गावातल्या बुर्ग्याबाळांत मिसळून हुंदडू लागल्या. त्यांच्या चळवळीने घर गजबजून गेले आणि बघता बघता अगदी खऱ्याखुऱ्या गोयंकरांच्या घरासारखे एकमेकांशी कोणतेच नाते न जुळणाऱ्या अनेक वस्तूंनी भरभरून गेले. आईवरच्या एका लेखात "माधवीताईंच्या कलासक्त मनाची प्रचीती त्यांचे सुंदर सजवलेले घर बघून येते" असे एका सुज्ञ लेखिकेने लिहिलेले वाचून मला हसू फुटले होते. तिला मात्र त्यामागची गंमत अजूनही समजली नसावी.

खरे तर तिला त्या काळी हे सगळे करण्याची गरजच होती. ती गोव्याला निघून आली खरी पण तिच्यावर हल्ले व्हायचे थांबले नव्हते. केवळ साहित्यिक वर्तुळातून नव्हे तर तिला समाजातूनच हद्दपार करण्याचे आटोकाट प्रयत्न पद्धतशीरपणे सुरू होते. ज्या माणसांवर तिने जिवापाड प्रेम केले होते तो प्रेमाचा हक्क तिच्यापासून अत्यंत निर्दयपणे हिरावून घेऊन ती माणसे थांबली नव्हती. उगवणारा प्रत्येक दिवस येणाऱ्या नव्या हल्ल्याची पूर्वसूचना देतच तिच्या समोर येत होता. याचा फायदा घेण्यासाठी अनेक जण टपले होते. त्यातल्या कितीकांसाठी

तिने आपल्या घासातला घास काढून दिला होता. वेळेप्रसंगी आपल्या मुलींचा हक्क डावलून त्यांची भर केली होती. अनेक वेळा ज्यांचे सगेसोयरेसुद्धा त्यांच्या मदतीला उभे राहात नव्हते अशांच्या मदतीसाठी आई भक्कमपणे उभी राहिली होती. आज तीच माणसे तिच्यावर उलटून, तुटून पडलेली बघताना तिला अपार व्यथा होत होत्या. दु:खाचा, अपमानाचा असा डोंगर कोसळलेला असताना ते सर्व सोसण्याचे बळ तिला या वास्तूतून मिळत गेले. आता इथून तिला कुणीच 'जा' म्हणू शकणार नव्हते. बाहेर घोंघावणाऱ्या वादळाला तोंड देताना ती आतून हळूहळू सावरत गेली, घट्ट बनत गेली. ती जे जग मागे सोडून आली होती ते तिचे नव्हतेच कधी अशी खूणगाठ तिच्या मनात आपसूक कधी बांधली गेली ते तिला कळलेसुद्धा नाही. या घराच्या दगडी चिऱ्यांतून तिचे हरवलेले स्वास्थ्य, स्वारस्य तिला सापडत गेले. गावातली बुर्गीबाळे, फोंड्याच्या 'मातृछाया' अनाथाश्रमातली मुले, 'स्नेहमंदिर' वृद्धाश्रमातले एकाकी आजीआजोबा तिचे सोयरे झाले. ती पुन्हा कणखरपणे उभी राहिली, जोमाने लिहू लागली, समाजाभिमुख झाली.

यापूर्वी ती ज्या ज्या घरात राहिली त्यातली तिची बालपणीची घरे सोडली तर बाकी सगळी घरे मी बघितली आहेत. त्या प्रत्येक घरात मी तिच्याबरोबर राहिले आहे. ती व पप्पा गोवा सोडून मुंबईत आले आणि कल्याणसारख्या शहरातल्या एका अत्यंत ओंगळ गल्लीतल्या भोरांच्या वाड्यातल्या दोन खणी घरात राहू लागले. पप्पा एवढे श्रीमंती थाटात वाढलेले, त्यांचा वावर त्या वेळच्या उच्चभ्रू पारशी-गुजराथी मंडळीत असे. राहणीमानही तसेच... उंची सूट, पार्ट्या... रेसला जाणे असे. पण आपण स्वत: काहीतरी करायचे, मिळवायचे या ध्यासाने त्या सगळ्या सरंजामशाही थाटामाटावर पाणी सोडून ते निघून आले होते. एका लहानशा नोकरीच्या आधारावर त्यांनी हे बिऱ्हाड थाटले होते. बैठ्या कौलारू चाळीच्या अगदी शेवटची खोली आमची होती. संडास, मोरी, नळ तसे सार्वजनिक होते पण घरमालकांचे व चाळीतल्या इतरांचे वापरून झाल्यावरच आम्हाला त्यांचा वापर करता येई. कारण? तेही एके दिवशी समजले

"तुम्ही मराठे... आमच्या नंतरच हात लावायचा तुम्ही...''

काहीतरी धक्का देत आत शिरत गेले. आईपप्पा आम्हाला हे कधीच शिकवत नव्हते. पण...

सुदैवाने ते दिवस लवकर संपले. लवकरच पप्पांना कंपनीच्या क्वॉर्टर्स मिळाल्या आणि आधी अगदी दोन नंतर चार खणी घरात आम्ही चक्क कामगार वसाहतीत राहू लागलो. ते मात्र आमचे खरेखुरे पहिले स्वत:चे घर! आईपप्पांच्या कष्टांच्या बळावर उभे राहिलेले घर!! त्या कॉलनीची पहाट फॅक्टरीच्या भोंग्याने सुरू व्हायची.

शिफ्ट सुरू व्हायच्या आधी दहा-पंधरा मिनिटे घराघरातून पुरुष मंडळी बाहेर पडायची. कुलकर्णी, पाठारे, पंड्या, मेहता, माधवन... खाड्खाड् करत सैनिक परेड करत जातात तसे सगळे शिस्तीत निघालेले. छोट्या बैठ्या चाळींतून कामगारवर्ग बाहेर पडायचा. तिथेही सगळे अठरापगड मिश्रण... नायडू, गायकवाड, पाटील, भिंगारदिवे, कालरा अशी सगळी वेगवेगळी मंडळी. एकदा का ही सगळी फौज फॅक्टरीच्या त्या प्रचंड गेटमधून कार्डस् पंच करून आत गेली की ते दार बंद व्हायचे. शिफ्ट सुरू झाल्याचा भोंगा वाजायचा. आईची शाळा सकाळची असल्याने ती कधीच उठून सर्व आवरून गेलेली असायची. मी आळशीपणा करत गादीतच लोळत पडलेली असायची. आतून पप्पांचा आवाज येई ''येशा... ऊठ बघू... मिरु उठा.''

''पप्पा... पाच मिंटं.''

रजई खालून आवाज येई.

''अरे चाललंय् काय? किती वेळा पाच मिंटं... कमॉन्, गेटअप् नाऊ.''

''ऑ पप्पा प्लीज... पाचच मिनिटं.''

अशी चालढकल अतीच झाली की त्यांची स्वयंपाकघरातली हालचाल एकदम थांबे. एक मोठ्ठा गंभीर आवाज येई.

''ए, उठता की नाही? की देऊ काही खर्चायला? आलोच थांबा.''

आता मात्र चडफडत का होईना तीनही डोकी पटापट रजईतून बाहेर निघत. हे मात्र टू मच् झालं. आता उठलं नाही तर काही धडगत नाही. पप्पांचा मार म्हणजे? त्यांच्याच भाषेत म्हणायचे झाले तर XXX ची सालटंच निघायची. स्वयंपाकघरात यावे तर टेबलावर सर्वांचा ब्रेकफास्ट तयार असायचा. उंच्यापुऱ्या पप्पांची पाठ ओट्यावर वाकलेली...

''पप्पा, आज पण हाफ बॉईल्ड एग्?''

''मग नको का?''

डोळे रोखले जात.

''अं, तसंच नाही. खाते ना. ओह्, आय लाईक हाफ बॉईल्ड एग्ज पप्पू.''

मग येशाला टोस्टवर भरपूर मध आणि गरम दूध, मिरुला साधा पाव, लोणी अन् कोको... कारण ती कायम आजारी, घशाचे भोक लहानच तिच्या... धाकट्या गीतूला पावाचे छोटे छोटे तुकडे आणि चिप्स् असे लाड करत ब्रेकफास्ट व्हायचा. सकाळी सकाळी तीन ससे बसलेत आपले हादडायला...

माझी शाळा दुपारची असल्याने पप्पा कामावर गेले रे गेले की घर माझ्या ताब्यात येई. खोल्या होत्या चारच, पण पप्पांनी खूप हौसेने घर उभे केले होते. घरात शिरताच डावीकडे असणाऱ्या स्टोअररूममध्ये मुलींसाठी स्टडीरूम केली होती.

तिथे तिघी मुलींची अभ्यासाची डेस्कस्, खाली कपड्यांसाठी खण केले होते. पप्पांनी आखलेल्या वेळापत्रकानुसार मुलींना अभ्यास करावा लागे, आईला घरकामात मदत करावी लागे, वेळच्या वेळी खेळायला जावे लागे. त्यासाठी लागेल त्या वस्तू, खेळ अन् पुस्तके आणण्याची त्यांची तयारी असे. बॅडमिंटन खेळायचे म्हटले की रॅकेटस् आणल्याच... स्केटिंग शिकते म्हटल्यावर नवे कोरे स्केटस् हजर... उन्हाळ्यात नदीवर पोहायचे वर्ग सुरू झाले रे झाले की लगेच दोन पत्र्याचे डबे आणून ते फॅक्टरीत नेऊन हवाबंद करून 'फ्लोट्स' तयार करून आणून द्यायचे. चित्रकलेसाठी लागणारी सगळी साधने आमच्याकडे असायची. ट्यूब्स्... पोस्टर कलर्स... ब्रशेस... आणि हे सर्व कल्याण - ठाण्याहून येत नसे तर त्यांच्या प्रत्येक मुंबई ट्रिपबरोबर अशा अनेक नव्यानव्या जादुई वस्तू त्या घरात येत राहात.

त्यांना स्वत:ला उत्तम राहण्याची, उंची कपड्यांची, वस्तूंची आवड होती, तशीच पारख होती. स्वत:च्या शर्ट - पँटस्च्या बाबतीत ते अत्यंत चोखंदळ होते पण बूटमोजे, अगदी रुमालापर्यंत सगळ्या वस्तू मुंबईहून हौसेहौसेने शोधून आणत. आई त्या मानाने अगदी साधी. भालजी पेंढारकर स्कूलचा साधा शुभ्र पांढरा वेश, साधी राहणी तिने कधीच सोडली नाही. अशी ही दोन वेगवेगळ्या स्वभावांची, म्हटले तर परस्परविरोधी व्यक्तिमत्त्वांची दोन माणसे आयुष्याच्या प्रवाहात एकत्र आली होती. त्या घरावर पप्पांचा प्रभाव असणे साहजिकच होते. मध्यंतरी अशीच एके दिवशी मी फोर्टमधल्या एका जुन्या इमारतीत पत्ता शोधत धावतपळत शिरले. पॅसेजमधल्या अर्धवट अंधारात बिल्डिंगचा बोर्ड दिसत होता अन् नव्हताही. त्यावरची ऑफिसेसच्या नावांची अक्षरेही अंधुक झाली होती. पत्ता शोधू लागले तर काहीच दिसेना... भोवताली अंधार हळूहळू गडद होत चालला होता. पण अंधारात काही हळुवार निवळत गेले, काही दिसू लागले. समोर प्रशस्त जिना होता. पायऱ्यांची चळत वर वर चढत गेली होती, काटकोनी होत वळत लिफ्टच्या मागे झपकन् नाहीशी झाली होती. लाकडी जिना...? बघताना मनात काही चमकले. वाटले इथे लिफ्ट आहे... जुनी... हॉलिवूडच्या जुन्या सिनेमात असायची तशी... फर्रकन् ओढून बंद करायचा ग्रिलचा दरवाजा... आतमध्ये वेलपत्तींचे इटालियन डिझाईनचे ग्रिलच आहे. त्याखाली एक पितळेची चमकदार तबकडी, त्यात पुढे आलेला हात. तो पुढे मागे केला की लिफ्ट अलगद वरखाली जा-ये करू शकते. पण हे सगळे मला कसे ठाऊक? मी पूर्वी कधीच इथे आले नाही... निदान माझ्या आठवणीत हा पॅसेज, जिना कुठेच नाही. तरीही हे सगळे मला ओळखीचे वाटते आहे ते कसे? मी चकित होत गेले. तेवढ्यात डोक्यावरच्या अंधारात कुठेतरी काही अस्पष्टशी हालचाल झाली. वर बघितले तर उंच मनोऱ्यात दाटलेल्या गडद अंधारातून लिफ्ट हळूहळू खाली

येऊ लागली होती. आत दिवा जळत होता. प्रकाशाचा तेवढाच चौकोनी झोत मिट्ट अंधारातून तरंगत खाली येत गेला. ग्रिलचा दर्शनी दरवाजा... आतल्या ग्रिलच्याच भिंती... इटालियन लेससारखे नाजूक वेलपत्तींचे डिझाईन असलेले पलिकडचे ग्रिल... ते उघडले की त्या बाजूने मजल्यावर उतरता येते... लिफ्ट खाली येत गेली. अगदी बोलवल्यासारखी पुढ्यात येऊन थांबली. नजरेत भरली चकचकीत पितळी तबकडी... मधले पुढे आलेले हॅण्डल... अजून तसेच? तिथेच? मी लिफ्टचा दरवाजा सरकवला... फर्रकन् सुळसुळीत... आत्ताच कुणीतरी तेल, वंगण घालून इथून गेले? मी लिफ्टमध्ये शिरले. कुठे जायचेय? कोणता मजला? कुणाला भेटायला चाललेय? मला माहीत नव्हते. आधी कुणाची अ‍ॅपॉइंटमेंट घेतलेली होती? कोणी बोलावले? मी आठवणीत ताणताणून वाकून बघितले पण काहीच लक्षात नव्हते, काहीच सापडेना. मला भिरभिरल्यासारखे झाले. तळहात ओलसर होऊ लागले. तसाच हात पुढे केला, हॅण्डल पुढे ढकलले. लिफ्ट अल्लाद वर उचलली जाऊ लागली. कुठेही वायर्सची करकर... कुरकुर नाही. प्रचंड लोखंडी चाकांच्या दातांची खर्रखर्र नाही. सगळे कसे सुनियंत्रित, सुसज्ज! समोरचा तळमजला खाली खाली जात अदृश्य झाला. आता भोवती फक्त इटालियन फुलवेली... त्यातून दिसणारा लाकडी जिना... पायऱ्या... लिफ्टभोवती चौकोनी चढत जाणाऱ्या... निर्मनुष्य! अस्पष्टसे आठवले... मोझेक टाईल्स होत्या इथे... षट्कोनी... तपकिरी रंगावर पिवळे ठिपके असणाऱ्या... त्यांच्याभोवती फुलांच्या डिझाईनच्या टाईल्सच्या किनारी होत्या.

"बघ... जुनं पर्शियन डिझाईन... जस्मिन फ्लॉवर्स... जस्मिन..."

पप्पा म्हणाले होते. पप्पा? एकदम दचकावे तशी लिफ्ट थांबली.

मी दरवाजा सरकवून बाहेरच्या अंधुक प्रकाशात पाऊल टाकले आणि समोरचे दृष्य बघताच तशीच खिळून उभी राहिले. सबंध मजल्यावर तपकिरी रंगाच्या षट्कोनी टाईल्सचा गालिचा अंथरला गेला होता. त्याच्या दोन्ही किनारींवर फुलांच्या ओळी धावत गेल्या होत्या. पांढऱ्या जस्मिनच्या उमललेल्या पाकळ्या... खाली दोन उघडलेली हिरवी पाने... दूर जिथे त्या फुलांच्या ओळी संपत होत्या तिथे पॅसेजच्या टोकाला एक काचेचा दरवाजा होता. त्या दाराशी कुणीच नव्हते. स्टुलावर बसून पेंगणारा प्यून... एखादा नावाचा बोर्ड तरी... कुणीच नाही. त्या दारावर एक ट्यूबलाईट मळकट उजेड फेकत होती. मी मागे वळून वाकून पाहिले. खूप खोल... खाली लिफ्टच्या अंधारलेल्या तळाशी... कोण उभे होते? पप्पा... पप्पाच होते ते. त्यांच्या बरोबर एक छोटी शाळकरी मुलगी उभी होती. वयाच्या मानाने उंच, दणकट बांधा... गवतासारख्या कुरळ्या केसांच्या घट्ट वेण्या... अंगात पतंगांच्या डिझाईनचा फ्रॉक... नाकावरून चष्मा खाली ओघळतोय... दिसायला तशी बावळटच पण

हातात एक पार्सल घेऊन पप्पांबरोबर कोणत्यातरी अतिशय महत्त्वाच्या कामासाठी निघाल्याच्या तोऱ्यात उभी होती... कोण आहे ही? मी स्वत:लाच विचारले तेवढ्यात ती पप्पांकडे वळून म्हणाली,

"पप्पा, आपण कपडे शिवायला टाकायचे?"

"होय ग, शर्ट कमीच झालेत सध्या."

"ऑ पप्पा..."

पप्पांच्या कपाटातल्या सुंदरसुंदर शर्टस्‌च्या घड्या, हँगरवर नीट लावलेल्या पँटस्, रुमालांच्या चळती, क्रीमच्या बाटल्या आठवून तिच्या चष्म्यामागच्या डोळ्यात हसू फुटले.

मी वाकून ते चित्र बघतच राहिले.

तेवढ्यात पुढचे ते काचेचे दार उघडले गेले. पावले वाजली. ते जाणवून मी वळले. कोण बाहेर आले? कोण हा माणूस? दर्जी? पप्पांचा जुना दर्जी? मला तिथे खिळून उभी राहिलेली बघून वाटलेले आश्चर्य त्याच्या त्या जुन्याजाणत्या सुरकुतलेल्या चेहऱ्यावर उमटले.

"कोण? कोण छो तमे?"

त्याला काय उत्तर द्यावे ते मला सुचेना. काय बोलणार होते मी? मी तशीच त्याच्याकडे बघत उभी राहिले. हतबुद्ध....

अशा कितीतरी ट्रिप्स मी पप्पांबरोबर केल्या होत्या. कधी फोर्टमधे शॉपिंग तर क्रॉफर्ड मार्केटमध्ये खरेदी असायची. कपडे, पडद्याचे कापड, घरसजावटीच्या वस्तू घ्यायला आम्ही मुंबईला फेऱ्या मारायचो. एकदा तर ते चक्क पत्र्याचा डबा हातात धरून, त्यात रंगीबेरंगी मासे घेऊन कंपनीच्या ट्रकने कल्याणला, तिथून टॅक्सीने मोहोन्याला आलेले मला आठवतात. दुकानात असतात तशा प्रचंड मोठ्या फिशटँक्स, लव्हबर्डसचे पिंजरे अशा अनेक अपूर्वाईच्या गोष्टी बरोबर घेऊन आम्ही मुंबईहून रात्री उशीरा घरी परतायचो. मग त्या माशांच्या पिल्लांसाठी एक टाकी, मग दुसरी.... पोपटांसाठी एक पिंजरा, मग दुसरा असे ते प्रकरण वाढतच गेले आणि सगळी गॅलरी त्यांनी भरून गेली. हॉलमधल्या दोन साध्यासुध्या दिवाणांना सुंदर कव्हर्स चढवली होती. खिडक्यांना पडदे लावण्यासाठी मुद्दाम पेल्मेटस् करून घेतली होती. दिवाणांसमोर काचेचे टेबल होते, त्यावर सुरेख फुलदाण्या... कामगार वसाहतीतल्या इतर घरांपेक्षा आपले घर वेगळे असावे असा त्यांचा आग्रह होता. भोरांच्या त्या कोंदट वाड्यात राहताना काढलेले उपेक्षेचे, अपमानाचे दिवस ते कधीच विसरले नव्हते. गोव्याची आलिशान हवेली, मुंबईतला त्यांच्या आत्याचा पारशी युरोपियन धर्तीचा श्रीमंत व्हिला त्यांना मनोमन आठवत राहिला होता की काय न कळे!

मुलींचे कपडे, खेळ, पुस्तके यांनी ते घर भरले होते. तऱ्हेतऱ्हेच्या खाऊंनी घरातल्या बरण्या सतत भरलेल्या असायच्या. माझ्या वाढदिवसाचा केक ही त्या काळी कॉलनीत एक अपूर्वाई असायची. तो केकसुद्धा कल्याणच्या एखाद्या पाववाल्याच्या बेकरीतून न येता फोर्टमधल्या अकबरअलीजमधून ऑर्डर दिलेला असायचा. चांगला १।।-२ तास रेल्वेचा प्रवास करत तो बॉक्स घरी येऊन पोचणार असायचा. घर सजवलं जायचं. सगळ्या मैत्रिणी गोळा व्हायच्या. मला, बहिणींना त्या वेळच्या फॅशनप्रमाणे व्टिंकल् नायलॉन किंवा टाफेटाचे कंबरेवर 'बो' असणारे फ्रॉक शिवलेले असायचे. आम्ही सगळ्या तयार होऊन ताटकळत गॅलरीच्या गजांवर रेलून ओळीने वाट बघत असायच्या. कधी एकदाचे पप्पा येतील? मग गाणी, भेंड्या, गेम्स असे काही काही चालू करायचे. घरात मुलींचा धिंगाणा चालू असतानाच कोपऱ्यावर भर्रकन वळणाऱ्या जीपचा आवाज कानी यायचा. हॉर्न दोनदा वाजायचा...

"हम आये... हम आये..."

"हे... हाय् हाय् ... केक आया... हमभी आया,"

केकचा तो सुंदर पॅकबंद बॉक्स हातावर तोलत पप्पा नाचतच घरात यायचे. बॉक्स बघूनच केकचा वास नाकात शिरायचा, सगळ्यांच्या तोंडाला पाणी सुटायचं. केकवरचं क्रीम, चिकटवलेल्या रंगीत गोळ्या, रूपेरी मणी... मला धीर धरवत नसे.

"पप्पा, पप्पा... कुठलं डिझाईन आणलं? बघू मी?"

"नो, नो, नो... अरे, मेरा चॉईस तो देखो... तुम भी साला घाटी क्या याद करेगा?"

आज आमच्या मुलांचे वाढदिवस साजरे होतात तेव्हा अकबरअलीजला कुणीच विचारत नाही. एकाहून एक सरस केक मागवले जातात, तऱ्हेतऱ्हेच्या मेणबत्त्या हौसेहौसेने शोधून आणल्या जातात. खूप थाटामाटात होतात सगळ्या पार्ट्या! पण परवा अशाच मोनाच्या वाढदिवसाच्या केकचा घास मी घेतला मात्र... तोच तो जिभेवर विरघळणारा केक, तीच चव... तोच स्वाद अन् गंध... कुठेतरी काहीतरी ओळखीचे होते. आत काही हलले... डोळे पाणावले. सच पप्पा... हम घाटी साला क्या याद करेगा?

आईपप्पांच्या कष्टांच्या पायावर हे घर उभे राहिले. आजच्या काळात ही गोष्ट फार नवलाईची वाटणार नाही. पण जवळपास चाळीस वर्षांपूर्वीची ही घटना. ज्या भाटकारांच्या घरातल्या सुना शालूशेले लेवून, दागिन्यांनी सजून, शेवंतीसुरंगीचे गजरे माळून फक्त सणासमारंभापुरत्याच घराबाहेर निघायच्या, पूर्वी त्या बग्गीतून बाहेर पडायच्या, आज सांत्रोच्या काळ्या काचांमागून बाहेर पडताना दिसतात एवढाच काय तो फरक, त्या घरातल्या मुलासुनेने हे करावे हे धाडसच होते. "तुझ्या आज्जीनं हात खाली केला की सोन्याच्या काकणांचा झणणकन् आवाज माझ्या घरी

ऐकू यायचा. मग कळायचं काटकरीण केस विंचरायला बसली म्हणून.'' पार कुळागारापलीकडे राहणाऱ्या रघू शेटीची आई सांगायची. त्या वैभवाचा वारसा घेऊन आईपप्पा इथे आले होते. कामगारवसाहतीत चार खणी घरात त्यांनी त्यांचे स्वत:चे श्रीमंत, संपन्न घर उभे केले होते. आपली बायको शिकलेली आहे, कमावती आहे याचा त्यांना खूप अभिमान होता. पण ती घर नीटनेटके ठेवणारी सुगरण आहे हे सांगण्यात त्यांना खराखुरा आनंद होत होता. पप्पा संध्याकाळी यायचे तेच पिशव्या भरभरून भाज्या, मासे घेऊन! मग आल्यावर ''माधवी, बांगड्याचं तिखटं कर... कोलंबीचं सुक्कं कर... आज सगळे जेवायला येणार आहेत.'' आईही शाळेतून दमून आलेली असायची. तिला पत्ताच नसायचा. ती वैतागून जायची. पण तिलाही सगळ्यांनी यावे, खावे, प्यावे अशी हौस, ती तशी आजतागायत! मग आईचा स्वयंपाक सुरू झाला की पप्पा फिशटँकच्या देखरेखीकडे वळायचे. रोज संध्याकाळी कॉलनीतले त्यांचे चार मित्र हटकून घरी जमायचे. विशेषत: एकेकटे राहणाऱ्या बॅचलर्सवर त्यांचा खास लोभ होता. म्हणायचे कसे ''अग, त्यांना घरचं जेवण कोण देणार?'' म्हणजे स्वत: चवीने जेवणार तर खरे, त्याबरोबर ताटावर बसून बाहेरच्या चारचौघांसमोर खऱ्या गोवेकर गृहस्थासारखे, ''जरा चार काळ्या मिरी कमीच पडल्या वाटणाला'' असे शेरेही देणार अन् ''बोललात? त्याशिवाय जेवणाला चव कशी येईल तुमच्या?'' हे आईचे वाक्य ऐकूनही घेणार. पण मुंबईसारख्या शहरात नशीब आजमावायला कुठून कुठून आलेल्या या एकेकट्या मुलांना पोटभर खाऊपिऊ घातल्यावरच त्यांना तृप्तीची ढेकर यायची. कॉलनीत नाट्यमहोत्सव, गणेशोत्सव असला की त्यांना आणखी उत्साह भरून यायचा. कारण मग डॉ. घाणेकर यायचे. सुधाताई करमरकर, श्रीकांत मोघे, प्रभाकर पणशीकर अशी नामवंत मंडळी... त्यात कधी स्वरसम्राज्ञी लता मंगेशकरही! अशा अनेक पाहुण्यांचे स्वागत त्या घराने अगत्यपूर्वक केले. कधी मुंबईहून काका, आत्या, मुले अशी गाड्या भरून मंडळी यायची तर कधी कोल्हापूरची आज्जी पहाटे पहाटे येऊन पोचायची. किती पार्ट्या, गाण्याच्या मैफिली त्या घरात झाल्या. सर्वांनी आपल्या घरी यावे ही त्यांची मोठी हौस! आज त्या घराच्या आठवणी काढणारी, त्याचे ऋण मानणारी माणसे देशी, परदेशी विखुरलेली आहेत. कित्येक वर्षे आमच्या शेजारी राहणाऱ्या बेल्लारे मावशी परवा अचानक भेटल्या. जुन्या आठवणींत आम्ही गुंतत गेलो. म्हणाल्या ''यशू... किती दिवसांनी... काय सुंदर होते नाही ते दिवस... सुखाचे... आनंदाचे!'' माझ्या मनातलेच बोलल्यासारख्या बोलून गेल्या.

माझे वडील कुणी मोठे नामवंत साहित्यिक नव्हते की नव्हते कुणी प्रसिद्ध उद्योगपती... त्यांची मातृभाषा कोकणी होती. मराठी भाषेशी, कलाव्यवहाराशी त्यांचा परिचय होता. पण म्हणावे तशी जवळीक नव्हती. परंतु गोवेकरांची अभिजात

रसिकता त्यांच्या ठायी जन्मजातच होती. पत्नीसकट घरातल्या सर्वांना धाकात ठेवणे घरातल्या पुरुषाचे आद्य कर्तव्य आहे असे मानणारी ती पिढी होती. त्यानुसार ते वागत राहिले. त्या रुक्षपणाचा प्रसंगी त्रासही झाला पण त्या कडक बाह्यरूपाच्या आत एक अत्यंत सहृदय, माणुसकीची सर्व मूल्ये जपणारा सद्गृहस्थ लपला होता. त्यांच्याच रक्तातून जन्मलेल्या आम्ही त्यांच्या वागण्यातून सर्व शिकत, समजत गेलो. नुसत्या चार भिंती, दारेखिडक्या, छप्पर एकत्र आले की घर उभे राहात नसते. पंचतारांकित हॉटेल्सना लाजवतील अशा घरांतून आज माझा अनेकदा वावर होतो पण त्या थाटाचे माझ्यावर कधीच दडपण येत नाही. रंगीबेरंगी गुळगुळीत मासिकांतून थोरामोठ्यांची अमाप पैसा उधळून सजवलेली डिझाईनर घरे बघून मला त्यांचा हेवा वाटत नाही. उलट दया येते. बाबांनो, तुम्ही या फॉल्स सीलिंग लावून बंदिस्त केलेल्या, किंमती फर्निचर, अँटिक्सनी भरलेल्या घरात कसे श्वास घेऊ शकता? इतक्या प्रकारच्या बशा, काटे, चमचे, ग्लासेस, नॅपकिन्सनी सजवलेल्या टेबलावर पोटभर जेवू कसे शकता? अक्राळविक्राळ चित्रे टांगलेल्या भिंतीसमोर तुम्हाला झोप कशी लागू शकते? बिच्चारे!

पप्पा त्या घराचा प्राण होते म्हणून पप्पा अचानक गेले तेव्हा घर कोसळले. ते निर्जीव, निष्प्राण झाले. पूर्वीची सगळी मंडळी येत जात राहिली पण घराची रयाच गेली. कुटुंबाच्या हिताकरता आईला पुन्हा एकदा स्थलांतर करणे भाग होते. तो निर्णय आईने घेतला तेव्हा ते घर हादरले.

"बाय! जाऊ नकोस ग! तू इथेच राहा. तू इथेच सुरक्षित राहशील. मुली शिकतील, मोठ्या होतील, लग्न करून सासरी जातील. महालक्ष्मी बरं करेल सगळ्यांचं. पण तू इथून जाऊ नकोस."

घर विनवण्या करत राहिले पण आईने निर्णय घेतला होता. त्या निर्णयाशी ती ठाम होती आणि एके दिवशी खरोखरच दारासमोर ट्रक उभा राहिला. घरातल्या सामानाच्या पेट्या... पप्पांचे गोदरेजचे कपाट... लाकडी कॉट... गीतूची बेबी कॉट... काचेचे टेबल... सगळे ट्रकमध्ये भरले गेले. बरेचसे फर्निचर, पप्पांच्या फिशटँक्स नव्या ठिकाणी नेणे शक्य नव्हते. त्या घरात येणाऱ्यांनीच पप्पांच्या आठवणीपायी काही वस्तू नेल्या होत्या तर काही त्यातल्याच कुणाला भेटीदाखल देण्यात आल्या होत्या. गॅलरीतल्या कुंड्या, पक्षांचे पिंजरे हटवले गेले. बघताबघता खोली रिती होत गेली. ट्रकचे पोट भरले. मुलींना हाताशी घेऊन आई घराबाहेर पडली. पप्पांचे घर सोडून आई निघाली होती. मुली तर रडत होत्याच पण निरोप द्यायला आलेली सगळी मंडळीही डोळे पुसत होती. निरोप द्यायला घ्यायला शब्द पुरे पडत नव्हते. दरवाजाला कुलूप लागलेले ते घर... सुन्या रिकाम्या भिंती... अनसूयाने घासूनपुसून चकचकीत ठेवलेल्या फरशा... सगळेच जड मनाने रडत

होते. पण त्याच्याकडे कुणाचेच लक्ष नव्हते.

आई कोवाड, बेळगाव असे करत करत इतक्या कालावधीनंतर गोव्याला येऊन स्थिरावली. आता तिला स्वत:चे हक्काचे घर मिळाले. बहिणी आपापल्या घरात गुंतून गेल्या. आता प्रत्येकीचे घर वेगळे झाले आहे. पण मला घर म्हटले की अजूनही आठवण येते ती त्या मोहोन्याच्या घराची, पप्पांच्या घराची! फॅक्टरीच्या प्रथेनुसार नंतर त्या क्वॉर्टर्समध्ये कुणी परकी माणसे राहून गेली असतील. कोण असतील? कशी असतील? कधी काही समजायचे तेव्हा काळजीच वाटायची. वाटे, पुन्हा एकदा जाऊन बघून यावे. पण आयुष्य या मुंबईच्या दुष्टचक्राशी जखडले गेले होते की मी तसे जखडून घेतले होते? पुन्हा एकदा कशाला त्या दिवसांकडे वळून बघायचे? जुन्या आठवणी काढून जखमी होऊन घ्यायचे? आता काय आहे आपले तिथे? नकोच ते असे वाटायचे. अनेक वेळा योग येऊनही मी कधी त्या वाटेवरून परत गेले नाही.

असे कितीतरी पावसाळे गेले.

आई आयुष्याचा एवढा मोठा पल्ला पार करून गोव्यातल्या घरी परत आली. आम्ही मुली इथे येऊ लागलो. या मधल्या कालखंडात सगळे कुटुंबच दुर्दैवाच्या फेऱ्यातून जात होते. देवावर नितांत श्रद्धा ठेवणाऱ्या, त्याचे सगळे आचार निष्ठेने पाळणाऱ्या आईची, बहिणीची होणारी छळणूक बघताना माझे मन चिडून उठत होते. त्यांचा देव होताच कुठे, तर आयुष्याकडून फारशी अपेक्षा न करणाऱ्या, शांत, सरळ आयुष्य जगू बघणाऱ्या या बायकांना असे फरफटून का नेत होता? किती वर्षे सोसायचा त्यांनी हा त्रास? कधी सोडवणूक होईल त्यांची? माझ्या कडवटपणाची, रागाची घडी पक्की होत चालली होती. पण हळूहळू माझेही या घरी येणेजाणे सुरू झाले, वाढत गेले. सुरुवातीला आई मला अगदी ढकलून देवळात पाठवायची. तिने मुलीनातवांसाठी मागून घेतलेल्या पूजा, अभिषेक करण्यासाठी, कधी नवस फेडण्यासाठी तिच्या आग्रहावरून मी देवळात जाऊ लागले. गावातल्या सगळ्याच घरांचा दिनक्रम महालक्ष्मीच्या कार्यक्रमानुसार चालतो तसा या घराचाही चालू झाला होता. महालक्ष्मी कुणीतरी घरातलीच जाणती स्त्री असावी अशी जाणीव हळूहळू मनात जागी होऊ लागली. देवळातल्या गाभाऱ्यात ती कधी प्रसन्न मुद्रेने अभय देत असायची तर कधी उग्रचंडीचे रूप धारण करून जिवाचा थरकाप करून सोडायची. तिची ती नित्य बदलती, जिवंत रूपे बघता बघता कधी तिच्या माझ्यात संवाद सुरू झाला ते मला कळलेच नाही. या मनीचे गूज त्या मनी घालताना कुठल्याही कर्मकांडावर विश्वास न ठेवणारी मी हळूहळू तिची होत गेले. आजही घरी पोचल्यानंतर कधी एकदा तिचे दर्शन घेईन, कधी तिच्यासमोर बसून जिवाला झालेले सगळे त्रास सांगून टाकून मोकळी होईन, अशी ओढ मला लागलेली असते. व्रतवैकल्यांवर

माझा विश्वास आजही नाही पण ती माझी कुणीतरी आहे हे मात्र नक्की! या घरात वास्तव्य केल्यापासून कुटुंबातल्या सगळ्यांच्या पुढे उभे ठाकलेले अडचणींचे डोंगर कुणी उचलले? सर्वांच्या संकटांचे, समस्यांचे निराकरण आपोआप कसे होत गेले? मुलींचे संसार स्थिरावले. नातवंडे जिवावरच्या दुखण्यातून सुखरूप पार पडली, शिकून सवरून शहाणी होत चालली. आईच्या अनेक साहित्यकृती या घरात लिहून झाल्या. तिला अनेक मानसन्मान मिळाले. सगळे स्थिरस्थावर होत चालले. हे सर्व कसे घडत गेले? या घरात वास्तव्य करण्याची बुद्धी आईला कशी झाली? कुणी मला इथे पुन:पुन्हा ओढून आणले? ते सगळे घडले तरी कसे?

हे सगळे खरे असले तरी मोहोन्याच्या त्या घराची आठवण माझ्याइतकीच सगळ्यांनी मनाच्या कुठल्यातरी कोपऱ्यात जपून ठेवली आहेच. कधीतरी एखाद्या जुन्या ट्रंकेच्या तळाशी दडपून ठेवलेला एखादा जुना फ्रॉक सापडतो तर कधी पुस्तकांचे कपाट धुंडाळताना पप्पांनी सही करून भेट दिलेली डिक्शनरी अचानक हातात येते. कधीतरी कॉलनीतल्या जुन्या मंडळींची भेट होते तर कधी मी, आई, मिरु बलकांव्वर संध्याकाळच्या वेळी 'फक्काण्या' मारत बसलेल्या असतो आणि कितीही काळजी घेतली तरी त्या घराबद्दलचे एखादे वाक्य चटकन निसटतेच. परवा अशीच उपनगरात परतताना बस वाटेत थांबली. बराच वेळ का कुणास ठाऊक सिग्नल बदलला नाही. दुतर्फा वाहनांच्या ओळी खोळंबून उभ्या होत्या. जिथल्या तिथेच सगळे थबकलेले. आभाळात कंटाळ्याचे ढग जमा होऊ लागले. सगळा परिसर मळकट होत चालला होता. सहज लक्ष बाहेर गेले. माझी बस नेमकी फिशटँकच्या दुकानासमोरच थांबली होती. मोठमोठ्या टाक्या... आरशासारख्या चकचकित काचेत बसचे प्रतिबिंब स्पष्ट पडले होते... खिडकीची चौकट... आत मी. माझ्या समोर सयामी फायटर्स, एंजल्स, गप्पीज, ब्लॅक मॉली, गुरामीज... कित्येक वर्षांपूर्वी विसरून टाकलेली नावे कशी पटापट आठवत गेली... मजेत सुळकांड्या मारत पोहत होते. शिंपल्यामागे दडलेला पंप हवेचे बुडबुडे पाण्यात उधळत होता. त्यातला एक गप्पी आपले गुलाबी पंख हलवत हलवत, तरंगत, पाणी कापत माझ्यापाशी आला. अगदी जवळ... गाल फुगवत म्हणाला

"ए... कशी सापडलीस? घरी नाही जायचं?"

तो माझ्याशी बोलतोय हे बघून दूर पोहणारा सयामी फायटर उसळलाच, त्याचे सगळे अंग रागावून फुलले, पंख विस्फारले. टाकीतले सगळे पाणी खळखळून टाकत, झाडे-पाने घुसळून सोडत त्याने तीरासारखा वर सूर मारला. गप्पीला मागे ढकलून तो पुढे पुढे आला. त्याचा तो गंभीर आवाज मनाच्या खोल डोहातून आल्यासारखा,

"ए... घरी जा... घरी जा आपल्या."

घरी? मी दचकून भानावर आले. कुठे आहे मी? क्षणभर काही सुचेना. पण आता इशारा मिळाला होता. त्या घरी जाणे भागच होते.

मी कॉलनीत पोचले.

प्रचंड गेटसमोरचा तोच रस्ता. तीच घनदाट सावली देणारी गुलमोहराची झाडे... बैठ्या चाळी... बंगले... सगळे परिचयाचे दृष्य होते तरीही काही बदललेले. ते बघताच माझ्या पावलांना वेग येत गेला. शाळा मागे पडली. पप्पांची जीप हॉर्न वाजवत यायची ते वळण आले अन् पावले जडावली. एकदा वाटले सुसाट धावत सुटावे, घर दिसेल... गॅलरी, जाळीचा दरवाजा असलेली. रस्त्यावर खाली जीप उभी असेल. तिच्यातून नुकतेच फॅक्टरीतून आलेले पप्पा उतरत असतील. मिरु, गीतू जीपमधले सामान काढत धावतपळत असतील.

"पप्पा, आम्हाला पण एक राऊंड मारून आणा ना..."

कोपऱ्यावरून वळले अन् तशीच थबकले. खरे तर ती जाणीव कॉलनीत शिरल्यापासूनच माझा पाठपुरावा करत आली होती. पण आता ती एखाद्या लोचट मांजरीसारखी पायाशी लुडबुडत घसटू लागली. त्या सगळ्या आसमंतात अवकळा दाटून आली होती. कंपाऊंडच्या ढासळलेल्या भिंती, फुटलेल्या पायऱ्या, इमारतीच्या भिंतीवरचे पाईप्स फुटून जमलेले शेवाळाचे हिरवेगार थर... सगळ्या इमारती बकाल झाल्या होत्या, आत कुठेतरी मिणमिणत पेटलेल्या एखाददुसऱ्या चुकार दिव्यामुळे त्या अधिकच कळकट, गरीबवाण्या झाल्या होत्या. मधल्या जागेत चांगले पुरुषभर उंच तण वेडेवाकडे माजोरडेपणाने वाढत गेले होते. संध्याकाळच्या मळक्या उजेडात सगळे वातावरण कुंद झाले होते. कुठे गेला इथला लख्ख सूर्यप्रकाश? इथली माणसे? माधवन, पाठारे, शेट्टी... या गल्लीत रोज गोट्या खेळणारे श्रीकांत, मकरंद... सदान्कदा रेडिओ ऐकत गिरक्या घेणाऱ्या माधुरी, मंदा... पप्पांच्या हाताशी झोंबणाऱ्या मिरु, गीतू.... गॅलरीत उभी असणारी आई... कुठे नाहीसे झाले? माझा घसा कोरडा होऊ लागला. तशीच पायऱ्या चढून वर गेले. आत शुकशुकाट होता. भकास जिन्याच्या प्रत्येक कोपऱ्यात पानाच्या लालभडक पिचकाऱ्यांचे ओघळ होते. कचरापेटी लवंडून सगळी घाण इथे तिथे पसरली होती... दुर्गंधी... फुटलेल्या काचांची तावदाने... वर मिणमिण पेटलेला बल्ब अंधाराची कळा अधिकच गडद करत होता. त्या काळवंडलेल्या पायऱ्या चढत मी वर गेले. वाटले आत्ता घर दिसेल... आत्ता कुणास ठाऊक कोण राहात असेल तिथे पण घर बघता तरी येईल. स्वयंपाकघरात आईने मारून घेतलेल्या फळ्या... जाळीचे कपाट... अजून असेल तिथे? पण वर मजल्यावर पोचले आणि बघितले तर घर बंद होते. दाराला कुलूप लावून तिथली माणसे निघून गेली होती. काय करू? कुणाला हाक मारू? काहीच सुचेना. वाटले, शेजारचे दार तरी उघडेल. तिथून नीलिमाच्या आई बाहेर येतील

किंवा नाना... म्हणतील "यशू... आई येईल इतक्यातच... ही घे चावी." पण तसे काहीच झाले नाही. त्या घरालाही कुलूप ठोकलेले होते. काय करावे ते समजेना. घराने इतकी पाठ फिरवावी? भेटायला नकार द्यावा? यासाठी इतक्या दूर धडपडत आले होते? पण इतक्या वर्षांत घराने ओळख विसरून टाकली होती. ते आईपप्पा, त्या मुलींना विस्मृतीच्या पडद्यामागे दडपून फेकून दिले होते. मला समोर उभी बघूनही डोळे घट्ट मिटून बसले होते. अनोळखीपणाने परक्यासारखे वागत होते. मी इथून परतल्यानंतर माझी आठवण काढून रडे कोसळू नये म्हणून त्याने तयारी करून ठेवली होती की काय न कळे!

माझी शक्ती संपायला लागली होती तरी हिम्मत करत पुढे होऊन मी दाराला स्पर्श केला. खरखरीत लाकडावर ऑईलपेंटचा गुळगुळीतपणा... तसाच पूर्वीसारखा... अगदी तोच स्पर्श... तो स्पर्श झाला आणि कसे कोण जाणे, एकदम आठवले या दाराच्या आयहोलच्या आतल्या बाजूला एक ढिली झालेली फिरती चकती होती. दारावर बाहेरून थाप मारली की ती आतून घरंगळून खाली पडायची. आम्ही मुली संध्याकाळी खेळायच्या नादात घरी परतायला उशीर झाला की तसे करून आत डोकावायचो, आतला अंदाज घ्यायचो. पप्पा खर्चापाणी तर देणार नाहीत? आजही बघावे का तसेच प्रयोग करून? पुन्हा घडेल तसे? इतक्या वर्षांत ती चकती दुरुस्त केली गेली असेल किंवा नसेलही. एका आत्यंतिक उर्मीने मी हात उचलला, दारावर थाप दिली... बघू लागले तर काहीच झाले नाही. काहीच नाही? इतके नाकारले या घराने मला? अगदी निराशेने भरून गेले मन. निघायलाच हवे इथून आता म्हणत मी जिन्याकडे वळले. अन् पाठीमागे "क्लिक्" आवाज झाला. बघितले तर आतली चकती घसरली होती. आयहोल मोकळे झाले. मी चकित होऊन बघतच राहिले. मला आता राहवेना. आयहोलला डोळा भिडवला तसे आतले दृश्य दिसू लागले.

पलिकडच्या इमारतीतला प्रकाश घरात पाझरला होता. समोरचा पॅसेज... अनसूयाने धुतलेल्या चकचकीत फरशा... पॅसेजच्या दोन्ही बाजूला उघडणारी खोल्यांची दारे... समोरचा हॉल... आणि आतून कोण बाहेर आले? पप्पा? "माधवी, मुली जेवल्या?" "माधवी, हम चले..." आई स्वयंपाकघरात आपल्याच नादात तिच्या आवडत्या गाण्याच्या ताना मारत होती. "आपकी नजरोंने समझा प्यारके काबिल हमें..." ... लहानगी गीतू कुठूनशी धावत आली... "पप्पा, मी तुमच्या मांडीवर झोपू?" ... पप्पांची चमची मिरु तुरुतुरु चालत आली. "पप्पा, तुमचे बूट आणून देऊ?" डोळ्यांसमोरच्या घरात नुसता गोंधळ सुरू झाला.

गप्पीने सुळकन् उडी मारली...

किती दृश्ये... पण हळूहळू थांबत, संपत, विरून जात सगळी दृश्ये अलगद

नाहीशी होऊन गेली. समोर पुन्हा एकवार रिकामा पॅसेज... कुठे गेली सगळी? पॅसेजमधले बाहुल्यांचे कपाट.... बूटचपला ठेवायचे स्टँड... या घरातली माणसे? कुठे गेली? मला दिसली होती ती, आता इथे हसत खिदळत होती. अशी कशी नाहीशी झाली? पण तसे काहीच आता तिथे दिसत नव्हते. घर रिकामे होते. पण माझे सैरभैर झालेले मन शांत झाले होते.

तेवढ्यात वरच्या जिन्यावर पावले वाजली. कोण खाली येत आहे? बघितले तर लुंगी ल्यायलेले एक वयस्क मद्रासी गृहस्थ आपल्या पत्नीबरोबर खाली उतरत होते. ते बहुतेक गच्चीवर फेऱ्या मारत असावेत. त्या बंद दारासमोर मला उभी बघून ते चकित झाले.

"कौन है, कौन तुम?"

आता उत्तर देणे भागच होते. पण कसे सांगू? काय सांगू? बरेच क्षण मला आवाज सापडत नव्हता. पण कशीबशी बोलले,

"मैं... मैं इस घरमें रहती थी... पच्चीस साल पहले."

डोळे, नाक ओले झालेले जाणवून मी थबकले. स्टॉप इट् यशोधराबाई! मोठ्या झालात तुम्ही आता. कुणी दटावले. ते गृहस्थ माझ्याकडे लक्षपूर्वक एकटक बघतच राहिले होते आणि अचानक काही कुठे क्लिक झाले.

"तुम? काटकरसाहबका बेटी... अय्यो अय्यो ... सबसे बडा ना? तुम्हारा मम्मी हमेशा व्हाईट सारी पेहेनके स्कूल जाता था... तुम्हारा पप्पा गुजर गया तब कितना लोग आया मिलनेकू? कितना रोया सब?"

मी अवाक् झाले होते... माझा विश्वास बसत नव्हता. मघा घराने एक डोळा उघडला होता. अंतरंगात दडलेल्या स्मृती माझ्या डोळ्यांना प्रत्यक्ष दर्शविल्या होत्या. आणि आता त्याने दुसरा डोळाही उघडला होता. आपल्या सगळ्या आठवणींचा खजिना माझ्यासमोर मोकळा केला होता. ते गृहस्थ आपल्या पत्नीशी तमिळमध्ये बोलत होते. मध्येच माझ्याशी हिंदीत,

"हम तभी बॅचलर था... कितना बार तुम्हारे घर आया पार्टी को... कितना बार मम्मीने खाना खिलाया... कैसा है तुम्हारा मम्मी... तुम्हारा सिस्टर्स... अभी किधर है? अरे... अरे... रोता क्यूँ है?"

त्यांना द्यायला माझ्याकडे उत्तर नव्हते. खूप आनंद झाला होता. ते घर अजूनही माझे, आमचे होते. नेहमीच तसे राहणारे होते.

आईला हे सगळे सांगायलाच तर मी धावत गोव्याला आले होते. मी स्वयंपाकघराकडे वळले. समोर पप्पांचे गोदरेजचे कपाट आणि माझे स्टडी टेबल होते. ड्रेसिंग टेबलवर जुनाच आरसा होता. मी त्यावर लहानपणी चिकटवलेला स्टिकर अजूनही तसाच होता. टीव्हीच्या बाजूला पप्पांनी आणलेला ग्रामोफोन अजून

सांभाळून ठेवला गेला होता. दीवाण, बसायचे बुटके मोडे.... शिसवी कोरीव टेबल... खुर्च्या... सगळ्या जुन्या गोष्टी या घरात आणल्या गेल्या होत्या, इथे जपल्या गेल्या होत्या. स्वयंपाकघरात आई वाटण वाटता वाटता गातच होती ''कोई आवाज दे... चले आओ.. चले आ... ओ.. चले आ... ओ''

आनंदाने मग तुडुंब झाले मन....

◆

यार की कोई खबर लाता नहीं....

ते घर आता विस्मृतीच्या गर्तेत कुठेतरी हरवून गेले आहे.

की मला उगीचच तसे वाटत राहते? लहानपणापासूनच्या सगळ्याच आठवणी आपल्या स्मृतीत कुठे जाग्या राहिलेल्या असतात? त्या हरवून जातातच ना? काही अगदी हल्ली हल्लीपर्यंत मनात रुजून राहिलेल्या असतात. पण आज प्रयत्न करूनही त्या आठवत नाहीत आणि काही कधीच न आठवलेल्या... तरीही ओळखीचा चेहरा असल्यासारख्या... अचानक पुढे येऊन उभ्या राहतात. त्यांचे अस्तित्व नाकारण्याचा कितीही अट्टाहास केला तरी त्या समोर येऊन ठाकतात तसेच या घराचे आहे का? मला वाटते की ते पूर्वीचे सगळे दिवस मी आता विसरून टाकले आहेत. पण खरेच आहे का ते? कधीतरी संध्याकाळी घरात एकटी बसलेली असताना अचानक आठवते लहानपणीच्या तपोवनातल्या परमधाम आश्रमातली प्रार्थना. तिथे जमलेली सगळे मुले ओळीत शिस्तबद्ध बसलेली असायची. गंभीर वातावरणात गीतेचे श्लोक... प्रार्थना संपल्यावर पावलांचा जराही आवाज न करता शिस्तीत शांतपणे बाहेर पडायचं. मागे राहिलेले एकदोघेजण जाजमांच्या घड्या करून एकावर एक रचून नीट कोपऱ्यात ठेवत असायचे. तेवढ्यात कुणीतरी बाहेर जाऊन घंटेवर एकच टोल द्यायचे. अंधारातून घुमत, तरंगत येणारा "घण्ण..." पळत पळत चिंचेच्या झाडाखाली पोचलेल्या माझ्या पाठीला एकदम थडकायचा. मी दचकून तिथेच उभी. पाठी पावले वाजायची. धावत येणारी प्रसादिनी काळोखात येऊन हात धरायची.

"अग, असं घाबरायचं नसतं, म्हण बघू आस्तिक आस्तिक..."

कशा या आठवणी जाग्या होतात? मी कोल्हापूरला कधीमधी जाते पण या आठवणी मनात जाग्या असूनही तपोवनात मात्र पाऊल टाकत नाही. कित्येक वर्षांत मी तिथे गेले नाही म्हणूनच या आठवणी इतक्या जोराने जाग्या होतात? जाणवत राहतात? तसे ते घर मला अचानकपणे आठवते. कधीतरी पुस्तकांचे कपाट नीट लावताना एखादे जुने शिवणाचे, भरतकामाचे पुस्तक अचानक हातात येते. पहिल्या पानावरची पुसटलेली अक्षरे,

"टू यशू, विथ लव्ह... रणजीत."

रणजीत?

आठवते, हे पुस्तक मीच बेळगावच्या 'नवभारत'मधून खरेदी केले होते. पण ते बघताक्षणीच माझ्या हातातून काढून घेऊन दादांनी स्वत:च विकत घेऊन प्रेझेंट दिल्यासारखी सही केली होती.

"दादा, काय ही जबरदस्ती?"

"असू दे... मीच दिलंय असं समज."

कधी जुने आल्बम चाळताना अगदी पाठच्या पानी दडवून ठेवलेले ब्लॅक ॲण्ड

व्हाईट फोटो ... वारीच्या कट्ट्यावर मी... पारु आणि मी झोपाळ्यावर... दादा आणि मुली होडीतून तांबाळला निघालेल्या... दादांचा वाढदिवस... समोर अस्लमखान गात आहेत, "यार की कोई खबर लाता नहीं... दम लबोंतक है निकल जाता नहीं..."

यार की कोई खबर लाता नहीं?

का होते असे? काल घडून गेलेले आज आठवत नाही आणि भूतकाळाच्या धुक्यात विरून नाहीशा झालेल्या या आठवणी पुन:पुन्हा कशा जाग्या होत राहतात? इतक्या लख्खपणे डोळ्यांसमोर उभ्या राहतात? भोवताली फेर धरून नाचू लागतात? त्या फेरातून बाहेर पडताच येत नाही की मला त्यातून बाहेर पडायचेच नाही?

खरे तर त्या घरात... छे, त्या वाड्यात पाऊल टाकण्यापूर्वी मी खूपच धास्तावले होते. ते साहजिकच होते. 'वाडा' म्हटला की कधी कथा-कादंबऱ्यांतून वाचलेले किंवा सिनेमातून बघितलेले दृश्य डोळ्यांसमोर उभे राहायचे. भलामोठा चिरेबंदी, चौसोपी वाडा... समोरचा देवडी दरवाजा... चौकातल्या पायऱ्या चढून वर गेल्यावर ओसरीवरच्या झोपाळ्यावर बसलेला अक्कडबाज पाटील... दाराआडून डोकावणारी त्याची अस्तुरी... पण खेड्यातला वाडा असा मी कधी बघितलाच नव्हता. किंबहुना लहानपणी कोल्हापूर सोडल्यावर मी खेडेगावात कधी गेलेच नव्हते, आज मात्र सीमाभागातल्या कोवाडसारख्या आडगावात एका अगदी अनोळखी घरी मी जायला निघाले होते. एरवी असे काही अनोखे करायला मला भारी खुमखुमी असते. पण या वेळी मात्र थोडी उत्सुकता, थोडी अनिश्चितता पोटात जाणवत होती कारण ही भेट तशी साधीसुधी नव्हती. तिची पार्श्वभूमी वेगळी होती. टॅक्सी बेळगाव सोडून हिंडलग्याच्या वाटेने कोवाडकडे धावू लागली तशी ती पोटातली भीती अधिकच घट्ट होऊ लागली.

रस्त्याच्या दोन्ही बाजूंचा उघडाबोडका माळ क्षितिजापर्यंत वेडावाकडा होत गेला होता. सूर्य क्षितिजाची कडा सोडून जरासा वर सरकला होता पण उन्हाच्या झळा जाणवायला सुरुवात झाली होती. रस्ता वेडीवाकडी वळणे घेत पुढेपुढे पळत निघत होता. पुढे कुठेतरी ताम्रपर्णीचे वळण लागणार होते. नदीवरचा पूल पार केला की बस स्टँड... तिथून पुढे टेकाडावर वसलेला गावाच्या घरांचा पुंजका... चावडी... देऊळ... पिंपुर्णीची झाडे... दादांच्या अनेक कथांतून जिवंत झालेले गाव... ते माझ्या परिचयाचे होते... देसाई गल्लीतला दादांचा वाडा... तिथे दादा माझी वाट बघत होते.

दादा... रणजीत देसाई... प्रत्येक मराठी माणसाच्या मनात आदर आणि स्थान असणारे व्यक्तिमत्त्व... एरवी कुठल्याही समारंभात, साहित्य संमेलनात त्यांना भेटायला मी मोठ्या उत्साहाने धावत गेले असते. अगदी शाळकरी वयात त्यांचे

‘श्रीमान योगी’ वाचून मी भारावून गेले होते. शिवछत्रपती हे आमच्या कुटुंबाचे दैवत होते. माझे आजोबा श्री. भालजी पेंढारकरांच्या संस्कारांमुळे शिवाजी महाराज आम्हां सर्व मुलांसाठी एक उत्तुंग, चैतन्यमय व्यक्तिमत्त्व बनून गेले होते. मराठेशाहीचा इतिहास आम्हाला बंदिस्त वर्गात कधीच शिकावा लागला नव्हता. बाबासाहेब पुरंदऱ्यांच्या शिवचरित्राची पारायणे करत आम्ही मोठे होत गेलो होतो. पण त्यातून शिवाजीची प्रतिमा उभी राहिली होती ती “क्षत्रियकुलावतंस सर्वधर्मसहिष्णु...” अशी अनेक चिलखती विशेषणे लीलया पेलणाऱ्या विभूतीमय श्री शिवरायांची! दादांचा शिवाजी मात्र पूर्णपणे वेगळा होता. सह्याद्रीच्या कड्यासारख्या व्यक्तिमत्त्वात दडलेला, मानवी भावभावना व्यक्त करू पाहणारा ‘श्रीमान योगी’ वाचताना मी आश्चर्यचकित होऊन गेले होते, थरारले होते. शिवाजी असाच असणार नव्हता? पाठीला ढाल अन् कंबरेला तलवार कसून ताठपणे मावळ्यांसहित घोडदौड करत जाणारा शिवाजी जणू पायउतार होऊन आमच्या घरात प्रवेश करता झाला होता. थोडासा धीर करून हात पुढे केला तर त्याच्या अंगरख्याला स्पर्श करता येणार होता. माझ्या पिढीचे अनेक जण या शिवाजीच्या प्रेमात नव्याने पडले होते. मला उठताबसता, खातापिताना, स्वप्नात शिवाजीच दिसू लागला होता आणि... आणि एके दिवशी न राहवून, घरातल्या सगळ्या मंडळींना चोरून मी दादांना माझ्या आयुष्यातले पहिले (आणि शेवटचे!) ‘फॅन लेटर’ लिहिले. पुस्तकात असलेल्या जुजबी पत्त्यावर पाठवलेले पत्र त्यांना मिळेल याची मला खात्री नव्हती आणि एवढ्या मोठ्या लेखकाकडून एका अनोळखी शाळकरी मुलीच्या पत्राचे उत्तर दिले जाईल अशी अपेक्षा करणेही चुकीचे होते. पण एके दिवशी चक्क त्या पत्राचे उत्तर आले. आंतरदेशीय पत्रावर छापलेले त्यांचे नाव वाचताच घरात नुसता हलकल्लोळ उडून गेला. ते पत्र बघून दस्तूरखुद्द छत्रपतींच्या सहीशिक्क्यानिशी खलिता आल्यासारखा मला आनंद झाला होता. पत्र आले होते... मला पत्र आले होते... एखादा अमूल्य जादूभरा हिरा जसा सप्तपाताळाच्या तळाशी दडवून ठेवावा तसे ते पत्र मी तेव्हापासून सांभाळून ठेवले ते अगदी आजतागायत...

आणि आज मी त्यांच्या घरीच निघाले होते.

ताम्रपर्णीवरचा पूल पार करत गाडी गावात शिरली, देसाई गल्लीच्या वळणावर आली अन् तिने धाडकन् वर उडी मारली. लक्षात आले, रस्ता टॅक्सीसाठी तर दूरच पण बैलगाडीलाही योग्य नव्हता. दगडधोंड्यावरून उड्या मारत गाडी पुढे पुढे चालली होती. ती एका फाटकापाशी आली आणि गपकन् थांबली. सगळ्या मराठी घरांच्या फाटकांना असतो तसा करकरीत हिरवा ऑईलपेंट त्या फाटकालासुद्धा मारलेला दिसत होता. त्या फाटकामागे एक आडवे पसरलेले, दुमजली कौलारू घर शांतपणे उभे होते. खेड्यात चुनखडीचा साधा फट्ट रंग मारलेली इतर घरे असतात

तसेच हेही... समोरच्या अंगणात कोंबड्या, बदके दाणे टिपत होती. वरच्या लांबलचक गॅलरीत टांगलेल्या पिंजऱ्यातला पोपट शांतपणे अलगद झोके घेत होता. बाकी सगळे एकदम स्तब्ध... कुठेच हालचाल दिसत नव्हती. कुठे गेले सगळे? कोणीच कसे नाही इथे? तेवढ्यात गाडीचा आवाज ऐकून दादाच एकदम वरच्या गॅलरीत आलेले दिसले. त्यांना बघताच माझ्या पोटात कधीपासून घुटमळत असणारी भीतीची लाट कुठल्याकुठे पट्टकन् वाहून, विरून नाहीशी झाली, मला कळलेही नाही. मला बघताच त्यांनी खाली वाकून पाहात हाक दिली.

"पुंडल्या... ए पुंडल्या... पळ... येशूआक्का आल्या."

आणि त्यांनी "आल्या..." म्हणताच इतका वेळ त्यांच्या पायाशी घुटमळणाऱ्या झीनी, जंबोने उड्या मारत जोरजोराने भुंकायला सुरुवात केली. कुठेतरी दडी मारून बसलेला रॉबर्ट आपल्या फेंगड्या पायांनी तुरुतुरु धावत पुढे आला. आपली रंगीबेरंगी पिसांची मान फुगवून पुढे काढत त्याने चोच वासली आणि तो मोठ्याने ओरडला

"कॉ... कॉ... कॉ... कॉऽ कॉऽ कॉऽ..."

तो ओरडा ऐकताच इतका वेळ शांत असणारी बदके एकदम दचकून धावत सुटली, कोंबड्या उसळून सैरावैरा पळत सुटल्या. धुळीचा एकच खकाणा उडाला. हा सगळा गदारोळ ऐकून सगळी देसाई गल्ली एकदम खडबडून जागी झाली. वाड्यातले नोकरचाकर माना बाहेर काढून वाकून बघू लागले.

"कोनत्या आक्का आल्या म्हनायच्या?"

"मधूआक्का काय?"

"नाय वो... पारुआक्का जनू."

सगळा एकच गोंधळ उडून गेला.

वाडा असा असतो? आगगाडीच्या डब्यासारख्या ओळीने खोल्या असणारी. ती वास्तू मी बघतच राहिले होते. कल्पनेतल्या कुठल्याच वाड्याशी तिचे मैत्र जुळत नव्हते. दादांचा वावर असणारी ती वास्तू... तिचे रूप इतके सामान्य, इतके अनाकर्षक असावे? आणि घरात इतके प्राणी? इतका कलकलाट... गोंधळ... इथे राहून इतक्या तोलामोलाच्या साहित्यकृती लिहायला यांना जमते तरी कसे? यांचे आपले ठीक आहे, त्यांना सवय असेल या सगळ्याची. पण माझे काय?

"दादा, इतके प्राणी..."

"ए, त्यांना प्राणी म्हणायचं नाही. झीनी, जंबो कुत्रे नाहीत... रॉबर्ट टर्की नाही. गंगी माकड नाही. त्यांना जो कुत्रा म्हणेल तो कुत्रा... माकड... टर्की..." म्हणजे आता गाठ यांच्याशी होती. या सर्वांशी आट्यापाट्या खेळत अंगण पार करावे लागत होते. या वाड्याला दोन प्रवेशद्वारे होती. डावीकडच्या दरवाजापुढे कोठीची खोली होती. त्या दाराने सगळी बाहेरची येणारी परकी मंडळी, पाहुणेरावळे ये-जा

करत असत. तिथल्या जिन्याने वर गेले की माजघर, दिवाणखाना आणि शिंदेमामांची माडी होती. उजवीकडचा जिना घरातल्या मंडळींचा खाजगी वापराचा जिना होता. तसे कुणी म्हटलेले मला आठवत नाही पण ती शिस्त पाळली जात होती खरी. पुढे पुढे मीसुद्धा न चुकता ती पद्धत पाळू लागले. पण त्याचे खरे कारण म्हणजे तळमजल्यावर जिन्याच्या बाजूला स्वयंपाकघर होते; घरात शिरता शिरताच पुंडलिकच्या चुलीवर पांढरा रस्सा, गोळ्यांचा पुलाव की 'इश्टू' शिजतोय त्याचा घमघमाटावरून अंदाज घेता येई हे होते. त्या जिन्यावरून वर आले की कुत्तेमंडळीना बंदी करण्यासाठी धाबा, डावीकडे तिजोरीची खोली अन् पलीकडे दादांची बेडरूम होती. उजवीकडे जेवण खोली. या घराचा आकार, बांधणी वा मांडणीत कुठेच काही मराठेशाहीतल्या वाड्यासारखे नव्हते. निदान तेव्हा तरी असे वाटत होते खरे...

कौलात बसवलेल्या काचेतून प्रकाश धुरासारखा जिन्यावर पाझरत खाली आला होता. मी जिना चढून वर आले तेव्हा दादा तिथेच उभे होते. मला त्यांची पहिली भेट आठवली. त्यांचे ते खानदानी व्यक्तिमत्त्व... देखणा, गोरा चेहरा... घारे डोळे... बाकदार नाक... आणि शोभून दिसणारा सिल्कचा कुर्ता पायजमा असा 'लई भारी' देशी वेश... या सर्वांनी मी खूपच प्रभावित झाले होते. पण आज सगळाच नूर वेगळा दिसत होता. साधी खरखरीत खादीची कोपरी आणि चट्टेरीपट्टेरी लुंगी ल्यायलेले 'स्वामी'कार बघून मला हसू यायला लागले.

"ये... ये... येशा... आलास? कसं आहे आपलं गाव? घर?"

म्हणत त्यांनी माझ्या खांद्यावर हात टाकले आणि मला एकदम जवळ घेतले. हजारो मैलांचा खडतर प्रवास करून थकून भागून आल्याचे नाटक करायचे मी आधीच ठरवले होते. त्याबरहुकूम अगदी न संकोचता मी त्यांच्या खांद्यावर मान टाकली आणि का कुणास ठाऊक रात्रभरचा बसच्या प्रवासाचा शीण एकदम नाहीसा होत गेला. मन शांत होत गेले. "कसला हा प्रवास..." आणि "दादा..." म्हणण्याऐवजी माझ्या तोंडून अचानक सटकून गेले "पप्पा..."

पप्पा?

ते ऐकताच आम्ही दोघेही थबकलो. मी बघितले. दादांच्या चेहऱ्यावर हसू उमटले होते. तसेच माझ्या.

पप्पा? पप्पांना जाऊन किती वर्षे लोटली होती? त्यांची आमच्या आयुष्यातली जागा कुणीच घेऊ शकणार नाही, असा माझा आणि माझ्या धाकट्या दोघा बहिणींचा विश्वास होता. पण आई आणि दादांनी लग्न करायचे ठरवले तेव्हा समाजात चहुबाजूंनी काहूर उठले आणि घरात जोरदार वादळी वारे वाहू लागले. सगळेच आप्त विरोधात गेलेले बघून दादांच्या मधू-पारु भांबावून गेल्या होत्या. आम्हा तिघींची परिस्थितीही फारशी वेगळी नव्हती. दादांच्या जागी इतर कुणी व्यक्ती

असती तर मुलींचा सुप्त विरोध डावलून पुर्नविवाह करणे आईला अशक्य झाले असते. पण तिथे दादा होते. दादांच्या लिखाणावर आमचे निरतिशय प्रेम होते. शिवाय अनेक मानसन्मानांनी अलंकृत असे त्यांचे संपन्न व्यक्तिमत्त्व कुणालाही मोहवून टाकणारे होते. सगळ्या समाजाचा विरोध, आशंकित झालेल्या मुली, घाबरीघुबरी झालेली आई... या सगळ्या आघाड्यांवर व्यवस्थित धोरणीपणा दाखवत त्यांनी मला पहिल्याच भेटीत अलगद आपल्या खिशात टाकले होते. नंतरच्या काही भेटीत त्यांच्या अत्यंत ऋजू वागण्याने त्यांनी मला आपलेसे करून घेतले. आणि पुढेपुढे तर...

"यशुताई? ती तर दादांची चमचीच आहे."

असे ताशेरे मिळण्याइतपत आमचे हे प्रेम जगजाहीर झाले. इथपर्यंत ठीक होते. पण आई-दादांचे लग्न अजून व्हायचे होते. या खानदानी कुटुंबात... छे, 'घराण्यात' असला विवाह पहिल्यांदाच होणार होता. 'त्याच्या' अन् 'यांच्या' मुली यापुढे एकत्र राहणार होत्या. या अमेरिकन लग्नाची वाटचाल अत्यंत खडतर असणार होती, हे उघड होते. त्यासाठी मुलींची दिलजमाई होणे आवश्यक होते. या जगावेगळ्या लग्नाच्या यशापयशाचा तो एक निकष असणार होता. मी सगळ्यात मोठी (आणि दादांच्या मते शहाणी!) म्हणून थोडी चाचपणी, थोडी पूर्वतयारी करण्यासाठी सकलसौभाग्यसंपन्न वज्रचुडेमंडित चि. यशोधरादेवींची पाठवणी कोवाडला करण्यात आलेली होती. शाळा कॉलेजला सुट्ट्या लागताच मीरा, मधू आणि पारु कोवाडला येऊन पोहोचणार होत्या.

दादा मला घर दाखवत होते. साधे खेड्यातले घर... मोठमोठ्या लांबलचक खोल्या... प्रत्येक खोलीला दोन-तीन दरवाजे अन् अनेक छोट्या खिडक्या... कुठून कुठे जायचे ते पटकन् समजत नसे. मोठमोठे दिवाणखाने... त्यात जाजमं, लोडतक्के लावलेल्या बिछायती अशी अस्सल भारतीय बैठक... जेवणाची खोली सोडली तर खुर्च्याटेबल अशी मांडणी कुठेच दिसत नव्हती इतके साधे, एकलकोंडे अन् शांत घर? पण दादांना मिळालेले अनेक पुरस्कार, मानचिन्हे, प्रशस्तिपत्रके, साहित्य अकादमीचे पुरस्कार अन् 'पद्मश्री'... त्या घराची शोभा वाढवत होते. त्या सर्व प्रसंगांची अक्षरश: शेकडो छायाचित्रे त्या घराच्या अंगाखांद्यावर दाटीवाटीने लावण्यात आली होती. बालगंधर्वांपासून यशवंतराव चव्हाणांपर्यंत महाराष्ट्राची सगळी आदरणीय व्यक्तिमत्त्वे तिथे चित्ररूपांतून जिवंत झाली होती. कोण नव्हते तिथे? कोण नव्हते तिथे? तेजस्वी विदुषी दुर्गाबाई भागवत गंभीर मुद्रेने दादांच्या शेजारी उभ्या होत्या. त्या फोटोशेजारीच आपले सशासारखे दात दाखवत निर्व्याज मनमोकळे हसणाऱ्या पुलंचा (गळ्यातल्या मफलरसकट!) दादांबरोबरचा फोटो होतो. एकीकडे कुमार गंधर्व, भीमसेन अन् वसंतराव देशपांडे ही दिग्गज मंडळी तर

दुसरीकडे आमची लाडकी गानसम्राज्ञी लतादीदी दादांसमवेत होती. दादा ज्यांच्या छत्रछायेखाली मोठे होत, घडत गेले होते ते भाऊसाहेब खांडेकर एके ठिकाणी तर दुसरीकडे आचार्य अत्रे! महाराष्ट्राच्या राजकीय व सांस्कृतिक संचिताची जोपासना करण्यासाठी या सगळ्या व्यक्तिमत्त्वांनी आपली सगळी हयात खर्च केली होती. त्यासाठी प्रत्येक मराठी मनात त्यांना आदराचे स्थान मिळाले होते. ते फोटो बघता बघता मी चकित होत चालले होते. सगळे मोठमोठे राजकारणी, साखरसम्राट, लेखक, प्रकाशक, नाटककार, रंगकर्मी (आणि समीक्षक!) दादांशी मित्रत्वाच्या नात्याने जोडले गेले होते. इतक्या वेगवेगळ्या माणसांशी एवढी जवळीक कशी साधता येत असेल यांना? कुठेही हेवादावा नाही, मत्सर नाही... मराठी साहित्यातल्या राजकारणाचा आणि राजकारणात नित्य खेळल्या जाणाऱ्या नाटकांचा स्पर्श या नात्यांना झालेला नाही. साहित्य, कला, राजकारण या सगळ्याच क्षेत्रांतली ही सगळी धुरंधर व्यक्तिमत्त्वे या एका व्यक्तीकडे कशी आकृष्ट झाली असतील? कसे जमले असेल?

दादांचा जन्म अत्यंत जुन्या वळणाच्या मराठा घराण्यात झाला होता. चार बुकं शिकली की ''आता लिवनंवाचनं फुरं झालं, शेतीकडं चला'' म्हणण्याची घराण्याची पद्धत होती. पुरुषांची ही तऱ्हा तर स्त्रियांना आक्कासाब, वैनीसाब बनून डोईवरचा पदर सांभाळत मिरवण्यापलीकडे काहीच काम नव्हते. सासर-माहेरचं बक्कळ असतंया की, मग कशाला पाहिजे आक्कासाबांनी पुढे शिकायला? स्वत:चे असे काही करायला? उंची साड्या खरेदी कराव्या, दागिने घडवावे, फार फार तर विणकाम, भरतकाम करावे. संध्याकाळी 'त्यांनी' म्हटलेच तर क्लबमध्ये किंवा पार्टीसमारंभाला जावे पण तिथेही स्त्रियांची व्यवस्था वेगळी! वडिलोपार्जित जमिनीवर ऊसाचे मळे पिकत होते. गावातली माणसे रक्ताचे पाणी करत शेतात राबत होती. ऊसाच्या गाड्या भरभरून साखर कारखान्याची वाट धरत होत्या. तिजोरीत आपसूक जमत जाणाऱ्या पैक्याच्या जोरावर राजकारणात मुसंडी मारता येत होती. त्यांच्या पिढ्या न् पिढ्या अशाच मस्तीत जगत आल्या होत्या. बाहेरच्या जगात काय प्रचंड उलथापालथी होत आहेत त्याची त्यांना खबर नव्हती आणि ती खबर नसल्याची पर्वाही नव्हती. दादा अशा कुटुंबात जन्माला येऊन वेगळे कसे झाले होते? जातपात, धर्मसंस्कार, राजकीय विचारसरणी अशा कुंपणांना पार करून त्यांच्या मैत्रीचे, स्नेहाचे धागे देश-विदेशांतल्या भिन्न स्तरांवरील लोकांपर्यंत पोचले होते. ते जिथे जिथे जात तिथे त्यांना बघून लोकांना आनंदाचे भरते येत असे. लोकांना त्यांच्या लिखाणाबद्दल प्रेम होतेच पण एक व्यक्ती म्हणूनही मराठी जनतेने त्यांच्यावर प्रेम व आदराचा अपार वर्षाव केला होता. त्या लोकप्रियतेच्या अनेक खुणा असंख्य भेटी आणि सन्मानचिन्हांच्या रूपात त्या घरात ठायी ठायी विखुरलेल्या दिसत होत्या.

त्या घरात आणखी काय होते? खरं तर काय नव्हते असाच प्रश्न विचारावा लागेल. पुस्तकांनी ठासून भरलेली कपाटेच कपाटे तिथे उभी होती. ती सगळी पुस्तके दादांनी आपल्या साहित्यकृतींसाठी संदर्भ धुंडाळण्यासाठी गोळा केली नव्हती. अगदी प्राचीन साहित्याच्या पोथ्यांपासून ब्रिटिश, फ्रेंच, अमेरिकन अनेक लेखकांच्या उत्तमोत्तम साहित्यकृती दादांच्या संग्रहात होत्या. तत्त्वज्ञान, चित्रकला, संगीत... त्यांना कुठलाही विषय वर्ज्य नव्हता. इतिहास तर त्यांचा प्राण होता, श्वास होता. तिथे रमायला त्यांना स्वभावतःच आवडे. अगदी विद्यार्थिदशेपासून त्यांनी हा छंद जोपासला होता. अनेक खाजगी लायब्ऱ्या खास परवानग्या मिळवून धुंडाळून काढल्या होत्या. त्यासाठी अपार कष्ट केले होते. ते सगळे बघता बघता मला आमचे पप्पा आठवत गेले. पप्पा... मुंबईतल्या एका छोट्याशा कंपनीत काम करणाऱ्या मॅनेजरचा पगार तो केवढा? पण त्यातूनही त्यांनी आम्हा मुलींना समग्र अत्रे, फडके, खांडेकर, आपटे असे पुस्तकांचे संचच्या संच आणून दिले होते. ते स्वतः पुस्तकं वाचत नसत पण कितीतरी डिक्शनऱ्या, एनसायक्लोपिडीया, टाईम-लाईफ सिरीज, मराठी मासिके आमच्यासाठी कटाक्षाने आणली जात होती. त्यांच्या भल्यामोठ्या मित्रपरिवाराच्या आतिथ्यात काही कमी पडू नये म्हणून किती प्रकारचे क्रॉकरीचे सेटस्, कटलरी, अनेक प्रकारचे ग्लासेस, नॅपकिन्स त्यांनी आणून काचेच्या कपाटात सजवले होते. आत्ता या घरातून फिरताना जेवणाच्या खोलीतली काचेच्या सुंदरसुंदर वस्तूंनी भरलेली प्रचंड कपाटे माझ्या नजरेतून सुटली नव्हती. मुंबईतले आमचे घर छोटेसे होते म्हणून पप्पांनी माशांच्या टँक्स आणि पक्षांच्या पिंजऱ्यांवर समाधान मानले होते तर इथे फिशटँक, पक्षी, कुत्रे, माकडे घरभर नांदत होती. तसे त्या दोघांत काही साम्य नव्हते तरीही कुठेतरी काहीतरी सारखे आहे असे मला आतून आतून वाटू लागले होते.

त्या कपाटांच्या वर आणि आजूबाजूला ढाली, तलवारी, दांडपट्टे, भाले, असा जुन्या शस्त्रांचा संग्रह सजवण्यात आला होता. त्या तलवारी बघून मी विचारले,

"दादा, या तलवारी खऱ्या की भालजी पेंढारकरांच्या रंगपटातल्या?"

मला हसायला यायला लागले.

"ए गप् ग पोरी, सगळ्या खऱ्या आहेत बरं, अँटिक पीसेस!"

दादांचे हे 'अँटिक पीसेस्' आम्हाला नंतर बरेच दिवस विनोदाचे विषय पुरवत राहिले.

दिवाणखान्याच्या भिंतींमध्येही काचांचे दरवाजे असणारी शेल्फस् दादांनी मुद्दाम करवून घेतली होती. तिथे मात्र सगळी पुस्तके चित्र, शिल्प, वास्तू अशा कलांवरची होती. रोदँ, मायकेलअँजेलो, लिओनार्दो, व्हॅन गॉग, मॉने... कितीतरी कलाकारांची चरित्रे, त्यांच्यावर लिहिल्या गेलेल्या दुर्मिळ साहित्यकृती, त्यांच्या चित्रांचे कॅटलॉग्ज,

देशोदेशींच्या म्युझियम्सवरच्या माहितीपुस्तिका तिथे जपून ठेवल्या गेल्या होत्या. ते बघता बघता मी खुश होत चालले. किती वर्षांपासून ते विश्व मी विसरूनच गेले होते. या मधल्या काळात दुरावलेले ते सगळे मित्र इथे पुन्हा भेटायला आले होते. कधीतरी मी इथे येणार होते त्याची वाट बघत राहिले होते... मी इथे यायचे आणि त्यांनी इथे असायचे हे आधीच कुणी ठरवून टाकले होते?

पण बघितले तर या सर्व पुस्तकांच्या कपाटांना कुलुपे लावलेली दिसत होती. म्हणजे या पुस्तकांना हात लावण्याची मुभा नव्हती? पण ही संधी मी आता सोडणार नव्हते. कितीक वर्षांपासून त्या जगात परतण्यासाठी जीव किती आसुसला होता ते आत्ता कुठे समजायला लागले होते. ध्यानीमनी नसताना कुणीतरी दिशा दाखवली होती अन् जीएंच्या इस्किलारसारखे त्या जगाच्या प्रवेशद्वारावरच आणून उभे केले होते. आता मागे फिरायचे नव्हते. माझी तगमग वाढत चालली तसा मी धीर एकवटला, घसा खाकरत म्हटले,

"दादा..."

दादा वळले. त्यांची ती वाघोबासारखी भेदक नजर... मी गांगरले, अडखळले बोलू की थांबू? पण हिंमत केली.

"दादा, ही पुस्तकं मी वाचू शकते?"

माझा प्रश्न ऐकताच त्यांच्या चर्येवर आश्चर्य उमटत गेले आणि ओठाच्या कोपऱ्यात थोडे मिश्किल हसू.

"तू हे वाचणार, येशा?"

"होय दादा, कधीपासून वाचायचंय हे सगळं पण..."

त्या 'पण'च्या पुढचे बरेच काही दादांना आत्ताच सांगता येण्यासारखे नाही हे जाणवून मी घुटमळले, पण दादांच्या काहीतरी लक्षात आले असावे. कुठेतरी कळ फिरली की फिरवली गेली? त्यांनी बंडीच्या खिशात हात घातला आणि चाव्यांचा जुडगाच बाहेर काढला.

"हे घे, या चाव्या... पुस्तकं काढा, वाचा पण परत जागच्या जागी ठेवा. आता ती तुमची जबाबदारी..."

"ओह, दादा..."

इतरांना पुस्तके वाचायला देण्याच्या बाबतीत अतिशय कंजूष असणाऱ्या दादांनी सगळा खजिनाच माझ्या स्वाधीन करून टाकला होता. मी पुढे काही बोलणार एवढ्यात पुंडलिक चहाचा ट्रे घेऊन आला. आम्ही तिथेच बैठकीवर बसलो. दादांनी पानाचा डबा पुढ्यात ओढला. अडकित्त्याने सुपारी कातरल्यासारखे करत अगदी सहज टाकल्यासारखा प्रश्न... पुन्हा बारीक टोकदार नजर...

"मग, तुला कोणता चित्रकार आवडतो?"

या प्रश्नाचे उत्तर देणे मला तितकेसे कठीण नव्हते.

"दादा, आपल्या कलाकारांपैकी आबालाल रेहमान आणि युरोपियन्समधला व्हॅन गॉग."

ते ऐकताच दादांचा अडकित्ता धरलेला हात तिथेच थबकला. बापरे, काही चुकले की काय माझे? त्यांचा चेहरा गंभीर होत गेला. ते बघताच माझा चहाचा कप हवेतच थांबून राहिला... अर्धवट कातरलेली हातातली सुपारी तोंडात टाकत ते चटकन उठले, म्हणाले,

"चला."

"कुठे?"

"आता चला म्हटलं की चलायचं."

दिवाणखान्यातून माजघरात येत आम्ही दोन पायऱ्या उतरलो आणि शिंदेमामांच्या माडीत आलो. उतरत तिरप्या झालेल्या कौलारू छपरात बसवलेल्या काचेतून उतरलेल्या धुरकट प्रकाशाचे कवडसे खालच्या लाकडी तुळयांवर पडून परावर्तित होत होते. त्यात रंगीबेरंगी धुळीचे कण... उड्या मारणारे... नाचणारे... लाकडी तक्तपोशीवर उमटणाऱ्या आमच्या पावलांच्या आवाजाखेरीज तिथे इतर कुणीच नव्हते. काय आहे इथे बघण्यासारखे?

"येशा... हे बघ."

दादांनी निर्देश केला तिथे बघताच मी अक्षरश: थाडकन् उडालेच.

"दादा, अे आबालाल रेहमान? ओरिजिनल?"

माझा आपल्या डोळ्यांवर विश्वास बसत नव्हता. रेहमानांच्या इवल्याशा चित्रातल्या जलरंगांची पारदर्शक तरलता मला शाळेतल्या पाठ्यपुस्तकात प्रथम भेटली आणि तिने तेव्हापासून मला वेडावून टाकले होते. मी त्या चित्राकडे वेड्यासारखी बघतच राहिले.

"आणि हे बघ."

दादांनी मला खांद्याला धरून वळवले. दीनानाथ दलाल? आणि जामिनी रॉय सुद्धा? माझा विश्वास बसत नव्हता. मघाशी आवडत्या चित्रकारांचा उल्लेख करताना जामिनींचे नाव घ्यायचे निसटून गेले त्याबद्दल मला आतून अपराधी वाटलेच होते. त्याबद्दल त्याची मनातल्या मनात क्षमाही मागून झाली होती. जामिनी रॉयच्या लोककलेतून आलेल्या चित्रांपेक्षा कमीत कमी रेषांची वळणे आणि मोजकेच रंग वापरून काढलेली 'मदर ॲण्ड चाईल्ड' सिरीज माझी खास आवडती होती. ती चित्रे न्याहाळताना कित्येक तास न् तास मी अगदी विरघळून जाई, आनंदात बुड्या मारत राही. आज तीच दुर्मिळ चित्रे खरीखुरी बनून माझ्यासमोर उभी होती. आता मला कितीही वेळ त्यांच्या संगतीत घालवता येणार होता. जामिनीबाबूंनी मला माफ करून

टाकले होते.

"दादा ही सगळी पेंटिंग्ज तुम्ही कशी मिळवलीत?"

"आता मिळवली. आहे की नाही कलेक्शन? अग, मी रणजीत देसाई आहे. माझ्या अँटिक्सना हसता काय, लेको? पेंटिंग्ज बघा."

माझा आवाजच बंद करून टाकला.

त्या घराचे आणि माझे चांगलेच सूत जमून आले. सकाळी मी जरा उशीराने उठायचे. तेव्हा दादा बहुधा गॅलरीत बसलेले असायचे. पुढ्यात झीनी. जर ते तिथे बसलेले दिसले नाहीत की विचारायचे,

"अरे, दादा कुठायत्?"

"वर जी."

दिवाणखान्याच्या जिन्याने अगदी पाय न वाजवता वर चढत गेले की तिथे दादा पाठमोरे लिहीत बसलेले दिसायचे. ही त्यांच्या लिखाणाची खोली. खोली कसली? गच्चीकडे जायच्या जिन्यावरच्या चौकोनी भागात त्यांची टेबलखुर्ची जेमतेम मावायचे. बाजूला एखादे शेल्फ, त्यावर मोजकी पुस्तके! पण वाड्यातली ती सगळ्यात उंचावरची मोक्याची जागा. त्या खोलीला काचेची तावदाने असणाऱ्या दोन भल्यामोठ्या खिडक्या होत्या. तिथून दूरवर पसरत गेलेली गावातली शेते दृष्टिपथात यायची. उन्हाळ्यात हा आसमंत उघडाबोडका होऊन रखरखीत उन्हात तापून निघायचा. भुईतून निघणाऱ्या मृगजळाच्या लाटा वरवर नाचताना दिसायच्या पण पाऊस पडू लागला की हे दृश्य बदलून जायचे. शिवारात धांदल सुरू व्हायची. नांगर फिरू लागायचे.. मग पेरण्या... कोळपण्या... झोडपणाऱ्या पावसाचा तडाखा सहन करत डोईवर खोकी घेऊन चिखलात काम करणारी माणसे दूर दूरवर दिसत राहायची. हे सतत बदलणारे निसर्गचित्र दादा टिपत राहायचे, अनुभवत असायचे. तीच दृश्ये त्यांच्या ग्रामीण कथांतून पुन्हा जिवंत व्हायची. अत्यंत शांत, स्थिर बसलेल्या दादांची ती पाठमोरी मूर्ती... त्यांची टेबलावर कललेली मान... मानेवर रुळणारे पांढरे केस... एका बाजूने खाली घसरलेल्या बंडीमुळे उघडा पडलेला खांदा... गळ्यातला जाड साखळी... खांद्यापासून पुढे आलेला अत्यंत स्थिर हात... चष्म्यामागची एकाग्र मुद्रा... दादा नेहमी फाऊंटनपेनने लिहायचे. पांढऱ्याशुभ्र कागदावर सरळ रेषेत टपटप उतरत जाणारे किरट्या वळणांचे शब्द... कुठेही गोंधळ, गडबड नाही, खाडाखोड तर मुळीच नाही.

इतकी आत्ममग्नता...

अशी पानेच्या पाने भरत जायची. त्यांच्या सगळ्या साहित्यकृती त्यांनी त्या

एवढ्याशा खाचीसारख्या जागेत बसून लिहिल्या. एवढे पसरलेले ते दणदणीत घर असूनही त्यांना तिथेच अडचणीत बसून लिहायला आवडे. भल्या सकाळी सगळे घर जागे होण्यापूर्वी ते कधी उठून सटकन् तिथे निघून जात कुणालाच कळत नसे. घरातले सगळे नोकरचाकर आणि दिवसभर सतत भेटायला येणाऱ्या पाहुण्यारावळ्यांच्या गर्दीतून सुटका करून घेण्यासाठी त्यांनी ती जागा निवडली होती. एकदा का दादा 'लिवायला' बसले की तिथे कुणीच फिरकायचे नाही अशी सगळ्यांना सक्त ताकीद होती. अगदीच अडचण असली तर आई किंवा पुंडलिक वर जाण्याचा धीर करत. तेही आधी खालून अंदाज घेत.

"येऊ काय जी वर?"

याला अपवाद फक्त कुत्तेकंपनीचा होता. पण तीही इतकी बेरकी! जिन्याच्या पायथ्याशी झीनी पुढच्या दोन पायांवर मान टाकून मुकाट बसलेली दिसली की ओळखायचं दादा वरती लिहायला बसलेत. मग इतकी माणसे घरात असूनही वरच्या मजल्यावर शुकशुकाट व्हायचा.

"लिवतायत जी!"

काय कौतुक पण...

सुट्ट्या लागल्याबरोबर मधू, पारु आणि मीरा कोवाडला येऊन थडकल्या. त्या तिघी एकाच वयाच्या. दुधात साखर विरघळावी तशा आम्ही कधी एक होऊन गेलो आम्हालाच कळले नाही. त्यानंतर लवकरच आई-दादांचे लग्न झाले आणि आई कोवाडला आली. ते अस्ताव्यस्त पसरलेले घर बघताच आपल्या शिक्षकी पेशाला अन् गृहिणीधर्माला अनुसरून तिने आल्याआल्याच घराची साफसफाई करायचा चंग बांधून उत्साहाने पदर खोचला. आधी घराची रंगरंगोटी झाली. मग 'विलेक्ट्रीक्'ची कामे झाली. नवे पडदे, गालिचे... नव्या बैठका सजल्या. क्रोकरीची कपाटे नीट, स्वच्छ झाली. ताम्रपर्णीच्या पाण्याचा रंग प्यालेल्या चादरींच्या जागी आता बेळगावच्या लाँड्रीमधल्या कुरकुरीत शुभ्र चादरींच्या थप्प्या धोब्याच्या कपाटात लावल्या गेल्या. दादांचे सगळे फोटो एका दालनात 'नीट' लावण्यात आले. शिंदेमामांच्या माडीची 'आर्ट गॅलरी' झाली. आईच्या आग्रहाला मान देऊन अंगणात तुळशीवृंदावन उभे राहिले. सकाळ-संध्याकाळ त्यापुढे दिवा लावला जाऊ लागला. अगदी कौलांपासून कोठीखोलीपर्यंत सगळे कसे 'शाप' होऊन गेले. दिवसभर आई आणि तिच्यामागे पुंडलिक, शिवाजी, तानाजी आणि कृष्णा मिस्त्री अशी फौज काही ना काही दुरुस्ती वा सफाई करत घरभर फिरताना दिसे. दादा हे सगळे अतिशय कौतुकाने बघत अन् म्हणत,

"कर, बाई कर."

पण कधीतरी त्यांच्यातला तो वात्रट नवरा जागा होई.

“माधवी... अग माधवी... ”

ती खाली कुठेतरी अंगणात किंवा कोठीत पुढ्यात पसारा काढून बसलेली असे. ती धावत वर येई.

“आले... आले... दादा, काय झालं?”

“इथे जरा पायाला कचराच लागतोय् नाही?”

मग ती आणि तिची फौज त्या न दिसणाऱ्या कचऱ्याच्या कणांचा नायनाट करायच्या मागे लागली की त्यांना पोटाच्या तळापासून गदगदून आनंद होई. त्यांना सर्वांना असे कामाला लावून टाकून हे आपले तंबाखू मळत पांडूमास्तरांशी गप्पा मारायला मोकळे!

पूर्वी असे नव्हते.

मी संध्याकाळी शेतावरून फिरून परत यायचे तेव्हा दुरून हे घर दिसायचे. गावातल्या इतर घरांसारखेच पण जरा मोठे अन् उंचावर म्हणून ते चटकन् नजरेत भरे. संध्याकाळच्या वेळी गावातल्या रस्त्यांवरचे दिवे पेटलेले असत. गावातली इतर घरे उजळलेली दिसत. गुरेवासरे परत घरी आलेली... त्यांच्या घंटांचे आवाज... कुठे हंबरणे... घराघरातून चुली पेटलेल्या असायच्या. या वेळी कुणीही बाई घराबाहेर दिसायची नाही. मालक आणि पोरं घरी यायच्या वेळेला भाकरी तयार हवी म्हणून सगळ्याजणी स्वयंपाकपाण्याला लागलेल्या... रामाच्या देवळासमोर पोरांचा दंगा उसळलेला असे. कुठे रेडिओ, ट्रांझिस्टरवर गाणी लागलेली ऐकू येत. सगळीकडे गडबड... लगबग... पण हे घर मात्र अगदी शांत असे. का कुणास ठाऊक त्या घराच्या मानगुटीवर अंधार ठाण मांडून बसला आहे, असे मला वाटत राही. सगळे घर उदास, जडावलेले... पाठीचा पोक काढून चिडीचुप बसलेल्या म्हातारीसारखे! कुत्तेकंपनी कुठेतरी अंधारात दडी मारून लपून बसलेली... कोंबड्या, बदके आपल्या पिंजऱ्यात माना टाकून पडलेली... गोठ्यातल्या अंधारात चाहूल नसावी? तिथे कुणीच दिसत नसे. धावणारे... पळणारे... गाणी गाणारे... धबाधबा भाकरी थापणारे...

जिना चढून वर येताना, तिजोरीची खोली पार करून दादांच्या खोलीत जाताना स्वत:च्याच पावलांचे नाद ऐकू येत व दचकायला होई. कोण असेल? छताखालच्या तुळयांच्या लांबलचक सावल्या माडीवर तिरप्या पडलेल्या... घराचे छिन्न तुकडे करून टाकणाऱ्या... असे का झाले असेल? इथे कुणीच का नसेल आधी? या भेदरवणाऱ्या सावल्या कां अशा घरभर विखुरल्या आहेत? कुणी भिरकावले त्यांना इथे? कधीपासून त्यांनी आपले अभद्र हातपाय या घरात पसरले आहेत, या घराचा कब्जा घेतला आहे? त्यांना कुणीच हुसकून का काढत नसेल? ‘जा’ असा हुकूम का करत नसेल? का कोणी पाठीमागून धावत येत नाही, म्हणत नाही.

"अग, असं घाबरायचं नसतं. म्हण बघू आस्तिक, आस्तिक..."

पण आईचा त्या घरात प्रवेश झाला आणि तिच्या स्पर्शाने ते घर कात टाकल्यासारखे बदलत गेले. सगळे घर प्रकाशाने उजळून निघाले, वेगवेगळ्या रंगांच्या छटांनी सजून गेले. आम्ही मुली संध्याकाळी फिरून परत यायचो तेव्हा आई तुळशीवृंदावनापुढे सांजवात लावून आत गेलेली असायची. मुली घरात शिरल्या की स्वयंपाकघरातून तिची हाक ऐकू यायची. गावाबाहेर उघड्यावर फिरून आलेल्या मुली, त्यांची दृष्ट काढायला नको? मग आलेल्याची, गेलेल्याची... कोपऱ्यावरच्या म्हातारीची... चावडीवरच्या टग्यांची... पिंपळावरच्यांची... बांधावरच्यांची... आईबापांची... नजर लावणाऱ्या कुणा पाप्याची... अशी भलीमोठी यादी करत अन् ती वाढवत नेत मुलींची दृष्ट काढण्याचा सोहळा रोज पार पडे. त्या सगळ्या दुष्ट, पापी, काळतोंड्यांचे डोळे फुटून जावोत... असे म्हणून मीठमिरच्या चुलीत टाकल्या आणि त्या थडाथड् फुटून चांगला खाट सुटला की मगच तिचा जीव भांड्यात पडे. आपल्या अन् त्यांच्या मुली असा डावेउजवेपणा तिला कधीच करता आला नाही. स्वयंपाकघरातल्या मंद प्रकाशात चुलीसमोर हातात मीठमोहऱ्या घेऊन उभी असलेली आई समोर ओळीने उभ्या पाच मुलींना बघून स्वत:शीच खुश होई.

एकदा का हे सव्यापसव्य पार पडले की मग मात्र मुली माडीवर पळ काढत. दिवाणखान्यातला स्टिरिओ उघडला जाई, त्याच्या तबकडीवर रेकॉर्डस्‌ची चळत रचली जाई आणि घरात चक्क 'डिस्को' सुरू होई. धाकट्या पारूला संगीताचा चांगलाच कान होता. पॉप, जाझ, ब्लूज ऐकताना ती अगदी रंगून जाई. सी. रामचंद्र हे तिचे आणि आर. डी. आमचे सगळ्यांचेच दैवत होते. शिवाय नॅट किंग कोल आणि हॅरी बेलाफॉन्त हे आमचे दोघींचे 'वीकनेस' होते. तेव्हा तशा एखाद्या उसळणाऱ्या, झिंग आणणाऱ्या गाण्याच्या सुरांनी घर भरून गेले की पारुला राहवत नसे. तिचा नाच सुरू होई. हळूहळू सगळ्या मुली त्यात ओढल्या जात. मग सुट्टीसाठी आलेल्या पाहुण्यांच्या मुली... नंतर नंतर आमची मुले पारूमावशीच्या कडेवर बसून या नाचात सामील होत गेली. दादा नेमके शेतावरून परत यायच्या वेळी घरात हा दणदणाट... थयथयाट सुरू होई. ते दिवाणखान्याच्या दारातून वाकून बघत आणि उग्गीच आपलं नाटक करत.

"अग पोरींनो, काय हे? हे घर कोणाचं? रणजीत देसायांच्या घरात हे थेर? स्टॉप इट् ऑल ऑफ यू...गीतू, तू सुद्धा यांच्यात? माधवी.. माधवी... बघा... बघा... हे काय चाललंय..."

पण त्यांना कोण दाद देणार? उलट पारू तशीच नाचत, उड्या मारत पुढे जाई आणि त्यांना पकडून आणून पार्टीत सामील करून टाकी. दारात उभी आई हतबुद्ध होऊन पोरींच्या मध्ये नाचणाऱ्या दादांना बघत राही. कुत्तेमंडळींना हा काय प्रकार

चाललाय ते समजत नसे. ती 'ऑ' करून थबकून उभी राहात. नंतर तीही त्या नाचात घुसून जात. मग त्यातल्याच कुणाच्या तरी शेपटीवर चुकून पाय पडला की नुसता हलकल्लोळ माजून जाई. दादा धापा टाकत टाकत म्हणत...

"पोरींनो काय करता ग? घराच्या खापऱ्या तरी शिल्लक ठेवा..."

दादांचा प्राणीसंग्रह हा त्यांच्या खास प्रेमाचा विषय होता. आधी झीनी, मग सलीम, सलमान, ज्यूली, रॉकी, जम्बो आणि सॅण्डी अशी ही प्रजा वाढतच गेली. आई कोवाडला आली तशी पाच मुलींबरोबर ही सात मुलेही तिच्या गळ्यात पडली. बरोबर गंगी, रॉबर्ट, बदके, कोंबड्या... अन् गोठ्यातली गुरेवासरे... ती होतीच. कुणी पारधी एखादे हरण, मोराचे पिल्लू पकडून घेऊन येई. एकदा तर एक जखमी झालेले घुबड या ताफ्यात आणून सोडण्यात आले. आईलाही या सगळ्याची भलतीच हौस! बघता बघता घरापुढचे सगळे अंगण जाळीच्या पिंजऱ्यांनी भरून गेले. मग नातवंडांचे हट्ट पुरवण्यासाठी ससे मुद्दाम कुठूनतरी आणून तिथे सोडण्यात आले आणि त्यांची पिलावळ कोंबड्याबदकांच्या फत्ताड्या पायांतून धावू लागली. हे सगळे प्राणी खाली अंगणात राहात पण कुत्तेकंपनी मात्र वर घरात राजेशाही थाटात बागडायची. घरी कोणी मोठे पाहुणे येणार असले की आई सगळे घर साफ करायची. ठेवणीतल्या चादरी, लोडतक्के लावून सगळी सजावट केली की ते सगळे नीटनेटके दृश्य पाहून ती स्वतःच खुश होऊन जाई.

"दादा, काय मस्त दिसतंय नाही?"

मग दिवाणखान्याचे दरवाजे बंद करून मुलीनातवंडांना तिथे जायला मज्जाव करण्यात येई. पण कुत्तेकंपनीतल्या कुणाला तरी दुर्बुद्धी सुचे. त्यातलेच लहानगे कुणी सगळ्यांचा डोळा चुकवून दाराच्या फटीतून सुळ्ळकन् आत शिरे आणि तंगडी वर करून तिथे आपला कार्यक्रम उरकून गपचूप पळ काढी. दादा लिखाण संपवून खाली येताना त्यांच्या दृष्टीला हा 'प्रकार' पडला की ते हसत हसत दिवाणखान्यातून बाहेर येत.

"माधवी, माधवी... हे बघ, तुझ्या मुलांनी काय केलं? कोण आहे रे तिकडे? आणा बघू त्या सर्वांना पकडून इकडे..."

"दादा, माझी पिवळी चादर..."

आई रडकुंडीला येई. आईची अशी फजिती झालेली बघून दादांना खरे तर आनंदाच्या अगदी उकळ्या फुटायला लागलेल्या असत. पण वरकरणी गंभीर चेहरा करून ते तिथे उभे राहात. झीनी, सलीम, रॉकी... सगळे इतके बेरकी प्राणी की 'तो' कार्यक्रम कुणी केला आहे याचा सुगावा लागताच जे कुठेतरी कळ फिरल्यासारखे अदृश्य होऊन जात ते जाम सापडता सापडत नसत. पुंडलिक, शिवाजी, तानाजी

त्यांना शोधायला घामाघूम होऊन पळत सुटत. कसेबसे त्यांना धरून पकडून, ओढून आणून दादांसमोर उभे केले की दादांची दटावणी सुरू होई. सगळे वातावरण तंग होई...

"झीनी... कोणी केलं हे? कळत नाही? आई सकाळपासून सफाई करते आणि तुम्ही असं केलं? कोणी केलं? सलीम... तुम्ही?"

दादांचा आवाज चढत जाई तशी ती अधिक कावरीबावरी होऊन जात. त्यांच्यातील अपराध्याची शेपूट खाली खाली पडत 'आत' जाई. गुन्हेगाराचा शोध आपसूकच लागे. मग त्याच्या ×××वर एक फटका दिला की हुश्श! पुन्हा सगळे भुंकत उड्या मारत हुंदडायला उधळलेले... ते बघून आई चिडीला येई.

"दादा, तुम्ही बिघडवून ठेवलंय् यांना.."

"अग, त्यांना बिघडवणारा मी कोण? पोरं तुझी..."

त्या सातजणांची देखभाल करण्यासाठी तानाजीची खास नेमणूक करण्यात आली होती. त्यांच्या आंघोळी, इंजेक्शने, खाणेपिणे, फिरवणे अशी अनेक कामे करण्याची जबाबदारी त्याच्यावर होती. गावात प्राण्यांचे सरकारी डॉक्टर होते पण यांच्यासाठी फॅमिली डॉक्टर डॉ. जोशींना बोलवले जाई. झीनी पहिल्यांदाच बाळंत होत होती तेव्हा जिन्याखाली वेदनांनी विव्हळणाऱ्या झीनीबरोबर आई, दादा बसून राहिले होते. सभोवताली घरातले सगळे नोकर चाकर... एक माणसांचा आणि दुसरा जनावरांचा डॉक्टर दिमतीला असे सगळे साग्रसंगीत प्रकरण होते. पोटात येणाऱ्या प्रत्येक कळेबरोबर झीनी मोठ्ठ्याने गळा काढायची की सगळ्यांच्या जिवाची नुसती वरखाली घालमेल... सगळी संध्याकाळ हे असेच चालू राहिले. जिन्यावरच्या सावल्या लांब सरकत जिन्याखाली आल्या. गावातली वीज गेलेली होती म्हणून पुंडलिकने घरातला ईस्ट इंडिया कंपनीचा दणदणीत लॅन्टर्न पेटवला. त्या उजेडात झीनीच्या भोवती सगळे गोल करून बसलेले... केविलवाण्या झीनीचे अंधारात बल्बसारखे चमचमणारे डोळे... पण ती बाळंत होईना. तिची तळमळ बघून सगळ्यांची तहानभूक हरपून गेली.

"दादा... दादा... बघा हो कशी करतेय् ती." आई.

"झीनीआक्कांना कधी बाळ होईल हो?" तानाजी.

"झीनी... झीनी... बेटा... उगी उगी... रडू नको." दादा.

"झीनीआक्कांना इंजक्शन देऊ या काय जी? पहिलीच येळ नव्हं?" पुंडलिक.

अशा अनेक कळा देत देत शेवटी मोठ्या शर्थीने झीनीने पहिल्यावहिल्या पिल्लाला जन्म दिला. ते लहानसे पिल्लू बघताच सगळ्यांचा जीव भांड्यात पडला. पण प्रकरण इतक्यातच भागण्यासारखे नव्हते. कारण झीनी शांत होण्याऐवजी आणखीनच गळा काढायला लागली होती. मग दुसरे पिल्लू... तिसरे...

"अगा, अगा... किती पोरं काढतिया? मेलो गा बाबा मी ठार... मला वाटलं एकातच संपतया सगळं."

डॉ. जोशींची प्रतिक्रिया बघून सगळेच हसायला लागले. अगदी रडणारी आईसुद्धा...

मग झीनीआक्कांच्या बाळासाठी कॅल्शियम काय... व्हिटॅमिन्स ड्रॉप्स काय... जणू काय मुलगीच बाळंतीण झालीय्. असे त्या घरात त्या सर्वांचे अतोनात लाड चालायचे. गंगीला भाकर खायला घालायला दादाच लागायचे. इतर कुणी भाकरी घालायला गेले की दात फिस्कारून, केस पिंजारत कचकचत अंगावर धावून येणारी गंगी दादा हातात खाऊ घेऊन जवळ गेले की अगदी गुणी मुलीसारखी त्यांच्या कुशीत बसून गुलूगुलू बोलत भाकरी खात राही. व्हरांड्यातले पोपटही दादांना येताजाता बघून उड्या मारू लागत, त्यांना गोड हाका मारत. कुत्तेमंडळीची तर गोष्टच वेगळी... दादांच्या ताटातले सगळे मटण टेबलाखाली जिभा बाहेर काढून बसलेल्या श्वानपथकाच्या पोटी पडे. त्या सगळ्या बिघडलेल्या प्राण्यांचे इतके अतोनात लाड व्हायचे ते बघून मुली वैतागायच्या, म्हणायच्या,

"दादा, तुमच्या मुली होण्यापेक्षा तुमच्या घरातलं कुत्रं झालेलं परवडलं!"

बिच्चारे दादा! विचारात पडायचे...

"माधवी, मुलींना कुठे काही कमी तर पडत नसेल?"

खरे तर तसे मुळीच नव्हते. सगळ्या जणी खाऊनपिऊन, लाड करून घेऊन तृप्त होत होत्या. मी माझा मुक्काम त्या पाचजणींच्या आम खोलीतून कधीच हलवून टाकला होता. मी सगळ्यात मोठी, एवढी पुस्तकं बिस्तकं वाचणारी, मग मला शांत जागा हवी म्हणून आधी दादांच्या खोलीबाहेरच्या तिजोरीच्या खोलीत आणि नंतर आईदादांची नवी बेडरूम तयार झाल्यावर दादांच्या खोलीत मी माझी पथारी हलवली. निवांत वाचायला अन् झोपा काढायला ती झरोकेदार खिडक्या असणारी खोली अगदी योग्यच होती. खिडकीत पुस्तकांच्या थप्प्या रचलेल्या असत. पुस्तके वाचत वाचत माझा दिवस कसा पसार होई कळत नसे. मायकेलअँजेलो, मॉने, गोगॉ, व्हॅन गॉग... कितीतरी अलौकिक व्यक्तिमत्त्वांशी माझा परिचय इथे होत गेला. त्यांची अनेक चित्रे... त्यांमागच्या अनेक आख्यायिका... दादा उलगडून सांगायचे. माझ्या डोक्यात उद्भवणाऱ्या शंका सोडवायचे. कधी शिंदेमामांच्या माडीवर तर कधी वरच्या टेरेसवर हा खाशा स्वाऱ्यांच्या गप्पांचा फड रंगायचा. इतर मुलींना त्यात स्वारस्य नव्हते. मग त्या आमच्याकडे बघून नाकं फेंदरायच्या.

"यांचं काय बाब्बा! सगळं जगावेगळंच..."

असो. इथे कुणाला होती पर्वा? गप्पा चालूच राहायच्या.

एका खोलीत मी अन् दुसरीकडे दादा सकाळपासून वाचत पडायचे. दादांच्या

उशाशी असणाऱ्या खिडकीत अनेक डिटेक्टिव्ह, चातुर्य, रहस्यकथांची पुस्तके रचून ठेवलेली असत. इतके मोठमोठे विषय घेऊन गंभीरपणे लिखाण करणाऱ्या दादांना अधूनमधून हे असे चटरपटर वाचायला आवडे. झुंझार, छोटू, काळापहाड... त्या विश्वात ते रमून जायचे. अगदी दुपार टळायला आली की आईची शोधाशोध सुरू व्हायची. एक तर त्या प्रचंड घरात इथेतिथे पसरलेल्या मंडळींचा शोध घेताघेता तिची तिरपिट व्हायची, त्यातून बुरसटलेल्या दादांना बघून ती अधिकच वैतागायची.

"यशू... दादा... उठा... आंघोळ केली नाही अजून? जेवायची वेळ झाली. चला उठा बघू, आंघोळीला पाणी काढते."

दादा अगदी त्रासल्याचे सोंग करून उठायचे. आंघोळ? त्यांनी खरे तर सकाळपासून दातसुद्धा घासलेले नसायचे.

"अग माधवी... एक दिवस आंघोळ केली नाही तर काय बिघडणार आहे? सिंह कधी आंघोळ करतो का?"

"हो ना दादा... मोर कधी दात घासतो का? वाघ कधी दाढी करतो का?"

सगळ्या मुली... नंतर नातवंडे... सर्वांनाच हे संवाद पाठ होऊन गेले होते.

एवढे मोठे घर असूनही आधी मुली, मग नातवंडे हळूहळू आईदादांच्या खोलीत राहायला घुसत गेली. घराच्या मूळ नकाशात ही खोली नव्हती. आईदादांचे लग्न झाल्यावर त्यांनी ही खोली खास बांधून घेतली. चकचकीत पॉलिश केलेले लाकडी पॅनेलिंगचे उतरते छप्पर, सुंदर पडदे लावलेल्या जाळीच्या खिडक्या... खिडकीबाहेर रॉक गार्डन... छप्पर उतरते असल्याने दिवसभर पडद्यातून मंद प्रकाश आत पाझरत राहायचा. तिथल्या भल्या मोठ्या पलंगावर हलक्या गुलाबी रंगाची गोल जाळीदार अशी एक भलतीच रोमँटिक मच्छरदाणी सोडण्यात आली होती. पलंगाच्या पायथ्याशी चांदीचा चौरंग, पानाचे डबे, पिकदाण्या असा खासा सरंजाम सजवण्यात आला होता. बाजूला जुन्या पद्धतीचे लिहायचे लाकडी बैठे डेस्क होते. दादांना चांदीच्या वस्तूंचे पराकोटीचे वेड होते. चांदीच्या पानदानातल्या कातचुन्याच्या अगणित नक्षीदार डब्या, अडकित्ता, दातकोरण्यांपासून पिकदाणी अन् बाथरूममधल्या दाढीच्या सामानापर्यंत सगळेच वट्ट चांदीचे होते. आणि या सगळ्या रोजच्या वापरातल्या वस्तू होत्या... पूजेची उपकरणे, समया, इतर भांडी... ती वेगळीच. या रोजच्या वापरायच्या वस्तू घरात इथेतिथे ठेवलेल्या असत पण त्यातले कधीच काही गहाळ झाले नाही, चोरीला गेले नाही. नोकर, चाकर, हुजरे, पाणके... सर्वांच्या दिमतीला असणाऱ्या सेवकांची त्या घरात कमी नव्हती.

"कोण आहे रे तिकडे?"

म्हटले की कुणी ना कुणी अल्लाद्दिनच्या राक्षसासारखे अवतीर्ण व्हायचे आणि हुकुमाची तामिली करून अंतर्धान पावायचे. त्या वाड्यात येणारा प्रत्येक पाहुणा ते

वैभवशाली राहणीमान बघून थक्क होऊन जात असे. एकदा दादांचे एक मित्र न राहवून त्यांना म्हणाले सुद्धा...

"रणजीत, आता फक्त चांदीची 'पॉटी' करून घ्यायची राहिली बरं!"

जळके कुठले!

पण त्या घराचे खरे श्रीमंतपण तिथल्या सोन्यारूप्यात नव्हते. वेळप्रसंगी गरजेला लागलेच तर एकरकमी पाच हजार रुपये त्या घरातल्या तिजोरीत नव्हते. पण दादा फार मोठ्या वैभवाचे स्वामी होते. कॉलेजच्या वयातच त्यांना त्या खजिन्याची किल्ली गवसली होती. त्यांच्या पहिल्यावहिल्या कथेला 'प्रसाद'च्या कथास्पर्धेत पहिले बक्षीस (विभागून!) मिळाले आणि आपल्यात काहीतरी वेगळे आहे हे त्यांना अगदी आतून जाणवले. तेव्हा दादा कोल्हापूरला शिकत होते. त्या संस्थानिकी वातावरणात त्यांचा पिंड पोसला जात होता पण त्या मध्ययुगीन वातावरणात आता नवनिर्मितीचे वारे वाहू लागले होते. पंचगंगेच्या तीरावर चित्र, शिल्प, चित्रपट, संगीत अशा कला फुलत होत्या. रयतेवर माया करणारा नव्या विचारांचा राजा छत्रपतींच्या गादीवर विराजमान झाला होता. या नव्या धुमाऱ्यांनी प्रेरित झालेले अनेक वेडेपीर कोल्हापुरात एकत्र आले होते. त्यांनी सर्व वातावरण भारून टाकले होते. शिकारी मारत, मस्ती करत हिंडणारी कोल्हापुरातली पोरे आता शाळाकॉलेजची वाट धरू लागली होती. कूळकायद्यात जमिनी गेल्यानंतर उरलेल्या वडिलोपार्जित संपत्तीवर फार काळ हा डामडौल टिकवता येणार नाही हे त्यांच्या लक्षात आले होते म्हणून उद्यमनगरात एखादी फौंड्री किंवा फॅक्टरी टाकता येते का याचे मनसुबे ती बांधू लागली होती. रश्शापुलावाच्या पार्ट्या, गाण्याच्या मैफिली होतच होत्या. घरातली स्त्री अजूनही पडदानशीन होती. पण कला, शिक्षण, उद्योग या क्षेत्रांत नवनवे उन्मेष घडू लागले होते. अशा काळात दादांवर हे सगळे संस्कार होत गेले. एकीकडे मानवी मूल्यांची जपणूक करणारा भाऊसाहेब खांडेकरांचा आदर्शवाद तर दुसरीकडे देव-देश-धर्मासाठी मरायची अन् मारायची तयारी ठेवा असे ठणकावून सांगणारा आजोबांचा प्रखर राष्ट्रधर्मवाद होता, तर...'दया-क्षमा-शांती तेथे देवाची वसती' म्हणणारा विनोबांचा सर्वोदयी विचार दीक्षित गुरुजींच्या स्वरूपात तपोवन अन् विद्यापीठात प्रकटला होता. कोवाडकर देसायांच्या घरातला तरुण रणजीत हे सर्व बघत, घडत मोठा होत होता. अभिजात संगीत आणि साहित्याचे संस्कार त्यावर आपोआप होत गेले. ज्योतिबा, पन्हाळा, राधानगरीची जंगले... हा सगळा निसर्ग त्याला मोहवून टाकत होता. जोडीला भरपूर वाचन होते. हे सगळे संस्कार त्याच्या साहित्यातून ताजेपणाने प्रकट होऊ लागले. दादांना शिकारीत रस नव्हता पण वर्मी घाव बसलेल्या चिंकाऱ्याची अखेरची तडफड त्यांना घायाळ करून टाकत होती.

माणूस म्हणवणाऱ्यांच्या आतले क्रौर्य त्यांना बेचैन करत होते. झाडापानांतली, पशुपक्ष्यांतली करुणा त्यांना साद घालत होती. त्यातून त्यांच्या साहित्याला रसरशीत अस्सलपणा प्राप्त होत होता. ऐतिहासिक, ग्रामीण, संगीतप्रधान कथा व कादंबऱ्या, चरितकहाण्या, नाटके, ललितलेख, चित्रपटकथा अन् निसर्गकथा अशा अनेक साहित्यप्रकारांतून त्यांच्या प्रतिभेचा उत्स्फूर्त आविष्कार होताना दिसत होता. त्याला वाचकांचा भरभरून प्रतिसाद मिळत होता. दादांच्या 'श्रीमान योगी' अन् 'स्वामी' इतक्या गाजल्या की त्या मानाने त्यांचे इतर साहित्य झाकळले गेले. त्या सर्वाचे अर्थपूर्ण रसग्रहण व मूल्यमापन एखाद्या जाणकार समीक्षकाकडून अजून झालेले नाही याची मला खंत वाटत राहते. पण शहरातल्या उच्चभ्रूंबरोबर खेडोपाडीच्या गल्ल्यांमधल्या वाचनालयात वर्गणी भरून पुस्तके वाचणारे, त्यातली पानेच्या पाने पाठ असणारे वाचक त्यांच्यावर प्रेम करत होते. गावागावातली शाळकरी मुले त्यांना भेटण्यासाठी गर्दी करत होती, आयाबाया त्यांच्या कानशिलांवर कडाकडा बोटे मोडून त्यांची अलाबला घेत होत्या. शासनदरबारी मिळणाऱ्या सन्मानांच्या रूपेरी पेट्यांपेक्षा साध्याभोळ्या जनतेने केलेला कौतुकाचा, सत्काराचा शब्द ही दादांची खरी श्रीमंती होती आणि ती त्यांना अधिक प्रियही होती. म्हणून कुठल्याही आडगावातल्या शाळेत, वाचनालयात किंवा महिलामंडळाच्या कार्यक्रमाला, भाषणाला जाण्यासाठी त्यांची तयारी असे. एकीकडे मोठमोठ्या राजकारणी, साहित्यिक, रंगकर्मी व्यक्तिमत्त्वांबरोबर सहजपणे वागणारे दादा खेड्यातल्या जनतेत जास्त प्रेमाने रंगत, त्या कौतुकाच्या पोचपावतीने खुश होऊन जात. म्हणून एवढे सुखासीन आयुष्य जगणारे दादा ताटात जाड भाकरीबरोबर लाल तिखटात तेल कालवून, तोंडी लावून चवीने जेवताना बघून मला कधी आश्चर्य वाटले नाही.

त्यांच्या त्या रोमँटिक गुलाबी मच्छरदाणीत सगळी नातवंडे घुसून झोपायची. आई रात्री सगळी कामे आटपून वर येईपर्यंत दादा नाईटलॅम्पच्या मंद उजेडात वाचत पडलेले असायचे. आजूबाजूला चैतू, सिद्धूने कधीच गुरफटून घेतलेले असायचे. कॉटच्या पायथ्याशी आईची वाट बघत असायची झीनी! आईने वर येऊन पाणी देईपर्यंत ती पाणी पीत नसे. ढकलत ढकलत आणलेल्या 'मग' वर नाक टेकवून ती तशी तहानलेली बसून राही.

"माधवी, तुझ्या मुलीला पाणी पाज बघू आधी!"

लपालपा करत पोटभर पाणी पिऊन झाल्यानंतर झीनीचा जीव थंड होई. मग ती मान वाकडी करून अंदाज घेई... कान टवकारलेले... आई कुठे आहे? बघत तर नाही? गेली का बाथरूममध्ये? मग तीही नाकाने ढुसण्या मारत दादांच्या पायांच्या बाजूने टुणकन मच्छरदाणीत घुसे. आणि एकदा का ती ब्लँकेटमधे

गुरफटली की हुश्श! बाथरूममधून बाहेर आलेली आई हे दृश्य बघत तिथेच आपली...

घरातल्या सगळ्या गोतावळ्यात, पाहुण्यारावळ्यात रमलेल्या दादांना नित्य नवे विषय लिखाणासाठी कसे सुचायचे ते एक त्यांनाच ठाऊक! डोक्यात कल्पनेने उसळी घेतली की दिवसेंदिवस त्यांचा त्यावर विचार चालायचा. पानतंबाखूची गोळी दाढेखाली सारून ती चघळत, सुपारी कातरत दादा गॅलरीत गप्पगप्प होऊन बसले की ओळखायचे की आत कुठेतरी काही हलू लागले आहे... जिवंत होऊ पाहते आहे. सगळीकडे उत्सुकता दाटून यायची...

आता काय?

आणि एके दिवशी 'डिक्लेअर' व्हायचे.

"बस्स् ... ठरलं आता... 'सागा'च लिहून टाकतो."

पण ही घोषणा करून झाल्यावर अनेक दिवस, आठवडे, महिने सरकत पुढे जायचे. दादा लिहायला बसणार म्हणून त्यांच्या वरच्या खोलीची साफसफाई, नव्याने मांडणी केलेली असायची. कोऱ्या कागदांच्या चळती, शाई, नवीन पेन्स... सगळी अगदी जय्यत तयारी... पण यांना मूड तर यायला हवा? पांढऱ्याशुभ्र कागदावर धुळीचा थर जमायला लागला की आई अस्वस्थ व्हायची, हळूच विचारायची,

"दादा... सागा?"

"अग, पेरण्या तरी होऊन जाऊ देत. एकदा पाऊस धोधो सुरू झाला की काय करायचं? लिहायचंच की..."

तोपर्यंत दादा शेतकरी होऊन जायचे. पूर्वी भाऊबंदांनी जमिनीच्या वाटण्या केल्या तेव्हा दादांचे सगळे साहित्यिक रंगढंग बघून ते कधी शेती करणारच नाहीत असे बहुधा गृहीत धरण्यात आले आणि त्यांच्या वाट्याला गावापासून अगदी दूर असणारा एक कातळांनी भरलेला टेकाडाचा तुकडा राखून ठेवण्यात आला. जमिनीचा दुसरा तुकडा नदीच्या पार पलीकडे होता. त्या टेकाडावर दगडधोंड्यांच्या नुसत्या राशी पडल्या होत्या. नुसते फत्तरांचे खच आणि त्यातून अक्राळविक्राळ वाढत गेलेले काटेरी फडेदार निवडुंग. त्या मधून सरपटणारे कुणी विषारी जिवाणू थरकाप उडवून जाई. टेकाडाच्या अगदी माथ्यावर उभे राहिले की दूरवर ताम्रपर्णीचे चमकणारे वळण दिसत असे. त्या शुष्क, निर्जीव वातावरणात काहीही उगवणे, फुलणे अशक्य होते. दादा तिथे आले, त्यांनी ते दृश्य बघितले अन् त्यांच्या सगळे लक्षात आले. घडायचे ते घडून गेले होते. आता त्याबद्दल खंत करण्यात अर्थ नव्हता. सांसारिक जबाबदाऱ्या त्यांच्यावर पडल्या होत्या तेव्हा पुढे आलेल्या परिस्थितीशी दोन हात करण्याशिवाय त्यांना गत्यंतर नव्हते. आणि त्यांनी ते

आव्हान स्वीकारले. इतके दिवस कोल्हापुरात खानदानी श्रीमंतीत राहिलेल्या अन् लाडात वाढलेल्या दादांनी आपली जमीन कसायला सुरुवात केली. राहायला हक्काचे घर हवे म्हणून वाडा बांधायला काढला. दादा पुन्हा एकदा शेतकरी झाले... आपल्या जमिनीचे झाले.

टेकाडावर कामाला सुरुवात झाली. सुरुंग लावून दगडधोंड्यांच्या राशी हटवण्यात आल्या. भुई सारखी करण्यात आली. तीवर नांगर फिरला तशी ती मनमोकळी होत गेली. निवडुंगांची फड आता फक्त हद्दीपुरती उरली. विहिरीसाठी पुन्हा सुरुंग लावून कातळांचे थर फोडण्यात आले तसे धरतीच्या पोटातून निर्मळ पाण्याचे झरे झुळझुळत वर येत गेले. चिरेबंदी विहिरीचे बांधकाम पुरे झाले. कुईकुई करत मोटेचे चाक सुरू झाले अन् शेतातल्या पाटातून पाणी फेसाळत धावू लागले. ऊस, शेंगदाणा, मका, तूर, मसूर... शेतात बहार येत गेली. टेकाडाच्या उतारावर काजू आणि बांधाच्या कडेने आंबा, पेरू, जांभूळ, सीताफळ अशा अनेक प्रकारच्या कलमांच्या जाती त्यांनी कुठून कुठून आणून हौसेने लावल्या होत्या. दादांना या झाडाची रेष न् रेष ठाऊक होती. त्या प्रत्येक रोपात त्यांनी आपला जीव ओतला होता. त्यांना खतपाणी घालून, कोडकौतुक करत वाढवले होते. आता ती त्यांच्यापेक्षा उंच झाली होती याचे त्यांना अप्रूप वाटत होते. तिथे विश्रांती घेण्यासाठी त्यांनी एक छोटीशी कॉटेज बांधली होती. तिचे नाव 'सावली'! पिंपळाच्या पाराखाली त्यांनी इटुकले विठ्ठलमंदिर उभे केले आणि या परिसराचे नाव ठेवले 'वारी' आणि नदीपल्याडच्या शेताचे नाव 'तांबाळ'! ते शेतावर जाताना पाश्चात्य शेतकऱ्यासारखा टी-शर्ट, शॉर्ट्स, बूट आणि हॅट असा वेश हौसेने घालत. बरोबर पुंडलिक आणि कुत्तेकंपनीपैकी दोघेतिघे पुढेपाठी पळत असत. सकाळ संध्याकाळ ही त्यांची रपेट होई. तांबाळ तसे खूप दूर म्हणून त्यांना तिथे रोज जायला जमत नसे. पण वारी हे त्यांचे श्रद्धास्थान होते. तिथून येणारे कुठलेही लहानसे फळ, फूल, धान्याचे तुरे, कणसे अगदी साध्या पालेभाजीचेही त्यांना कोण कौतुक! ती अपूर्वाईची गोष्ट घरी आणून आरडाओरडा करून सगळ्या घरादाराला दाखवण्यात त्यांना धन्य धन्य होऊन जाई आणि वर म्हणायचे काय...

"खा, खा लेको! हा रणजीत देसाई राबराब राबतोय् म्हणून तुम्हाला एवढं दिसतंय बरं!"

एका अर्थी ते खरेच होते. कोठीखोलीतल्या कणग्या चवदार, घमघमणारा वास असणाऱ्या तांदळाने शिगोशीग भरून जात होत्या. तुरीची डाळ, मसूर, मोहरी, तिखट, हळद, शेंगदाणा अशा अनेक गोष्टी वाण्याच्या दुकानातून आणणे त्या घराला कधी ठाऊक नव्हते. शेतातल्या सुगीने कोठीतल्या उतरंडीवरची पिंपे, डबे

भरभरून ओसंडत होते. दुसरीकडे त्यांच्या पुस्तकांच्या भरपूर आवृत्त्या निघत होत्या. वाचकांच्या नित्यनेमाने येणाऱ्या खुशीपत्रांची संख्या दिसामाजी वाढत चालली होती. लेखक कसा असतो ते बघण्यासाठी वाचक घरापर्यंत धावत येत होते. दादांचे चहूकडे पसरलेले मित्रमंडळ, नातलग... पाहुण्याराव‌ळ्यांचा राबता सतत चालू असे. कुठल्या क्षणी कोण आगंतुक समंधासारखा भुईतून उगवेल त्याची शाश्वती देता येत नसे. त्या सर्वांची शाही इतमानाने उठबस करताना नोकरांचा पिट्ट्या पडे. या आडगावात वेळेला काहीच मिळत नाही म्हणून आईची चिडचिड होई. पण बघावे तर दादा आपले शांतपणे पानाला चुना लावत आलेल्या पाहुण्याशी गप्पा मारत बसलेले असत. कुठून कशी कळ फिरे कुणास ठाऊक पण गृहस्थाघरची वेळ साजरी होऊन जाई. महाराष्ट्रातली सगळी धुरीण व्यक्तिमत्त्वे त्या घरी पाहुणचार घेऊन गेली आहेत तसेच गावातले कुणी चिमुरडेही 'दादासाबा'स्नी भेटायला येई. कधी कुणी गावातलाच तालेवार आपल्या बाहेरगावच्या पावण्यांसमोर आपला भाव वधारण्यासाठी दादांचा वाडा दाखवायला घेऊन येई तर कधी कालपरवापर्यंत चावडीवर टगेपणा करत गप्पा हाणणारा गडी आपल्या नव्या नवरीला संगती घेऊन दादांच्या पाया पडायला येई. गावातली प्रत्येक लेकसून भरल्या ओटीनेच तिथून परत पाठवली जाई. अशी त्या घराची श्रीमंती अन् रीतभात!

माझ्या मुलीचा जन्म याच घरात झाला. घरात पहिले नातवंड येणार म्हणून सगळे घर आनंदून गेले होते. मी बाळंत होईपर्यंत आईदादा माझ्याकडे जातीने लक्ष देत होते, लाड पुरवत होते. जाईचा जन्म झाला आणि बाळबाळंतीण कोवाडला सुखरूप परत आली. बघते तर काय? माझ्या इतक्या चांगल्या खोलीची चक्क बाळंतिणीची अंधारी खोली करून टाकण्यात आली होती. कॉटखाली जाईच्या कपड्यादुपट्याच्या ट्रंका... बेबी कॉट... टेबलवर दुधाच्या बाटल्या, थर्मास, औषधे... काढे... एक ना दोन गोष्टी! डोक्याजवळच्या खिडकीला लावलेले पडदे जरा सरकवावे म्हणून हात पुढे केला तर खिडकीत डब्यांची रांग! डबे उघडून बघितले तर आत साजूक तुपाने थबथबलेले, खारीक बदामांनी भरलेले डिंक अन् अळीवाचे लाडू!! दादांच्या बाथरूम्समध्ये पूर्वापार गॅब्रियल कंपनीची 'तसल्या' चित्रांची कॅलेंडर्स लावली जायची. आता त्यांचे समूळ उच्चाटन करून तिथे हसऱ्या गुटगुटीत बाळांची चित्रे लावण्यात आली होती आणि सर्वात धक्कादायक गोष्ट म्हणजे तिथली सगळी पुस्तके होत्याची नव्हती करून टाकली गेली होती. नावाला तरी एखादा कागदाचा कपटा कुठे दिसावा...

"दादा, माझी पुस्तकं..."

"नो, नो... आता नो पुस्तकं, नो वाचन... बाळंतपणात डोळे वीक् होतात."

"दादा, निदान रोजचा पेपर तरी..."

"बिल्कुल नाही."

अत्यंत पुराणमतवादी बापासारखा त्यांनी आपला पवित्रा बदलला होता. पण हे सगळे असे होणार याची खूणगाठ मी आधीच मनाशी बांधली होती. कोवाडला पोचण्यापूर्वी पारू, गीतूच्या संगनमताने काही पुस्तके गादीखाली दडवून ठेवण्यात आली होती. निदान ती तरी वाचायला मिळतील म्हणून मी गादीचा कोपरा हळूच उचलून बघितला तर हाय रे कर्मा! त्यांचा कुठेच मागमूसही नव्हता. एवढेच नव्हे तर रात्री मी काही चोरून वाचू नये म्हणून खोलीत अगदी झीरो पॉवरचा बल्ब लावण्यात आला होता.

रिश्ते मे तो वह मेरे बाप थे ही...

किल्ल्याचे सगळे दोर कापून टाकलेल्या तानाजीसारखी माझी अवस्था करून टाकण्यात आली होती. माझा कुठलाच अवयव 'वीक्' राहू नये म्हणून रोज मालिश, शेकशेगडी, रव्याची खीर (आणि ते तुपाने निथळणारे लाडू!) असा सगळा प्रकार सुरू झाला. खोलीबाहेर पाय टाकण्याची प्राज्ञाच नव्हती. जेवणाचे ताट देखील कुणा पाप्याची दृष्ट लागू नये म्हणून झाकून गुपचुप खोलीत आणले जाई. इतके दिवस खाण्यापिण्याचे, डोहाळ्यांचे वाट्टेल ते लाड पुरवणारे आईदादा आता मात्र अगदी कडक झाले होते. शुद्ध सात्त्विक जेवा, गरम पाणी प्या... पंखा बंद... वारा न येणाऱ्या त्या खोलीला मी दोन दिवसांतच कंटाळून गेले.

"दादा, काय हे?"

"अग, हे खेड्यातलं बाळंतपण! इथं बाळंतिणी लांब हाताचे गरम पोलके घालतात, हातभर हिरवी काकणं, डोक्याला चपचपीत तेल, डोळ्यात काजळ..."

"ओह् नो दादा..."

"नको ना? मग चला आत खोलीत. थंड वारा लागला तर तुला होईल सर्दी. मग तुझ्या पोरीचं काय होणार? आधीच झिंग्यासारखं ते..."

अच्छा, म्हणजे एकूण सगळी काळजी नातीची होती तर! बिचाऱ्या झिंगीचे हाल होतील काय? आजोबाआजींची नात ना ती? अंगडटोपडं घालून, तीट लावून गुरगुटून झोपलेल्या जाईला बघून त्यांना आनंदाचे कसले कढ यायचे, मला दिसत नव्हते? आता सद्दी तिची होती. संपले तुमचे दिवस यशोआक्का... म्हणत मी आपला एक नि:श्वास सोडला. काय करते बिचारी?

जाईचा जन्म झाला आणि वर्षभरातच मधू, पारू आणि मिरुच्या लग्नांचे बार उडाले. साखरपुडा... लग्न... मांडवपरतणी... जरा कुठे हुश्श म्हणून आईदादा टेकले की पुढच्या लग्नाची बोलणी करायला व्याह्यांच्या गाड्या दारात येऊन उभ्या राहायच्या. मला वाटते वाड्याच्या दाराला लावलेले तोरण वर्षभर उतरवले गेलेच नाही. तो सगळा पेशवाई थाटाचा दणदणाट संपेपर्यंत सर्व आक्कांचे वर्षसण,

डोहाळजेवणे अन् बाळंतपणे... बघता बघता जाईआक्कांच्या पाठोपाठ चैतू, गौतम, गौरव, सिद्धार्थ आणि सायली... आई आपली कोवाड, बेळगाव, कोल्हापूर करत धावतेय्. पाच मुली आणि जावई, सहा नातवंडे, कुत्तेकंपनी... आणि दादा... सगळाच आनंदीआनंद! कुणाकुणाला सांभाळणार?

दादांचे आपले बरे होते. मी आले की मला म्हणायचे,

"तू कशी अगदी मॅच्युअर्ड आहेस ग, बाकीच्या कशा जरा अशातशाच आहेत."

मधूपारूला म्हणायचे,

"तुम्हीच माझ्या खऱ्या जिवाभावाच्या."

आणि धाकट्या गीतूला,

"त्या काय येतात आणि जातात, तूच आमचं फिक्स डिपॉझिट्."

अशी त्यांची प्रत्येक मुलीबरोबर वेगळी राजनीती चालवायची आणि नातवंडांची तर गोष्टच वेगळी. ती सगळी फौजच त्यांना फितूर झाली होती.

ती बिनभरवशाची कार्टी वर्षभर आमच्याकडून भरपूर उस्तवाऱ्या करून घ्यायची पण दादांचा नुसता फोन आला रे आला की सुरू... रडका आवाज काय... हुंदके काय...

"दॉदॉ... मी पल्लो... बाऊ झालाय्."

"दॉदॉ, मम्मानं पिट्टम् केली."

"ताप आला... दादू."

नुसती नाटक कंपनी! आपल्या आईला आणि प्रसंगी बाबालाही कानपिचक्या देऊ शकणारी एकच व्यक्ती या जगात आहे हे त्या चिमुकल्या कावेबाज मेंदूंनी कधीच ओळखले होते. जाईचे आणि माझे एकदा असेच कशावरून तरी जोरदार वाजले. ती तेव्हा असेल तीन-चार वर्षांची... भांडण झाल्यावर तणतणत पाय आपटत गेली आपल्या खोलीत, कपाट उघडून चार (नवे!) कपडे काढले, पिशवीत कोंबले... पायात बूट चढवले आणि दाणदाण करत समोर येऊन उभी आपली... म्हणते कशी...

"ए, टेन् रुपीज दे."

"कशाला?"

"चालले कोवाडला."

अशा सारख्या धमक्या! त्यांना फूस लावणारे तिथून सारखे फोन करायचे. मग ही कार्टी आपल्या आयांना कसली भीक घालतायत? शाळांना सुट्ट्या लागण्यापूर्वी आईदादांच्या संमतीने त्यांचे कोवाडला जायचे प्लॅन्स कधीच ठरलेले असायचे. मग सुरू व्हायचे,

"यशू, जाईला कधी पाठवतेस?"

"दादा, मला सुट्टी नाही मिळणार सध्या."

"हात्तिच्या, मग तिला पाठव."

माझा नुसता तिळपापड व्हायचा. पण करते काय? जाईआक्का तिथेच घुटमळत असायच्या... एक बेरका कान संभाषणाकडे टवकारलेला... कपडे, पुस्तके, खेळणी बॅगेत कोंबून त्या चक्क विमानाने एकट्या बेळगावला जायला शिकल्या. सगळी नातवंडे कोवाडला जमा व्हायची म्हणून आईदादांना कोण आनंद व्हायचा! आईची जंगी तयारी सुरू व्हायची. त्यांच्या पावडरी, औषधं, खेळ अन् खाऊ! शहरातली मुलं ती, खेड्यात आल्यावर आजारी पडली तर? त्यांची पोटं बिघडली तर? शेतावर बागडताना कुणाच्या अंगावर रॅश उठली तर? सगळी तयारी करून पिशव्या भरभरून सामान आईने कोवाडला न्यायचे... नुसती धांदल उडून जायची.

"अरे, आज जाईआक्का येणार. मग सांबऱ्याला टॅक्सी पाठवा... चैतू कसा येणार? सायलीच्या कपड्यात गरम मोजे ठेवायला मिरू विसरेल, तिला फोन लावा... माधवी, गौतम गौरव निघाले का ग... कोल्हापूरला फोन लावून विचारून बघ जरा..."

दादांचा जीव वरखाली व्हायला लागे. ते गॅलरीत येरझाऱ्या घालत राहात.

"अजून कशी आली नाहीत? माधवी, किती वाजले? पुंडल्या... पोरांसाठी बंब तापवून ठेवा, जेवण गरम ठेवा."

आई, पुंडलिक एकमेकांकडे बघून गालातल्या गालात हसत.

वेगवेगळ्या वयांची (आणि आकारांची!) ती सहा नातवंडे एकत्र येऊन थडकली की सगळे घर अगदी भरून जाई. पोरं गाडीतून उतरताक्षणीच सरळ प्राण्यांच्या पिंजऱ्यात धाव घेत. कुणी कोंबडीच्या मागे तर कुणी सशांच्या जाळीत घुसलेले असे. कुठेतरी डुलकी काढत सुस्त अंग फुगवून बसलेल्या रॉबर्टला जाई आल्याचे कसे कुणास ठाऊक कळे आणि तो उठून तिला शोधत निघे. जाई घरातले पहिले लहान मूल... त्यामुळे ती रंगीबेरंगी फ्रॉक घालून लुटूलुटू चालत निघाली की घरातले सगळे प्राणी गोंधळून जाऊन तिच्याकडे बघत उभे राहात. चैतू, सिद्धू कसे रांगडे मराठे वीर... ते सगळ्या घरभर रांगत सुटत म्हणून प्राण्यांना ते आपल्यातलेच वाटत पण जाईआक्कांचा थाटच वेगळा. ती कशी अगदी राजकन्या... जगातली सगळ्यात सुंदर मुलगी म्हणून तिला जमिनीवर रांगू देणे हा प्रकारच त्या घरात शक्य नव्हता. सगळे प्राणी सुरुवाती-सुरुवातीला तिला बिचकून असत. एकट्या रॉबर्टला मात्र तिचा रंगीत फुलाफुलांचा फ्रॉक बघून नुसता हर्षवायू होई. जरा कुठे ती रंगीबेरंगी हालचाल दिसली की तो धावत पुढे येई, चोच वासून मोठ्याने "कॉ... कॉ... कॉ...

कॉ...'' करून ओरडे आणि तिचा स्कर्ट पकडण्यासाठी तिच्या मागे मागे पळत येई. पुढे जाई आणि पाठी रॉबर्ट अशी धावाधाव सगळ्या अंगणभर...

"दादा... दादा... आबी... रॉबर्ट मला खाणार. तो मला खाणार.''

एखाद्या कार्टून फिल्मसारखी मजा! आजोळी निघालेल्या पोरांना त्यांच्या शहरातल्या आज्ज्यांनी अगदी चकचकीत करून पाठवलेले असे. शहरी फॅशनचे कपडे, बूटमोजे... नीट कापलेले आणि चप्पट बसवलेले केस... बरोबर हजार सूचना... पण कोवाडच्या 'आबोबां'च्या घरी पोचताच काही क्षणांतच त्या इस्त्रीची आणि शिस्तीची पार धूळधाण होऊन जाई. "अरे, अरे...'' म्हणेपर्यंत आईचे एखादे फ्लॉवरपॉट दण्णकन् आदळून फुटलेले असे. पण तिच्या वटारलेल्या डोळ्यांना न जुमानता ही सगळी माकड कंपनी दादांच्या मागे लपून बसे. पोरांना आईदादांच्या अंगावर सोडून देऊन मुली कधीच गप्पांचा फड रंगवायला वरच्या गच्चीवर पळालेल्या असायच्या. मग दिवसभर त्यांची बडदास्त राखण्यात आई गर्क होऊन जाई. सगळी पोरे सकाळपासून जी गायब व्हायची ती भुका लागल्या की जेवणाच्या टेबलवर हजर व्हायची. रात्री त्या सर्वांना कुठून कुठून धरून आणून, गरम पाण्याने आंघोळी घालून, त्यांच्या अंगावरचे धूळमातीचे थर धुऊन साफ करणे हेच आम्हा आयांचे दिवसातले मोठे काम होते. दोन दिवस त्यांच्या अंगावर ताम्रपर्णीचे पाणी चढले की शहरातल्या इंग्रजी शाळेत शिकणारी आमची मुले "व्हय... न्हाई" करायला लागत. त्यांच्याबरोबर हुंदडताना दादांच्या अंगात अक्षरशः भूत संचारे. चिडवाचिडवीला नुसता ऊत येई. आईला "माधवी...'' म्हणून हाका मारायला शिकवणे, तिच्या स्वच्छ भिंतीवर चित्रे काढायला मुभा देणे... कुणी झोपले की त्याच्या नाकात सुरळी घालून ठेव... रात्री कुणाच्या तोंडाला पेस्ट लावून ठेव... असला वात्रटपणा करण्यात सगळ्यात पुढे दादा... मग पोरांना आवर कोण घालणार?

पण दिवस भरभर उडून जायचे... सुट्ट्या संपत आल्या की एकएक करून सगळी आपापल्या घरी जायला निघायची. त्यांचे घरभर पसरलेले कपडे... बूटमोजे... बॉल... मेकॅनो... जाईआक्कांच्या रंगपेट्या, कागदकाम सगळे हळूहळू आवरले जाई. बरोबर बांधून द्यायला म्हणून लाडू, चिवडा, अनेक प्रकारचे खाऊ... स्वयंपाकघरात घमघमाट सुटू लागत. मुलींसाठी लोणची, पापड, मसाले... अनेक उपयोगी पदार्थांचे पॅकिंग सुरू होई. बॅगा भरल्या जात. जाईआक्कांचे विमान... बाकी सगळी कोल्हापूरला. कोवाडपासून कोल्हापूर अगदी दोन तासांवरच तर आहे पण मुले निघाली की इतके दिवस त्यांच्यातले सातवे मूल झालेल्या दादांचा धीर संपून जाई. आदल्या रात्रीपासून ते गप्पगप्प होऊन जात. सकाळी अगदी उसन्या अवसानाने वावरत पण पोरे गाडीत बसली की मग मात्र त्यांचे सगळे अवसान गळून पडे.

नाकाचा शेंडा लालबुंद होई... डोळे भरभरून वाहू लागत. पण पोरांना आता आपला बाबा... घर, मित्र, शाळा यांचे वेध लागलेले असत. ती "टाटा... बाय्..." करून गेली की दादा सरळ आपली खोली गाठत. रिकाम्या घरात शांतता दाटून येई. आई घरातला पसारा आवरण्यात गुंतलेली... दादा डोळे पुसत म्हणत,

"माधवी, गेली बघ पोरं... जावयाची पोरं हरामखोरच! कशी गेली बघ लाथ मारून ××× वर." आई आपली वरकरणी काहीच न झाल्यासारखे दाखवत म्हणे,

"दादा, रडता कसले? चला, आता उद्यापासून लिहायला लागा बरं!" पण एकेक वस्तू उचलताना तिला पोरांच्या आठवणीने गलबलून येई. ती कार्टी तिकडे आपल्या तिथल्या आजीआजोबांच्या कुशीत कधीच घुसली असतील, लाड करून घेत असतील हे ठाऊक असूनही आईदादा त्यांच्या आठवणीने टिपे गाळत बसत. तिने शेवटी न राहवून लहान मुलांच्या चित्रांची सहा सुंदर प्रिंटस् विकत आणली आणि ती जेवणखोलीतल्या भिंतीवर सजवली तेव्हा कुठे आईला जरा बरे वाटले. घरी कुणी पाहुणे आले की मोठ्या अभिमानाने ती त्यांना सांगे "ही पेंटिंग करणारी आहे ना ती आमची जाई... हा लांब केसांचा सिद्धू... जाडूराम चैतू... नकटी मुलगी सायली..."

आम्ही त्यांना मुलांचे फोटो पाठवायचो, त्यांचे एकमेकांना फोन व्हायचे. आईदादा काही ना काही कारण काढून मुलांची 'प्रगती' बघायला फेऱ्या मारायचे. असे वर्षभर चालूच राहायचे. मला अगदी आतून वाटत राहायचे, जशा 'यांच्या' आणि 'त्यांच्या' मुली एकाच कुटुंबातल्या अगदी सख्ख्या होऊन गेलो तशी ही सगळी नातवंडे एका टीमसारखी मोठी होत जातील, शिकून शहाणी होतील. जाईआक्का आर्टिस्ट होणार हे तर ठरलेलंच आहे. तल्लख, चटपटीत सायली डॉक्टर होईल. सिद्धू त्याच्या बाबासारखा इंजिनीयर होईल. भावंडांची एकमेकांना साथ राहील. आईदादांचे हे समृद्ध, संपन्न गोकुळ... कायम असेच प्रकाशाने उजळलेले, पोरांच्या दंग्याने गजबजलेले, पै-पाहुण्यांच्या वर्दळीने भरलेले राहील. पण...

पण तसे व्हायचे नव्हते. पै-पैसा वाचवून मोठ्या अपूर्वाईने आणलेल्या धारवाडी लुगड्याची घडी मोडतानाच ती आतून चिरकलेली निघावी आणि बघता बघता ती फाटतच जावी तसे काहीसे घडत गेले. वरवर सगळे छानच होते. आई नव्याने लिहायला लागली होती. तिच्या पुढाकाराने गावात... खरे तर वाड्यातच संस्कारकेंद्र, बालवाडी, महिलामंडळ जोरात सुरू झाले होते. गुरे राखणारी, शाळा चुकवून उनाडक्या करणारी मुले चार चांगल्या गोष्टी शिकू लागली. गावातल्या स्त्रिया जाग्या झाल्या तशी त्यांच्यात एकी निर्माण झाली. शेतात राबराब राबणाऱ्या आणि नवऱ्याचा मार खाणाऱ्या दुरपदा, कमळा, सोनाबाई... सर्वांनाच वैनीसाबांचा

आधार वाटू लागला होता. आईदादा फिरायला निघाले की छोटी छोटी मुले धावत भेटायला येत.

''आई नमस्ते... दादा नमस्ते.''

दादांनी 'गरुडझेप', 'रामशास्त्री', 'समिधा' आणि 'रवीवर्मा' याच काळात लिहिल्या. खूप सुखाचे, आनंदाचे दिवस होते ते. पण आत कुठेतरी तडा जायला सुरुवात झाली होती आणि एके दिवशी अचानक सगळे संपूनच गेले. ते कुणी केले... का केले? दोष कुणाचा... आई की दादांचा... की कुणा दूर राहून चक्रे हलवणाऱ्या तिऱ्हाईतांचा? काय कारण होते? मला अजूनही ते समजलेले नाही.

मला वाटते घडले ते इतर मुलींना अपेक्षितच होते. मी एकटीच दूर मुंबईत म्हणून मला ते कळायला उशीर झाला आणि कळले तेव्हा वेळ टळून गेली होती. शिवाय आईदादांनी घेतलेल्या निर्णयात दखल देणे किंवा तो बदलायला लावण्याचा आग्रह धरणे कुणालाच शक्य नव्हते. दादांशी असणारे माझे, जाईचे नाते संपुष्टात येणार होते. माझ्या आयुष्याचा, असण्याचा एक हिस्सा आज कुणी अत्यंत निर्घृणपणे चिरून टाकला होता. त्या घटनेचा हादरा इतका प्रचंड होता की लुळीपांगळी झाल्यासारखी मी कोसळले होते, काही सुचत नव्हते. वाटत होते, असे होईलच कसे? दोन इतकी चांगली माणसे... त्यांचे ते प्रौढपणी एकत्र येणे... नव्या उमेदीने संसाराचा सारीपाट मांडणे... सुखी समृद्ध घर उभे करणे... हे सगळे कधीच हरवणार नाही, ते तसेच राहील. कोण अशा खोट्यानाट्या वावड्या उडवते आहे?

पण पहाटेच्या दुःस्वप्नासारखे सगळे खरेच होत गेले. आई कोवाडचे घर सोडून निघून आली. तिने अन् दादांनी घरासाठी आणलेली प्रत्येक चीजवस्तू तिथे मागे ठेवून येताना... पुंडलिकच्या हाती चाव्या सोपवताना... तानाजी-नेताजीला सूचना देताना... कुत्तेकंपनीला कुरवाळून निघताना... तुळशी वृंदावनाचा शेवटचा निरोप घेऊन गाडीत चढताना... तिला कशा यातना होत असतील तो प्रत्येक क्षण मला प्रकर्षाने जाणवत होता, पिळवटून काढत होता आणि दादा...?

''माधवी, ते आपले कुणीच नाहीत. त्यांच्यात गुंतू नकोस. आपण आहोत एकमेकांना.'' असे आश्वासन देणारे दादा पाठ फिरवून कधीच निघून गेले होते. माझे पप्पा पुन्हा एकदा कुणी हिरावून घेतले होते? 'त्यांच्या' मुली 'त्यांच्या' आणि 'यांच्या' मुली 'यांच्या' झाल्या होत्या. त्या घरातली स्त्री पूर्वी एकदा हद्दपार केली गेली होती. तिचा सांभाळ माझ्या आईने केला होता पण आज आई परागंदा होत असताना तिच्या साहाय्याला मात्र कुणीच धावून आले नाही. घर पुन्हा एकवार एकाकी... थकलेले... अंधाऱ्या सावल्यांनी भरून गेलेले. आता

कुणी पहाटे दाराशी सडा घालून रांगोळी काढत नसे, ना कुणी तिन्हीसांजेला तुळशीपुढे दिवली पेटवून हात जोडे. वरवर बघता सगळे पूर्वीसारखेच चालू आहे असे वाटे. दादांच्या वाढदिवसाला सगळा वाडा रोषणाईने लखलखून उठे. फटाक्यांच्या माळांनी देसाई गल्ली दणाणून जाई. कदाचित पूर्वीपेक्षा अधिकच जोराने रंगीत पार्ट्या होत असाव्यात. एकटी माधवी नसली तर काय फरक पडणार होता? पण घराचा कणा आतून पोकळ होत चालला होता. दादा जास्त करून कोल्हापुरात मुलींकडे राहू लागले. लिखाण मंदावत चाललेच होते, आता तब्येतही ढासळत चालली. मला सर्व समजत होते. वाटायचे, धावत जावे आणि त्यांना भेटावे. माझे आणि त्यांचे वेगळे नाते होते. ते फक्त मुली अन् बापाचे नाते नव्हते. पप्पांच्या नंतर दादा माझे वडील तर झालेच पण माझे गुरू, मित्र अन् मार्गदर्शकही झाले. कितीतरी नव्या गोष्टी त्यांनी मला शिकवल्या. मराठी भाषा, साहित्य अन् चित्रकला यांच्याशी माझे हरवलेले नाते त्यांनी पुन्हा जुळवून दिले होते. पुढच्या आयुष्यातल्या सगळ्या अवघड वळणांवर मला कधीच एकटेपणा येऊ नये, माझी पावले कधी डगमगू नयेत म्हणून केवढे मोठे संचित त्यांनी माझ्या स्वाधीन केले होते! पण ते करताना त्यांच्याशी माझे असणारे नाते त्यांनी निष्ठुरपणे तोडून टाकले होते, मला माहेरापासून वंचित केले होते.

तुम मिलो गैरोंसे मैं देखा करूं
यह सितम मुझसे सहा जाता नहीं...
दम लबोंतक है निकल जाता नहीं
यार की कोई खबर लाता नहीं...

अशी परिस्थिती करून टाकली होती. पण मला असे परके करून टाकताना ते स्वत:च आपल्या घरापासून, शेतीपासून... भुईपासून तुटून अनाथ होऊन गेले होते. स्वत:च्या घरात राजेशाही थाटात राहणाऱ्या दादांना जावयाच्या घराच्या आऊटहाऊसमध्ये आश्रितासारखे राहताना मला कसे बघवणार होते?

आज दादा दिगंताच्या प्रवासाला निघून गेले आहेत. त्या घरात आता कुणीच राहात नसेल. वाड्याच्या दरवाजाला कुलुपे ठोकली असतील, अडाणे सरकवून दारे गप्प बंद केली असतील. वाड्यातून उंदीरघुशींची बिळे जमीन पोखरत असतील. कुणास ठाऊक एखादे विषारी सरपटणारे कुणी फुत्कार सोडत डंख मारायला दबा धरून कणगीमागे वेटोळे घालून टपून बसले असेल. कुठे गेली असतील तिथली पुस्तके, अँटिक्स, चित्रे... सगळ्या दुर्मिळ चीजा? लुटून नेले असेल का सगळे? कोणीच नसेल तिथे आता ओळखीचे? सॅण्डी, झीनी, ज्यूली... की आमचे माहेर हिरावून घेणाऱ्या माणसांनी त्या निष्पाप जीवांनाही चिरनिद्रा दिली असेल? कधीतरी

चुकूनमाकून वाटते की जावे तिथे... पुन्हा एकदा त्या हिरवा ऑईलपेंट मारलेल्या फाटकासमोर उभे राहावे... पोटातला भीतीचा उसळणारा गोळा... अंगणात दाणे टिपणारी बदके, कोंबड्या... गॅलरीतली कुत्तेमंडळी... पिंजऱ्यात उड्या मारणारा पोपट... सगळे तसेच असेल... वरच्या गॅलरीत दादा येतील अन् म्हणतील,

"पुंडल्या... ए पुंडल्या... पळ... येशूआक्का आल्या."

पण मला इतके आतून वाटूनसुद्धा तिथे पुन्हा जाववणार नाही.

या इलाही कौनसी मंजिल है वोह
जो गया वापस इधर आता नहीं...
दम लबोंतक है निकल जाता नहीं
यार की कोई खबर लाता नहीं...

◆

हेमांगी, दिवाळी २००१

कोलाज

चालता चालता माझ्या खांद्यावरच्या बॅगेतला मोबाईल किणकिणला.

"हॅलो."

"कुठे आहेस ग?"

"रमेशच्या स्टुडिओत जातेय्... मुकुंदनगर... चेंबूर."

"स्टुडिओत? तू? कशाला?"

मरायला. मी वैतागून फोन बंदच करून टाकला, बॅगेत तळाशी कोंबला. स्टुडिओत कशासाठी जातात माणसं? आणि तुला कशाला हव्यात नसत्या चौकशा? मी रमेशला भेटायला जाईन किंवा छोट्या शकीलला... चेंबूर स्टेशनच्या अलीकडे पलीकडे मुकुंदनगरची ही वसाहत पसरली आहे. चेंबूरचा हा भाग आता पार बदलून गेला आहे. गजबजून गेला आहे दुकानांनी. नटराज टॉकीज, उडप्यांची हॉटेल्स, सोनी, ओनिडा, ॲपटेक... पण इथे लोकांची झुंबड उडाली आहे ती रस्त्यावरच्या दो दो रुपिया मालावरती. रस्त्यावर कोंदलेली गर्दी कमीच होईना. रिक्षा आपली गोगलगायीच्या पावलांनी हळूहळू पुढे सरकत निघाली होती. गोगलगायीच्या डोळ्यांवर काळ्या काचांचा गॉगल... गारेगार. गोगलगायीच्या गुळीगुळीत, बुळबळीत पोटातून मी बघतेय् माणसांचे लोंढेच्या लोंढे... खरेदी करणारे, विकणारे, उन्हात तापत घामाने निथळणारे... आयांच्या हाताला चिकटलेली भित्री पोरे, धास्तावून लालचावून त्या बाजाराकडे मिटीमिटी डोळ्यांनी बघणारी...

"ये ल्लो, ये ल्लो... ये लो बेटा लालवाला .. नहीं? तो ये लो ॲडिडासवाला... नहीं?"

अगदी माझ्या कानाजवळच किंचाळतोय् टी-शर्टवाला. शिरा ताणलेल्या वेड्यावाकड्या, कळाहीन चेहऱ्यावर खेचले गेलेले ओठ...

रस्त्याच्या टोकाशी आलेली गोगलगाय वळली आणि फिल्मचा रोल तुटल्यासारखी तिथली दुकानांची ओळ झपकन् संपूनच गेली. गटारात तुंबलेल्या घाणेरड्या कचऱ्यासारखी गर्दी मात्र अजून चारी बाजूंनी साठलेलीच. आता इथून पुढे बैठ्या चाळी सुरू झाल्या. मधून कणा मोडून टाकल्यासारख्या वेड्यावाकड्या झोपड्या... या सगळ्यालाच एक आकारविहीन बकालपणाचा गढूळ स्पर्श आहे. माथ्यावरच्या आभाळालाही एक आंधळेपणा आहे. बिनचेहऱ्याचा, मळकट. चाळी मागे पडत गेल्या. गर्दी ओसरत गेली तसे आवाज कमी होत गेले. आता सगळ्याच खोल्या... कुठेही कशाही पसरलेल्या... उंच, तिरक्या, वाकड्या... बेडौल... कशाही. या वातावरणाला मात्र स्वत:चा असा रंग आहे. तरुण मंडळ, सांस्कृतिक केंद्र, धम्मचक्र मंदिर अशा पाट्या मिरवताना दिसत आहेत. नुकत्याच होऊन गेलेल्या आंबेडकर जयंतीच्या पताका वाऱ्यावर फरफरत इथे तिथे हेलपाटतायत. खांबाखांबावर झेंडे वेडेवाकडे लोंबकळत, लटकत आहेत. बुद्ध पौर्णिमा व्हायची आहे अजून. आत

खोल टिपले जाते आहे सगळे कुठेतरी.

अशा वस्तीत मी आज पहिल्यांदाच शिरत होते. हे जग मी कधीतरी ट्रेनमधून येता-जाता खिडकीतून डोकावत ओझरते बघितलेले. कधी कादंबरी-कवितेतून तर फिल्म क्लबमध्ये एखाद्या आर्ट फिल्ममधून, कधी कॉलेजमधल्या एखाद्या गरजू विद्यार्थ्याकडून... झोपडपट्टी आपल्या घरांच्या, सोसायट्यांच्या चारी बाजूंनी वाढत मुंबईभर अस्ताव्यस्त पसरली असली तरी या वातावरणाचा ओझरता स्पर्श क्वचितच होतो मला. पण आज मात्र मी एकदम त्यात उडीच टाकली आहे. पोटात थोडा थोडा धास्तीचा ताण जाणवायला लागला. मला जमेल का हे? नेहमीसारखे नीट वागता येईल इथे?

दुतर्फा वेड्यावाकड्या झोपड्या वरवर चढत गेल्या होत्या, माझी नजर दूर जिथवर पोचत होती तिथवर बोगद्यासारख्या लांबवर पसरत गेल्या होत्या. प्रत्येकीचा आकार वेगळा, छप्पर वेगळे, उंबरा वेगळा तरीही काहीतरी सारखे भासते आहे यांच्यात. काय ते? या झोपड्यांना एका ओळीत ओवून घेत चिंचोळ्या फरसबंदीतून धावत गेलेले गटार या बोळकंडीच्या टोकापर्यंत गेले आहे. माझ्या पायाखालची फरशी कडाप्पाची आहे, अगदी स्वच्छ, तसेच गटारही. इथे कुठे कचऱ्याने ओथंबलेले उकिरडे नाहीत. माशांचे काटे, पानांच्या लालभडक पिचकाऱ्या, वॅं वॅं... करत लडबडत फिरणारी डुकरीणीची पिलावळ... ट्रॅश कुठेच नाही. पळवली जाणारी मुले... बलात्कार... माडीवरच्या वेश्या... धारदार तलवारी घेऊन धावत सुटलेले गुंड... काहीच नाही इथे? वरून खाली येणाऱ्या उन्हाच्या कवडशात खोली खोलीबाहेर बायका इथेतिथे चमकत बसलेल्या आहेत. आपापल्या कामात गर्क माझ्या आगंतुक येण्याची दखल न घेण्याइतपत कामात मन अडकलेल्या. कुठे निवडटिपण, कुठे धुणे सुकवणे, कुठे आणखी काही लगबग पण सगळे शांतपणे चालू आहे. चालता चालता मध्येच एक किराणा मालाचे दुकान अचानक आडवे आले. चेपलेल्या उघड्यावाघड्या पत्र्याच्या डब्यातून मांडलेला माल... बिडीबंडल... माचिस पेटी... फ्रूटेल्ला... लाल लाल... गारेगार... पेप्सी... कालाखट्टा... सोरठ... हे सर्व माझ्या कल्पनेतल्या झोपडपट्टीशी कुठेच मिळतजुळत नाही. इथे काहीतरी वेगळे जाणवतेय. धमनीतून उसळणाऱ्या ताज्या, गरम, लालजर्द रक्तासारखे जिवंत असे... भिडून आत घुसू पाहणारे की ते कधीपासूनच माझ्या आत कुठेतरी खोलवर दडून बसले आहे? वर बघितले तर छपरांच्या फटीतून आकाशाचे वेडेवाकडे तुकडे दिसत आहेत. छपरांवरून खाली उतरत येणाऱ्या प्लॅस्टिकच्या भडक हिरव्या शीटस्. त्यांच्या बाजूबाजूने कुंड्यांतून दाटीवाटीने झाडे, खाली दोरीवर हेलकावे खाणाऱ्या चकचकीत छापील फुलांच्या पॉलिस्टर साड्या. त्यांचे फ्ल्युअरोसंट रंग... भॉ... क्क करत अंगावर धावत येणारे... गरमागरम फूत्कार सोडणारे... तसल्याच

भगभगीत साडीचा हातभर घूंघट माथ्यावर ओढलेली भाभी पोरीच्या केसातला गुंता सोडवत सावली बघून पायरीवर बसलेली होती. बाजूला प्लॅस्टिकची हिरवीगार तेलाची बाटली. पोरीचे चपचपीत केस, दोन वेण्या घट्ट वळवलेल्या... गुलाबी रिबीनीचा बो... बावळट चेहरा.

''जा भाग, स्कूल नहीं जायेगी... चोट्टी कही की.''

पोरगी खिदळत उठली... वेडेवाकडे फताडे दात.

रमेश या सगळ्यातून सराईतपणे झपझप पावले टाकत पुढे निघाला होता. व्हॅन गॉगचे बूटस्.... धुळीने माखलेले... खूप वापरून थकवून टाकलेले... बिच्चारे... ते पुढे पुढे चालले होते, पाठीपाठी मी. त्याला हे सगळे वातावरण सरावाचे, सवयीचे. फरशीच्या कडाप्पावरून पटापट जाणारे व्हॅनगॉगचे पाय... वरती ढगळ जीन्स, पांढऱ्या टी-शर्टची पाठ दिसते. डोक्यावर कॅप. त्याच्या हातात मी घरून बरोबर आणलेल्या अपूर्ण चित्राचा कॅनव्हास आहे. माझ्या पाठून येणाऱ्या पावलांची टॉकटॉक त्याच्यापर्यंत पोचतेय् म्हणून तो पाठी वळूनसुद्धा बघत नाही. इतका निर्धास्त आहे तो. वाटते, काय आहे इथे या अठरापगड झोपड्यांतून पसरलेले? त्याला अत्यंत सुरक्षित वाटायला लावणारे? मात्र या सर्वांवर पसरलेला एक दर्प कधीपासूनच माझ्या नाकाला हलकाहलका जाणवायला लागला होता. एक आंबूस चिंबूस वास. मघापासून इथे जाणवणारे इतर सगळे वास माझ्या परिचयाचे होते. लसणीची चरचरीत फोडणी, भाजलेली भाकरी... सुकटाची कढी... पण हा वास कशाचा? काय असेल ते? हातभट्टी... ड्रग्ज... ॲसिडस्... कोणते रसायन इथे उकळत असेल? जवळपास कुठेच काही दिसत तर नाही. आम्ही या चक्रव्यूहात आत आत भिरभिरत खेचत चाललोय.

चालता चालता मी एका खोलीच्या बाहेर का कुणास ठाऊक थबकले. बाहेर उन्हाच्या तिरीपीच्या लख्ख पट्ट्या पायाजवळच्या कडाप्पावर पडल्या होत्या आणि खोलीच्या आत? आतला अंधार... घनदाट... खोल विहीरीच्या थंडगार तळाशी असणाऱ्या शेवाळासारखा... हिरवागार... दृष्टीला काही दिसत नव्हते म्हणजे काहीच नसावे का तिथे? पण तसे कसे? घासून गोणपाटावर उपडी घातलेली चकचकीत भांड्यांची रास... कदाचित पाळण्यात तापाने फणफणत मलूल पडलेले बाळ. त्याची आई... माँ... अम्मा... कुठे गेली असेल? पाठीला बाक आलेला, खोकत कफाचे बेडके टाकणारा हाडांचा सापळा... तो असेल कां तिथे? डोळे ताणताणून बघितले तर नजरेच्या टप्प्यात काहीच येत नाही. थंडगार घट्ट काळोख नुसता. नर्मदाकाठच्या अरण्यासारखा कवेत ओढून घेणारा काळोख. कुणी बोलावते आहे, खुणा करते आहे. आत शिरावेसे वाटते?

''अंदर आ... आ जा... चोट्टी कही की... स्कूल नहीं जायेगी?''

कुठून शब्द धावत आले? की मिट्ट अंधाराचे ओठ हलले न जाणवता? पाऊल पुढे टाकायचे धाडस करायचे? पण एकदा ही चौकट ओलांडून त्या अज्ञातात पाऊल टाकले की मग मागच्या या लखलखीत जगाचे काय? एकदा तिथे बुडी मारली की इथे परत येता येईल? कसे येता येईल? अपुऱ्या राहिलेल्या चित्रातल्या त्या मुलीचा चेहरा कोण पूर्ण करून देईल? की सगळे जाणूनच पुढच्या अंधाराच्या डोहात उडी टाकायची? परत न येण्यासाठीच? या शहरात परतून काय करायचे? कुणासाठी करायचे? ते तरी कुठे ठाऊक आहे? मन विस्कटत चालले... कशाचे भय आतून जागे होत चालले आहे?

"नाना, तुझी ताई आली काय रे?"

पाठीमागच्या जगातून आवाज आला तशी मी भानावर आले.

रमेश? रमेश कुठे आहे?

बघते तर तो त्याच्या स्टुडिओच्या दारात पोचलासुद्धा. मी थबकलेली पावले उचलली. खांद्यावरच्या बॅगेतला मोबाईल पुन्हा कुरकुरला. त्या जगाकडे मला पुनः पुन्हा खेचून नेणारा आवाज...

नो, मला नको आहे हा आत्ता. स्टॉप इट् ऑल ऑफ यू.

रमेशची खोली बाहेरून तरी इथल्या इतर चारजणींसारखीच आहे. उंच उंबरठा असणारी. लहानशी. धुरकटलेल्या प्रकाशाची. दारासमोरच एक छोटेसे कपाट-कम-शेल्फ आहे. त्याच्या वरती एका भिंतीपासून दुसरीपर्यंत एक आडवी घडवंची ठोकलेली आहे. त्यावर कॅनव्हासचे रोल्स, स्ट्रेचर्स, वेगवेगळ्या आकाराच्या फ्रेम्स, स्केचबुक्स, फाईल्सचे ढीग, प्लॅस्टिक शीटस्‌मध्ये लपेटलेली चित्रे... अनेक वस्तू ठेवलेल्या आहेत. डावीकडच्या भिंतीला टेकवून जमिनीवर एक लांबलचक चित्र उभे ठेवलेले आहे. कॅनव्हासवरचे अपूर्ण अमूर्त आकार... नुसतेच गडदफिके रंगाचे आकार दिसतायत. सेरुलियन, ॲक्वामरीन, पर्शियन, आयव्हरी ब्लॅक... काहीतरी उमटू पाहते आहे, व्यक्त होऊ पाहात आहे. पण अजून वाट बघावी लागणार आहे त्यासाठी, वेळ द्यावा लागणार आहे. किती ते कुणाला ठाऊक? उजवीकडच्या भिंतीवर पेंटिंग्ज लटकवली आहेत. रमेशच्या गेल्या प्रदर्शनात होती ही चित्रे. सर्वांनाच ती आवडली होती. कित्येकांनी त्याला त्यासाठी गळ घातली होती. किती तरी हायफाय् बायका त्या आर्ट गॅलरीत घिरट्या घालून, रेंगाळून गेल्या होत्या.

"Oh, how quaint! This will be just right for my penthouse."

"Oh, the price is too much, I can't afford it!"

"Can you make a copy of this for my dressing room?"

शब्दांचे फुगेच फुगे उसळत राहिले. रंगीत ओठातून बाहेर फेकले जाणारे शब्द... भडक रंगवलेल्या चेहऱ्यांच्या, अंगावरच्या झगमगत्या हिऱ्यांसकट स्वतःला

सांभाळत तोलूनजोखून रमेशच्या चित्राची किंमत ठरवणाऱ्या या बायका... रे-बॅनच्या धूर्त काचांमागून सावधपणे अंदाज घेणाऱ्या... कफ परेडवरच्या स्कायस्क्रेपर्समधून मांसल गुर्मीत जगणाऱ्या गुबगुबीत माद्या... चित्रांचा सौदा करणाऱ्या बाजारबसव्या आर्ट डीलर्स. याच प्रदर्शनाच्या वेळी अशाच एका लालभडक ओठांच्या बाईने रमेशला पेंटिंग्ज दाखवण्यासाठी घरी यायची गळ घातली होती. त्याच्या अगदी पाठीमागे लागून वेळ दिली होती. रमेश कबूल झाला. सगळी चित्रे पॅक करून धनंजयच्या रिक्षात घालून दोघे घरातून वेळेवर निघाले होते. ते धारावीपर्यंत पोचले आणि तिथेच कुठेतरी पुढे मागे मोहरमची मिरवणूक त्यांना आडवी आली. त्या सगळ्या मॉबच्या गदारोळातून जुहूला पोचेपर्यंत त्यांना भलताच उशीर झाला. धावतपळत घामाघूम होत हे कसेबसे तिने दिलेल्या पत्त्यावर घर शोधत शोधत पोचले. आधी सिक्युरिटी... मग पीए... इंटरकॉमवरून निरोप दिला गेला. ती बाई जिन्यावरून खाली आली ती तणतणतच. आल्या आल्या रमेशबरोबर तिथे बसलेल्या धनंजयला बघून तिचा आधीच चढलेला पारा आणखीन सरसर वर चढला.

"ए, इसे क्यूँ साथ लाये? टाईमपे नहीं पहुँच सकते तुम? कमसे कम फोन तो करना चाहिये। मुझे और काम नहीं है क्या? दुसरी अॅपॉइंटमेंट्स..."

असेच काही ना काही तडकत राहिली. तिची ती बडबड चालू असतानाच रमेश उठला. त्याने जमिनीवर ठेवलेला आपला पोर्टफोलिओ उचलला. धनंजयला म्हणाला, "चल." तिला अर्थातच त्याच्याकडून या प्रतिक्रियेची अपेक्षा नव्हती. ती क्षणभर गारठली, पुन्हा पवित्रा बदलत, खवळून त्याच्या अंगावर धावून आली

"ए, तुम जाता क्यूँ है? पेंटिंग दिखाये बगैर जायेगा क्या?"

रमेश चालत राहिला तशी ती त्याच्या पाठीपाठी हॉलच्या दारापर्यंत धावत बडबडत आली. रमेश थांबला. तिच्या त्या लखलखीत स्पॉटलेस संगमरवरी जमिनीवर शांत उभा आपला. एका हातात पेंटिंग्ज, दुसऱ्यात धनंजयचा हात.

"मॅडम, मैं आपको पेंटिंग्ज नहीं दिखाऊंगा क्यूँकि इन्हे खरीदना आप के बस की बात नहीं है."

पार काटाच मोडून टाकला. तिची ती मार्बलची लख्ख जमीन, ब्रोकेडचे पडदे, इंपोर्टेड क्यूरिओज... पर्समधल्या खुळखुळत्या, चमकत्या सोन्याच्या गिन्न्या. सगळ्याकडे पाठ फिरवून व्हॅन गॉगचे बूट तिथून परत आले आपल्या खोलीकडे... हट्टी! त्याच्या प्रदर्शनाच्या वेळी झालेली आमची पहिली भेटही अशीच झाली होती. जहांगीर बाहेरच्या फूटपाथवरचा 'आर्ट प्लाझा'- प्रदर्शन करू पाहणाऱ्या नव्या, गरजू आर्टिस्टची हक्काची गॅलरी आहे. त्या दिवशी जहांगीरमधला नेहमीचाच विकाऊ माल बघून मला उबग आला होता. तिथले ते ठराविक कंपू, त्या त्या कंपूंनी विकत घेतलेले टणक कातडीचे मख्ख क्रिटिक्स, स्वत:ला आर्ट डीलर्स म्हणवणाऱ्या या

अशा बाया... सगळेजण कसे एकमेकांशी घट्ट जखडलेले. मग या ताण्याबाण्यांच्या जोरावर पुढे येणारे, आणले जाणारे आर्टिस्ट. पैशाच्या, प्रसिद्धीच्या हव्यासापोटी काहीही करायला तयार असणाऱ्यांची ही जात आहे.

गणपती डिझाईन करून हवेत?

मी आहे.

थिएटरच्या लॉबीत लावायला साठ फूट उंचीचे म्यूरल करून हवे?

मी आहे ना!

इन्स्टॉलेशन?

मी करून देईन.

बारच्या, डिस्कोच्या छपरावर पेंटिंग करून हवंय?

मैं किस मर्जकी दवा हूँ भय्या?

काहीही करायला तयार असणारे हे कारागीर.

त्यांच्या समोर फक्त डॉलर्स, दिनार, पौंड्स... पैसा उधळणारे हात हवेत, ठळक मथळ्यात वर्तमानपत्रात नाव छापून यायला हवे. एकमेकांच्या आधाराविना हे सगळे पांगळे. त्यांची स्वत:ची अशी ओळख राहिली आहेच कुठे? जणू आरशातली प्रतिबिंबे... प्रतिबिंबांची पुन्हा प्रतिबिंबे. एक असेल तोवर दुसऱ्याचे अस्तित्व, एक प्रतिमा हलली की दुसरीला हलवून अदृश्य करणार... मग तिसरीला, चौथीला, जरा धक्का लागला की सगळ्यांनी वेडेवाकडे होत, भेलकांडत, आकांत करत कोसळून पडायचे. ते होऊ नये म्हणून तर यांची प्राणांतिक धडपड असते. स्वत:च्या अस्तित्वाला धोका असल्याचा नुसता वास देखील यांना सहन होत नाही. जरा जरी तसा सुगावा लागला तर सावध होत त्याचा शोध घ्यायचा. त्या कुणा दुसऱ्याला पाडायचे, त्याच्यावर टाच रोवायची, कुरघोडी करायची, टोचून ठेचून नेस्तनाबूत करायचे पण स्वत:ला शाबूत ठेवायचे... सेलेब्रिटीजच्या पार्ट्यांना जात राहायचे, आपणही त्या हॅपनिंगचे आवश्यक भाग असल्यासारखे भासवत राहायचे. लिहीत राहायचे, बकत राहायचे, इतरांच्या कमाईवर खात पीत तुष्टपुष्ट होत राहायचे पण सतत असे एकमेकांच्या आरशात डोकवत राहायचे. नव्या उमेदीने बाहेरून येणाऱ्या तरुण मुलामुलींना कधी आपल्यात ओढून घेत, तर कधी त्यांच्याकडे संपूर्णपणे दुर्लक्ष करून टाकत नासवून, संपवून टाकायचे. मुंबईतल्या अंडरवर्ल्डसारखाच हा आर्टवर्ल्डचा जहरी खतरनाक माफिया आहे. थंड काळजाचा खुनी मॉब. यातल्याच काही आरशांनी आपले हात लांब करून मला त्यांच्यात ओढून घेण्याचा प्रयत्न केला होता की तो एक आभासच? या सगळ्या छळणुकीने कंटाळून, जीव वाचवून मी धावत सुटले ती नेमकी आर्ट प्लाझासमोर येऊन थांबले होते. तिथली चित्रे बघता बघता नेमकी रमेशच्या चित्रांसमोरच पावले घुटमळत रेंगाळली होती.

साध्या खडखडीत पांढऱ्या हॅण्डमेड पेपरवर बाह्यरेषा वळवून काढलेल्या आकृती इथे दिसत होत्या. पण ही रेषा कशी? तर जशी हवी तशी आणि तेवढीच. कधी धावत सुटलेली तर कुठे थबकत विरून गेलेली... म्हटले तर आकृती अपूर्ण ठेवणारी पण बघावे तर संपूर्णतेच्या सर्व शक्यता सुचवणारी. त्या सुंदर तरल, वळणदार रेषेच्या सोबतीला आलेल्या निळ्या, राखी, काळ्या रंगांच्या हलक्या पारदर्शी छटा त्या आकृतींना आकार व घनता देत होत्या, डायमेन्शन्स स्पष्ट करत होत्या. चित्रात वापरलेल्या अवकाशापेक्षा मोकळा सोडलेला अवकाशही इतका अर्थपूर्ण, संपन्न असू शकतो? मी चकित होऊन बघतच राहिले होते. मी इथे इतकी वर्षे येत होते, चित्रे बघत होते पण प्रत्येक वेळी मनात अस्वस्थता जागी होत होती, असमाधानाचे थर आत आत जमत चालले होते. मन जड विकल होऊन जात होते. ते नेमके कशामुळे होते? चित्रांच्या नावाखाली विकल्या जाणाऱ्या भरमसाठ किंमतींच्या रिकाम्या चौकटी बघाव्या लागत होत्या म्हणून? सर्व प्रसारमाध्यमांचा पद्धतशीर वापर करून या चौकटी विकवून देणाऱ्या क्रिटिक्स आणि डीलर्सचा भडवेपणा बघून? काळ्यापांढऱ्या पैशाच्या थैल्यांच्या जोरावर या सर्व व्यापाराची चक्रे हलवणाऱ्या आणि कलाकारांना रस्त्याकडेला टिमकीच्या तालावर नाचणारी भागाबाई करून टाकणाऱ्या भांडवलशाहीमुळे? की हे सर्व समजूनसुद्धा स्वत:ची कातडी त्यांच्या पायी मऊ गालिचासारखी अंथरणाऱ्या विकाऊ आर्टिस्टच्या सत्वहीन जमातीमुळे? कुणाकुणावर चरफडायचे, थू: म्हणायचे आणि आपल्याला याबद्दल आणखी काही करता येत नाही म्हणून हतबल व्हायचे? वर्षानुवर्षे सगळे मनात साठत आलेले, तुंबत चाललेले... बाहेर फुटू पाहणारे पण फुटू न शकलेले?

''यह हाथ मेरे नहीं जो रेतपर मेरा नाम लिख रहे हैं
यह आँखे मेरी नहीं जो इन्हे अब देख रही हैं....''

अंगातली सर्व शक्ती शोषून टाकून मूढ अगतिक करून टाकणारे....

''यह पेड जो कभी मेरी नजरोंको आसमान की तरफ ले जाते थे,
आज खुदहीकी छाया को खोये हुए है...''

असे करून टाकणारे.

पण रमेशची चित्रे बघताना आतून काही हलायला लागले, फुटून फुटून जागे व्हायला लागले. त्या चित्रामधला निळा रंग बघत डोळे शांत व्हायला लागले तसा तो गारवा मनाच्या अंधाऱ्या गाभाऱ्यात खोलवर पाझरायला लागला. किती वर्षांपासून कोरडेठक्क होऊन पडलेल्या मनाची तहान अशी थोडक्याने भागणार नव्हती. पण थेंब थेंब करत मनाचे कोपरे आतून ओले होत गेले, दिलासा देत गेले. हेच चित्र... चित्र कसे असायला हवे त्याची साक्ष देणारे, अपूर्णतेच्या आभासातून संपूर्णतेकडे, सौंदर्याकडे नेणारे... पवित्रतेचा साक्षात्कार घडवणारे... ते माझ्यासारख्याच कुण्या

एकीसाठी काढले गेले होते. माझ्या येण्याची वाट बघत ते तिथे लोखंडी तारेवर लटकून तिष्ठत राहिले होते. तापलेल्या आकाशाने त्याला दिलेले चटके सहन करत, धावत्या गर्दीने केलेली अवहेलना सोशीत मला हाका देत राहिले होते. आता ओळख पटली होती. वाटले, घेऊनच टाकावे का हे चित्र? रमेश तिथेच बसलेला होता. ओळख झाली. वाटले होते, चित्र घेते म्हटल्यावर तो खुश होईल पण त्याने तर एकही चित्र विकायचे साफ नाकारले. असली न परवडणारी मिजास खांद्यावरच्या थैलीतून घेऊन फिरणारा रमेश मग मला माझा वर्षानुवर्षांचा जुना मित्रच वाटू लागला. तसा वाटला नसता तर नवलच. मधल्या काळात तो इथेतिथे भेटत गेला. जरी भेटला तरीही फटकूनच वागे. चित्रे कधी देणार म्हटल्यावर नुसताच मान हलवत हसत असे. पण चित्रे विकायचे नाव काढत नसे. तो निळा रंग मात्र माझ्या मनात रुतून बसलेला. मन आशाळभूत व्हायचे, कधी बघायला मिळतील ती चित्रे मला? मी वाट बघत राहिले.

त्यानंतर कधीतरी एके दिवशी तो अचानक घरी आला. आणि घरात पाऊल टाकताच मात्र त्याचा सगळा नूर बदलला. घराकडे, तिथल्या चित्रांकडे, वस्तूंकडे बघत, डोके हलवत "हं..." करत, उभा राहिला.

मला कळलं बरं का मॅडम, ती चित्रे तुम्हाला का हवीत अशा अर्थी!

त्या दिवशी तो फार काही बोलला नाही. चित्रांचा उल्लेख मीही केला नाही. पण पुढच्या वेळी तो भेटायला माझ्या ऑफिसमध्ये आला तेव्हा वर्तमानपत्राच्या कागदात गुंडाळून आणलेले पॅकेट हातात देत म्हणाला

"घ्या, हे तुमच्यासाठी"

ते उघडून बघितले तर आत त्याच प्रदर्शनातल्या सिरीजमधले 'मदर'. रमेशच्या प्रदर्शनातले ते सर्वात उत्कृष्ट चित्र होते. कितीतरी जणांना हे चित्र आवडले होते. एक परदेशी मुलगी तर या चित्रासाठी हट्टच धरून बसली होती. त्यासाठी हवे तितके पौंडस् मोजायला ती तयार झाली होती. त्या चित्राखालची 'नॉट फॉर सेल' ची टीप बघूनसुद्धा ती कितीतरी वेळ तिथे चित्र खरेदी करण्यासाठी थांबली होती, रमेशची आर्जवे करत राहिली होती आणि शेवटी रागावून, दुखावून पाय आपटत निघून गेली होती. तेच हे चित्र... त्या छोट्याशा चित्रात एक लहानशी निळ्या छटेची स्पेस. तिच्या अगदी तळाशी बाह्यरेषेचे वळण फिरवत चितारली गेलेली एक बसलेली आकृती होती. अगदी साधी. आई... मांडीवरच्या गोळ्याभोवती आपल्या सगळ्या शरीराचे संरक्षक कवच करून घेतलेली... त्यावर माया करणारी... तिच्या सगळ्या आशाआकांक्षा, सुखदुःखे, लोभ, मोह त्या गोळ्यावर केंद्रित झालेले.... त्याच्याशिवाय दुसरे कोणतेही असणे नाकारून ती एकाकी बसली होती. तिच्या रक्तामांसातून जन्मलेला हा गोळा तिच्या अस्तित्वाचे प्रयोजन आणि फलितही. मग

तिला आणि कुणीच नको, काहीच नको. आईची सगळी माया, तिचे समर्पण, सगळी करुणा त्या लहानशा जागेत सामावून आली होती. आई.... अम्मा... माय... जामिनी रॉयची "मदर ॲण्ड चाईल्ड', मायकेलअँजेलोची 'पिएटा', गणेश पाईनींची 'मा'... सगळ्या प्रतिमा माझ्या मनात जाग्या होत गेल्या, आतून काही चेतवत गेल्या आणि शांतही करत गेल्या. आनंदाच्या लहरी सर्वांगातून धावत आल्या तसे माझे डोळे भरून यायला लागले. ऑफिसमध्ये टेबलवर पुढ्यात चित्र ठेवून मी सूँ सूँ करत, नाक ओढत रडतेय् आपली.... वर बघितले तर रमेश चकित झालेला, पण... पण तोसुद्धा रडतोयच की! असे ते चित्र एके दिवशी न मागता, ना काही करता माझ्या घरी आले आणि इतक्या चपखलपणे इथे सामावून गेले की जणू या घरासाठी, या भिंतीच्या तुकड्यासाठीच ते काढले गेले असावे. माझ्या घरातली इतर चित्रे, सिरॅमिक्स, उशांची कव्हरे, पडदे सगळ्यांशी त्याचे इतके गोत्र जुळून आले की कधीतरी जर ते तिथून हलवले गेले तर घर अपुरे, रिकामेच वाटेल बहुधा! रोज संध्याकाळी थकून घरी आल्यावर त्याच्याकडे बघितले की माझे सगळे त्रास कसे विरघळून पळून जातात, चिंता नाहीशा होतात आणि मनात आपोआप शांतता दाटून येऊ लागते.

हे चित्र माझ्यासाठी काढण्यासाठी या रमेशला कुणी कधी सांगितले असेल?

अशी कितीतरी सुंदर चित्रे रमेशने याच स्टुडिओत बसून काढली आहेत. आजूबाजूला अनेक खोल्या पसरलेल्या आहेत तशीच ही एक खोली. साधा रंग लावलेल्या भिंती. एका ट्यूबच्या उजेडाने खोलीतल्या अंधारावर मात केली आहे. निदान तसा प्रयत्न तरी. साध्या सिमेंटच्या खडबडीत जमिनीवर रमेशचा सगळा रंगकामाचा पसारा विखुरलेला आहे. कॅम्लिनच्या खोक्यातून पडलेल्या रंगांच्या ट्यूब्ज, पोस्टर कलर्सच्या बाटल्या, ॲक्रिलिकचे डबे, तऱ्हेतऱ्हेचे ब्रश, रोलर्स, पेन्सिली... असंख्य लहानमोठ्या वस्तू... लिन्सिड, टर्पेंटाईनचे बुधले... नाईफ्स... ते सगळे बघताबघता मला त्याचा हेवा वाटायला लागला. खोलीच्या कोपऱ्यात एक छोटीशी मोरी दिसत होती. इतर काहीच नाही? एखाद-दोन ताटल्या अन् वाट्या तरी... कपबशा, ग्लासेस... पण तिथे तर काहीच दिसत नव्हते. रमेश तसाच माझ्याकडे बघत हसत उभा होता. हा इतका लख्ख, इतके स्वच्छ कसे हसू शकतो? कधी कुठले टेन्शन नाही, काळजी नाही. जे मिळते त्यात आनंद, जे नाही त्याबद्दल खंत नाही हे या मुलाला कसे जमू शकते?

"रमेश तू इथे काम करतोस?"

"कधी इथे पण बहुधा वर."

"वर?"

"हो, तिथे लाईट चांगला मिळतो ना!"

तेवढ्यात फ्रीजमधल्या पाण्याची थंडगार बाटली घेऊन एक मुलगा धावत तिथे आला. तशी माझ्या पाठोपाठ बरीच लहानलहान मुले रमेशच्या ताईंना बघायला खोलीत शिरलेली होतीच. एकदोघी शेजारणीही तिथून सहज गेल्यासारखे दाखवत आत डोकावून गेल्या होत्या. एरवी सगळा वेळ ही सगळी मुलेच इथे वावरतात. इथे खेळत, वाचत, अभ्यास करत बसतात. कधी ती चित्रेही काढतात. रमेशला सगळी मदत यांचीच असते. स्ट्रेचर्स आणायला, कॅनव्हास स्ट्रेच करून लावायला, क्लिप्स मारायला... रमेशच्या सगळ्याच कामांत यांचा हातभार असतो. त्याचे पहिले एकल प्रदर्शन नेहरू सेंटरला झाले तेव्हा ही आळीपाळीने फेऱ्या मारून बघून गेली होती. तो इथे नसतो तेव्हा फोन घेणे, निरोप सांगणे ही सगळी जबाबदारी यांचीच. रमेश बाहेर जाताना कधीच घराला कुलूप लावत नाही. काडी काडी करून घरटे बांधणाऱ्या माझ्या मध्यमवर्गीय चिमूताईच्या मनाला धस्स होते.

"पण रमेश, पेंटिंग्ज...?"

"कोण चोरणार? ही माकडं आहेत की इथे."

तो अगदी कूल असतो. ही सगळी मुले जवळच्या म्युन्सिपाल्टीच्या शाळेत शिकतात. संध्याकाळी ती रमेशच्या खोलीवर जमतात. एरवी यांना खेळायला जवळपास पटांगण नाही, बागेचा हिरवा तुकडासुद्धा नाही. बाकी सगळे वातावरण असे कोंदटलेले, घुसमटलेले! दाटीवाटीने बांधलेल्या झोपड्यांच्या फटींतून दिसणाऱ्या आकाशाच्या तुकड्यातून प्रकाशाचे किरण चुकतमाकत इथे उतरतात. शाळेचा कोंडवाडा मी येतानाच बघितला होता. तिथेही कुठे मैदान नावाची चिंचोळी पट्टी नव्हतीच दिसत. मग यांना नानाची खोलीच बरी आपली. चित्रे काढायला, रेडियो ऐकायला, मनमोकळे व्हायला यांनी जायचे कुठे? या घुसमटीचा दाब असाच वाढत गेला तर पुढे यांचे काय होईल? धावत्या रेल्वेवर दगड फेकून हलत्याबोलत्या माणसांना कुणाकडून तरी कुत्तरड्यासारखे हाड् केले जाते... परीक्षेला जायला निघालेल्या अश्राप पोरीला धावत्या गाडीतून फेकून देण्यात येते... कुणी कार्यकर्ता स्वत:च्या कर्माने मेला तरी दंगल घडवून आणण्यात येते... हे विद्रोह पेटवणारे हात कुणाचे? ॲसिडच्या बाटल्या फेकणारे... मटक्याचे नंबर लावणारे... पोरीबाळींचा सौदा करणारे... पोलिसांना हप्ते पेरणारे... यातल्याच एकाचे? कदाचित मघाशी मला पाण्याची बाटली आणून देणाऱ्या बाबूचे... काय आहे या हातांमागे? कुणाचे चेहरे? पण हेही कितपत खरे आहे? की माझा तसा पद्धतशीरपणे समज करून दिला गेला आहे? इथे मला तसे काहीच वाटत नाही, जाणवत नाही. ती सगळी मुले माझ्याभोवती उभी होती. स्वच्छ, निर्मळ हसत... रमेशसारखी. त्यातलाच एक हात पुढे आला.

"नाना... पेन्सिल... गणितं सोडवायचीत."

साखळी तुटली.

खोलीच्या बाहेर दरवाजा आणि गटाराच्या मधल्या चिंचोळ्या फरशीवर जवळजवळ उभा एक अरुंद लोखंडी जिना आहे. त्याच्याकडे बघता बघता मी अगदी आतून खुश होत गेले. पुन्हा निळा रंग... कोबाल्ट... असा जादूभरा, वेड लावणारा दुसरा रंग मी अजून तरी बघितलेला नाही. याला पांढऱ्याशेजारी ठेवला की हा कसा वेगळाच होतो, काळ्याशेजारी हा राहिला तर त्याचे काळेपण अधिक घनदाट करून टाकतो. कुठल्याही रंगाशी याचे नाते जोडले तर तो त्याच्याशी जोडून, जुळवून घेतो, स्वत: साजरा होतो, दुसऱ्यालाही सजवून गोजिरा करतो आणि एवढे सगळे करूनसुद्धा अडेलतट्टूपणाने स्वत:ची आयडेंटिटी कायम तश्शीच राखतो. याच्या आजूबाजूला दुसरे निळे रंग आले तर हा मग हुकुमशहा होऊन त्यांच्यावर अरेरावी गाजवतो आणि तेही गुलामांसारखे त्याच्यासमोर झुकून शरणागत होऊन जातात, त्यांच्यासमोर दुसरा पर्यायच नसतो. संपूर्ण शरणागती स्वीकारणे त्यांना भाग असते. पण जेव्हा कधी कोबाल्टच्याच वेगवेगळ्या शेडस् एकत्र येतात तेव्हा? मग आठवते हिवाळ्यातल्या एका संध्याकाळी खाडीच्या काठाकाठाने धडाम् धडाम् करत सुसाट धावत जाणाऱ्या गाडीतून बघितलेले आकाश... इवल्याशा बंद मुठीत पप्पांचे बोट घट्ट धरून ठेवलेले, टुकुटुकु डोळे आकाशभर नाचत जातात.

"पप्पा... पप्पा, आकाश कसं तुमच्या पेनमधल्या शाईसारखं दिसतै न"

निळ्या शाईने केलेली लपेटदार सही... प्रगतीपुस्तक... शाळेचा गणवेश... कॉपिंग पेन्सिल... कार्बनपेपरचे ठसे... भर दुपारच्या रणरणत्या उन्हात निळसर डांबरी रस्त्यावरून धावत येणारी जीप... पप्पांच्या हातातला थर्मास. "नीट पेपर लिही हं बाबा..." नंतर तशीच एक संध्याकाळ आली. त्याच खाडीच्या काठावरून धडाम् धडाम् करत निघालेल्या ट्रेनमधली मुलगी आता जाणती झालेली... पण तिच्या मुठीतले पप्पांचे बोट कुठे गेले? टुकुटुकु डोळे आकाशभर शोधत धावत जातात. निळी शाई आकाशभर सांडत गेली... शाईचाच समुद्र, खाडी... काठावरची मॅनग्रोव्हज्... कोबाल्टची माया पार क्षितिजापर्यंतचा आसमंत व्यापून गेली.

रमेशचा निळा जिना वरवर चालला होता. पूर्वी इंग्रजी सिनेमातल्या घरांच्या लाकडी माळ्यांवर जाण्यासाठी जसे जिने असायचे तसा तो दिसत होता. तो जिथे संपत होता तिथे होता एक आडवा ट्रॅपडोअर, तोही निळाच. सारखा उघडून बंद करून त्याच्यावरचा रंग ठिकठिकाणी घासून निघून निरनिराळी टेक्स्चर्स तिथे तयार झाली होती. त्याच्या कडीला रस्सी बांधून तो वरच्या भिंतीशी अडकवला होता. त्या चौकटीतून दिसणारी वरची भिंत, तीवरच्या छोट्या चित्राचा चतकोर, वरचा ॲसबेस्टॉसचा पत्रा... आणखी काय काय असेल तिथे?

वरच्या खोलीतही भरपूर पसारा अस्ताव्यस्त पडला होता. समोरच्या मोठ्या

खिडकीतून दूरवरच्या मशिदीचा दुधट हिरवा मनोरा कच्चकन् माझ्या डोळ्यात घुसला. त्याच्यापुढची झोपड्यांची छपरे, पत्रे, कौले वेडीवाकडी पसरत पार रमेशच्या खिडकीपर्यंत येऊन ठेपली होती. रमेशच्या खोलीच्या माथ्यावरही पत्रा आहे पण त्याच पत्र्यात एक चौकोन कापून त्याने तिथे दुधी रंगाचा काचेचा एक पट्टा बसवला आहे... त्याची परवानगी घेऊनच प्रकाशाचा एक लोळ खोलीत सरळ खाली कोसळत होता. बरोबर उष्णता, गर्मीच्या लाटा. हा रमेश कसे काय काम करत असेल इथे?

"काम काय कुठेही करता येते. परवा सहज दारात बसलो होतो तिथं ही स्केचेस केली,"

त्याने एक फाईल पुढे सरकवली. कागदाच्या दुकानात ठोक भावाने मिळतात तसले सर्वसाधारण गठ्ठा कागद, त्यावर पोस्टर कलर्स. पुन्हा निळा, काळा आणि ग्रे हे कलर्स पण आता इथे बाह्यरेषा नाही, कुठल्याच रेषेचे वळण नाही, अस्पष्टशी किनारही नाही, त्यातून येणारी लयबद्ध रचना नाही... भरपूर पाणी पोटात घेतलेल्या ब्रशने उचललेला रंगाचा ठिपका हलक्या हाताने अलगदपणे कागदभर फिरवत नेलेला होता. त्यातून आकृत्या तयार झालेल्या होत्या. या सगळ्या आकृत्या आता माझ्या ओळखीच्या... बसणारी.. चालणारी, कामे करणारी माणसे. त्यांची शरीरे, त्यातला बारीक-स्थूलपणा, कपड्यांच्या चुण्यांचे पोत सगळे काही त्या ब्रशमधल्या पाण्यातून कागदावर सहज सरळ उतरत गेलेले होते. हातपाय, चेहऱ्यांचे पारदर्शक आभास... रंगांच्या छटांची घनता वेगवेगळी, त्यातून दिसणारे हलकेजड पोत. साधे दोन तीन तर रंग... पण छटांची श्रीमंती किती असावी? प्रत्येक आकृतीला आपला तोल, आपले वजन देऊन जिवंत करणाऱ्या रंगाच्या छटा... लहानातल्या लहान चित्रातसुद्धा किती बघू अन् किती नको असे करून टाकणाऱ्या... खिडकीपलीकडे घराच्या छपरावर कौले शाकारणारा लुंगीवाला, पाय पसरून बिडी ओढत बसलेला सुस्त म्हातारा, मुलीचे केस विंचरणारी भैयीण... संदर्भ जागे होत गेले. चित्रांची चळत पुन्हा पुन्हा खालीवर करत मी बघत बसले. कितीही बघितले तरी मन भरेना. याला सुचते कसे हे सगळे? बकाल वस्तीतल्या या वातावरणाला कोणताही ओलेपणाचा, गारव्याचा, मृदूपणाचा स्पर्शदेखील नाही. वरून धबाधबा कोसळणारा हा प्रकाशाचा उष्ण ओघ, खिडकीतून धूळ, माती आत येतेच आहे. अशा वातावरणात हा मुलगा किती वर्षांपासून राहात आला आहे, काम करत आला आहे. पेंटिंगला लागणारी कोणतीही वस्तू इथे जवळपास मिळत नाही. असला साधा कागद आणायलाही त्याला स्टेशनपर्यंत हेलपाटत जावे लागते. रंगात मिसळायला लागणारे पाणीसुद्धा त्याच्या घरात नसावे? घरातल्या मोरीत त्याने बादली भरून ठेवली आहे... इथे नळ नाहीच. बाहेरून सार्वजनिक नळावरून याने पाणी आणायचे, भरून

ठेवायचे आणि दिवसभर पुरवून पुरवून वापरायचे. त्याच्या पाठीवर कुणाचा कौतुकाचा हात नाही, मायेचा स्पर्श नाही. तरीही हा मुलगा अशी चित्रे काढतो? चित्राची व्याख्या शिकवणारी? मोठमोठ्या आर्टिस्टचे वातानुकूलित स्टुडिओ माझ्या डोळ्यांसमोरून तरळून गेले. शिवाय कुणाला प्रदर्शनासाठी अमुकच गॅलरी हवी, तिथे तमुकच ''ॲम्बियान्स'' हवा... कुणाला गॅलरीच्या प्रवेशद्वाराशी इन्स्टॉलेशन हवे, आत येणाऱ्या प्रेक्षकांच्या ''बॅड व्हाईब्स ॲब्सॉर्ब'' करून त्यांना 'आत्मिक प्युरिटी'कडे घेऊन जाणारे... उद्घाटनाच्या दिवशी प्रकाशाचे झगमगीत झोत हवेत... आदल्या दिवशी फाईव्ह स्टारमध्ये कॉकटेल्स, तिथे फुकट दारू प्यायला-खायला येणारे मीडियातले जीवजंतू आणि बिनडोक रिकामटेकडी श्रीमंत जनता... तीही हवीच. वर्तमानपत्रातून भरभरून येणारे कोडकौतुकाचे रिव्ह्यूज... हाऊ वंडरफुल इज् धिस शो... रिकाम्या चौकटी विकण्यासाठीचा अट्टाहास... त्यातून येणारी ईर्षा... स्पर्धा... हे सगळेच नागडे राजे, आर्ट स्कूलमधल्या अशा छोट्या छोट्या मुलांकडून किती सहजपणे उतरवले जातात त्यांचे जरतारी झगे. सगळेच भिकारी, नंगे.

''रमेश, हे तुला जमतं तरी कसं?''

''मला कुठे माहिती आहे? कॅनव्हाससमोर आलो की मला आपोआप चेतना जाणवू लागते. आतून आतून ऊर्मींच्या लहरी जाणवू लागतात. त्या लहरींच्या लाटा कधी बनतात, कधी त्या झपाटल्यासारख्या थैमान घालू लागतात, मला समजत नाही. हाती कधी ब्रश येतो, अमुकच रंग कसा येतो तेही सांगता येत नाही. कॅनव्हासच्या सपाटीवर वेगवेगळी टेक्सचर्श मिळावीत म्हणून मी टेक्सचर व्हाईट वापरतो. त्याचे वेगवेगळे इफेक्टस् येतात. चित्रं बघितल्यावर मला बऱ्याचदा क्रिटिक्स विचारतात की ही कुठली लिपी इथे वापरली आहे म्हणून, पण खरं तर लिपी वगैरे काहीच नाही. जे सहजगत्या व्यक्त होत जातं, कॅनव्हासवर उतरतं ती खरी निर्मिती. अमुकच रंग का, तमुकच फॉर्म कशाला, लिपीचा अर्थ काय या प्रश्नांना माझ्याकडे उत्तरंच नाहीत.''

''पण सृष्टीने आपल्याला इतके रंग भरभरून दिलेत, त्यांच्यावर अन्याय होत नाही?''

''होत असेल, पण फक्त ते आहेत म्हणून वापरायचे, ते वापरून काढलेली चित्रे चांगल्या किंमतीला विकली जातात म्हणून वापरायचे हे त्यांच्यावर अधिक अन्याय करण्यासारखे आहे, नाही? माझ्या हातात निळा रंग कसा येतो? कुठून येतो? तर तो येतो हेच त्याचे उत्तर. मग इतर रंग तिथे येऊच शकत नाही. कधी अचानक व्हर्मिलियन येतो, कधी ऑकर, मग तिथे निळा नाही. मग त्याच रंगाशी मी खेळत राहतो.''

मला एक ज्येष्ठ चित्रकार आठवले. गर्भश्रीमंत घराण्यात पैदा झालेले, सगळे

आयुष्य चित्रकलेशिवाय इतर काहीच न केलेले. आज आर्टवर्ल्डमध्ये त्यांचा मोठा दबदबा आहे. त्यांचे आखीव रेखीव, शिस्तबद्ध काम माझ्या डोळ्यांसमोर उभे राहिले. जुन्या पारशी बंगलीतला त्यांचा तो विस्तीर्ण स्टुडिओ, उंच छत असणारा. योग्य वेळी हवा तितकाच सूर्यप्रकाश आत यावा यासाठी तिथे खिडक्यांची खास रचना केली आहे. तिथे ठेवलेली ईझल्स, पॅलेट्स, रंगांची ओसंडून वाहणारी बॉक्सेस अशी सगळी अगदी जय्यत तयारी. प्रत्येक खोक्यात एकेका रंगाच्या विविध छटांच्या ट्यूब्ज अगदी पद्धतशीर लावून ठेवलेल्या असतात. सकाळी आंघोळ, प्रार्थना, नाश्ता झाल्यावर ते स्टुडिओत यायचे. एका पॅलेटवर एकाच रंगाच्या हलकीतल्या हलकीपासून अत्यंत गडदपर्यंतच्या सगळ्या छटा मोजून मापून ओतायच्या. दुसऱ्या रंगाच्या दुसऱ्या पॅलेटवर, मग तिसऱ्या... तसे करत चित्रातल्या स्फटिकांचे पैलू ते रंगवत जायचे. मग दुपारी वेळेवर लंच, संध्याकाळी समुद्रकिनाऱ्यावर वॉक, संध्याकाळी जेवण्यापूर्वी उंची वाईन पिता पिता एखाद्या पाहुण्या आलेल्या क्रिटिकबरोबर चर्चा... डिस्कशन्... कधी एखादा नवोदित चित्रकारही मग त्यात सामील करून घ्यायचा. मग त्याचे प्रमोशन. असे सगळे पद्धतशीर चालायचे. रात्री झोपण्यापूर्वी रोज वापरलेल्या रंगांची, त्या संगतीची टिपणे न चुकता डायरीत लिहून ठेवायची. गेली पाच शतके हे असेच अव्याहत चालू आहे. त्यांची चित्रे देशपरदेशांतल्या अतिश्रीमंत घरांतून, दूतावासांतून, बहुराष्ट्रीय कंपन्यांतून, म्युझियम्समधून लावली गेली आहेत. त्यांच्या प्रत्येक प्रदर्शनाची पर्वणी साधून हा सगळा इतिहास पुन्हा नव्याने उजळला जातो. वर्तमानपत्रे, टीव्ही चॅनेल्स, मासिके... पुन्हा पुन्हा पद्धतशीरपणे थोपला जातो. हाऊ वंडरफुल् .... सच् डेडिकेशन... पण त्यांनी उमेदवारीच्या काळात काढलेल्या आणि इतक्या वर्षांच्या व्यासंगानंतर आज काढलेल्या चित्रांत तसूभरसुद्धा फरक दाखवता येणार नाही. कुठेच बदल नाही, वाढ नाही, प्रगल्भता नाही. ना विषयात, ना विचारात, ना चित्रे काढण्याच्या शैलीत... त्यांचे तंत्र आत्मसात करून घराणे पुढे चालवायला त्यांना एखादा वारस तयार करता आला नाही हे सुदैव की दुर्दैव असा मला प्रश्न पडतो.

"पण तंत्र-मंत्रात अडकायचंय कशाला? हे खरं की प्रत्येक चित्र काढण्यासाठी काही एका टेक्निकची गरज असते. पण फक्त टेक्निक वापरून संपूर्ण चित्र काढता येत नाही. त्यासाठी आतून काहीतरी फुटून उन्मळून बाहेर यायला हवं. कधी एखादं पेंटिंग करायला जीव सांडावा लागतो. कॅनव्हास परीक्षा घेतो. चित्र पूर्ण होऊच शकत नाही. कितीही प्रयत्न केला, श्रम केले तरी कॅनव्हास हरवून टाकतो. त्यासाठी वेळ द्यावा लागतो. शांतपणे वाट बघावी लागते. कॅनव्हासपुढे झुकावं लागतं. आणि कधी कधी कॅनव्हास इतका झपाटून कब्जा घेतो की काही तासांत सगळं चित्र पूर्ण होतं. इतक्या स्मूथली होऊन जातं सगळं..."

खरंच तर, बरोबर आणलेल्या कॅनव्हासने नव्हते मला दमवून हरवून टाकले? खरे तर चित्रकला हा पप्पांच्या मुलीचा शाळेपासूनचा आवडता विषय. पप्पा स्केचिंग सुंदर करायचे. मग त्यासाठी कुठून कुठून खास कागदाची स्केचपॅड्स, उत्तम प्रतीच्या पेन्सिल्स, पेन्स अशी सगळी मटेरियल्स ते हौसेने आणत. त्यांची ती रंगांच्या जुळवाजुळवीची जाण त्यांच्या कपड्यांतून, घराच्या सजावटीतून, एवढेच कशाला त्यांच्या फिशटँकच्या मांडणीतून व्यक्त व्हायची. भल्या मोठ्या काचेच्या टाकीतल्या पाण्यालासुद्धा निर्जंतुक औषधाचा थेंब टाकून निळसर छटेचा स्पर्श दिलेला असायचा. टाकीच्या तळाशी असणाऱ्या गुळगुळीत वाळूचा पोत, हिरव्या झाडांची वर पळत गेलेली वळणदार पाने, त्या मधून सुळूक सुळूक करत धावणारे रंगीबेरंगी चमकदार मासे... तोंडाची लयबद्ध उघडमीट करत हवेचे बुडबुडे उडवणारा शेवाळी रंगाचा बुद्दू बेडूक... ऑफिसमधून परतल्यानंतर पप्पा टँकसमोर बसून स्केचबुकमध्ये चित्रे काढत राहायचे. कागदावर भरभर फिरत जाणाऱ्या चारकोलच्या शेड्स, फराफरा उडणारा चारकोलचा चुरा. मुलगी ते टकाटका बघत राहायची.

"मला येईल असं काढायला, पप्पा?"

"येईल की, प्रॅक्टिस कर."

मग तीसुद्धा पप्पांसारखी स्केचिंग करायला बसायची. तिच्या शाळेतही चित्रकलेचा भलामोठा हॉल होता. त्या एकाच वर्गाला भल्यामोठ्या उंचच उंच खिडक्या होत्या. त्यातून दूरवरच्या टेकड्यांपर्यंत नजर धावत जाई. वर्गाच्या भिंतीवर मुलांच्या चित्रांनी भरलेले बोर्डस् होते. मुलांना बसायला एखाद्या आर्टस्कूलसारखी उंच टेबल्स, स्टूल्स तिथे होती. शिकवायला उत्तम शिक्षक होते आणि सगळ्यात महत्त्वाची गोष्ट म्हणजे ते इतर सरांसारखे रागीट, चिडचिडे, कान झणझणीत पिरगळून डोळ्यातून पाणी काढणारे, "हं, अश्रू शब्दाचा अर्थ सांगा," असं दरडावणारे राक्षस नव्हते, तर अगदी मिश्किल अन् प्रेमळ होते. शाळेतल्या कॉरिडॉरमधून धावताना ती मुलगी नेमकी या वर्गासमोर रेंगाळायची. तिचा तास नसला तरी काही ना काही सबब सांगून आत घुसायची. तास सुरू असताना सरांच्या बाजूबाजूला घुटमळायची. सर शिकवता शिकवता त्या उंच बेंचवर बसून आपल्या वळणदार उभट अक्षरात सुंदर कविता लिहायचे. त्यांच्या नकळत त्यांच्या मागे उभे राहून त्या कविता गुपचुप वाचायची तिची धडपड असायची. तिची गिचमिडलेली चित्रे सरांच्या पेन्सिलच्या दोनचार फटकाऱ्यानिशी खूबसूरत व्हायची याचे तिला कोण अप्रूप वाटे. तरीही सर तिला 'ब' वर्ग देत. मग ती रुसून बसायची.

"काय हो सर, मलाच कसा नेहमी 'ब' देता? वासंतीला तेवढा नेहमी 'अ' देता? तीच तुमची लाडकी आहे."

असे भांडण करून ती तिथून निघून जायची. पण चित्रकलेचा पुढचा तास कधी

येईल ते वेळापत्रकात सारखे शोधत राहायची.

पुढे ती हायस्कूलमध्ये आली आणि गंभीर आजाराने अचानक बिछान्याला खिळून पडली. रखवालदाराचा डोळा चुकवून कैऱ्या तोडायला झाडावर सरसर चढणारी मुलगी दिवसेंदिवस निस्तेज होत गेली. तिचा आजार आटोक्यात येईना. डॉक्टरांनी अगदी हात टेकले तेव्हा शेवटचा उपाय म्हणून पप्पांनी तिला ॲम्ब्युलन्समध्ये घालून रातोरात तिथून हलवले आणि भल्या पहाटे मुंबईच्या भल्यामोठ्या हॉस्पिटलमध्ये आणून दाखल केले. रात्रीच्या अंधारात खाडीवरचा पूल पार करत सुसाट धावत शहराकडे निघालेली ती गंजलेली ॲम्ब्युलन्स, छतावरून ओघळत खिडकीवरून कोसळणारा धो... धो पाऊस, प्रत्येक धक्क्यागणिक पोटात उठणाऱ्या प्राणांतिक कळा... स्टँडवर हिंदळणारी सलाईनची काचबाटली. पायाशी पोक काढून बसलेले पप्पा...

"पप्पा... पप्पा... माझी ड्रॉईंगची परीक्षा... परीक्षा... फॉर्म भरलाय् मी," तिच्या कोरड्या कडकडीत सुकलेल्या घशातून वेडेवाकडे होत शब्द उमटले.

"होय हं बाबा... आपण जाऊ... जाऊ या... नक्की."

कधी न घाबरणारे, न रडणारे पप्पा रडतात का? ते तिला समजेना. नाकात नळ्या, हाताच्या नसांत सलाईन-ग्लुकोजच्या सुया टोचलेल्या अवस्थेत ती कितीतरी दिवस मृत्यूशी झगडत हॉस्पिटलच्या कॉटवर ग्लानीत पडून राहिली होती. पप्पांची शिकस्त म्हणा किंवा तिची जबरदस्त जीवनेच्छा म्हणा, त्या आजारपणातून ती आश्चर्यकारकपणे बचावली. लोकांना तिला भेटण्याची, बोलायची मनाई केली गेली होती. हॉस्पिटलमधल्या त्या फटफटीत चुना मारलेल्या, फिनाईलच्या दर्पाने भरलेल्या खोलीत ती एकटीच मलूल होऊन पडलेली असे. एके दिवशी ती शुद्धीवर आली तेव्हा आपले जड झालेले डोळे कष्टाने उघडत आजूबाजूला बघत तिने नर्सला म्हटले, "सिस्टर... माझी कॉट खिडकीजवळ हलवा ना." तिची कॉट त्या सलाईनग्लुकोजच्या स्टँडसकट खिडकीजवळ सरकवून ठेवण्यात आली. तिथून तिला हॉस्पिटलच्या आवारातली झाडे दिसत. आकाशातून धावणारे ढग, मधल्या हिरवळीवर भुर्र करून झेपावत उतरणारे, दाणे टिपणारे कबुतरांचे थवे दिसत. त्यातले एक निळ्या मानेचे राखी पाखरू रोजच तिच्या खिडकीवर उतरायला लागले. मान वाकडी करून तिच्याकडे बघत गळ्याची पिसे फुलवत घुटर्र... घुम, घुटर्र... घुम करू लागले. ती तास न् तास हपापून त्याच्याकडे बघत राही. ते पंख हलवत उडून दूर जात ठिपका होऊन अदृश्य झाले की तिचे सगळे आकाशच पोकळ, रिकामे होऊन जाई. त्याचे चित्र काढून ठेवावे का? असे तिला वाटत राही असे कितीतरी दिवस अन् रात्री... ती हळूहळू बरी व्हायला लागली. एकदा पप्पांनी तिचा हडकुळा झालेला खांदा हलवत तिला विचारले "बाबा, कुणाला भेटावंसं

वाटतंय? वासंतीला घेऊन येऊ?'' तेव्हा ती म्हणाली ''हो, पण सरांनासुद्धा... '' आणि एके दिवशी खरोखरच सर तिला भेटायला आले. तिने सकाळी सकाळी डोळे उघडले तर कॉटजवळच्या स्टुलावर सर बसलेले होते. नेहमीसारखे चुटके सांगून त्यांनी तिला, वासंतीला हसवून हसवून बेजार करून सोडले. आपले लांब कान जिराफासारखे लुकलुक करून हलवून दाखवले. तिने कॉटवर पडल्या पडल्या हडकुळ्या हातांनी काढलेल्या वेड्यावाकड्या चित्रांचे कौतुक केले. बरोबरच्या पिशवीतून आणलेले रंगीत क्रेयॉन्स तिला त्यांनी दिले. तिथून परतल्यानंतर लवकर बरी हो, धावतपळत शाळेत परत ये अशा शुभेच्छा देणारी कविताही रचून त्यांनी तिला पाठवली. तो कवितेचा कागद तिने हॉस्पिटल सोडेपर्यंत तिच्या उशीखाली तिला सोबत करत राहिला. तशी ती लवकर बरी होत गेली आणि तब्येत खडखडीत सुधारून खरोखरच शाळेत परत आली. शाळेच्या कॉरिडॉरमधून पुन्हा तुरुतुरु धावू लागली. पण आता सरांशी 'ब' वर्ग दिला म्हणून भांडत नसे. पुढे ती जाणती झाली, लग्न होऊन सासरी जायला निघाली तेव्हा सरांनी आपली चित्रेच तिला भेट म्हणून दिली. शालूशेले, रुखवत, दागदागिने यांच्यापेक्षा सांभाळून आणलेल्या या चित्रांनीच त्या परक्या घरात तिची पाठराखण केली. पण त्या घरात तिला चित्रे काढायला तर दूरच, तिथल्या भिंतीवर लावलेल्या चित्रांकडे डोळे भरून बघायलासुद्धा अवधी मिळेना. तिची चित्रकला सुटली ती सुटलीच. तिच्याबरोबर आलेल्या रंगपेट्या, पेपर्स दिवसेंदिवस कॉटखालच्या धुळीत उदासवाणे पडलेले तिला बघवेनात तेव्हा एके दिवशी तिने ते सर्व साहित्य उचलले आणि मोलकरणीच्या पोरीला बक्षीस देऊन टाकले. सरांची चित्रे माळ्यावर सरकवली गेली. चित्रकला हा विषयच आयुष्यातून नाहीसा झाला. दुसरा इलाजच नव्हता. अशी कितीतरी वर्षे पाय ओढत निघून गेली.

आणि अचानक कुठल्या तरी वळणावर हा रमेश भेटला. हा योगायोग निश्चितच नव्हता. त्याच्याशी ओळख झाली. ती वाढत गेली. मैत्री जुळत गेली.

गेल्या दिवाळीची गोष्ट.

रमेश घरी आला होता. आल्या आल्या एक चौकोनी पॅकेट हातात देत म्हणाला,

''हॅपी दिवाळी.''

न राहवून वरचा कागद मी भराभरा फाडला तर आतून काय निघावे? कॅनव्हासच्या चार चौकटी, ऑईलपेंटस्, लहानमोठे ब्रश, लिनसीड ऑईल... माझा थक्क झालेल्या डोळ्यांवर विश्वास बसेना. हपापल्यासारखी मी त्या जमिनीवर पसरलेल्या साहित्याकडे बघत राहिले. पण हात पुढे करण्याचीसुद्धा हिम्मत होईना.

''हे सगळं मला? एकटीला?''

''होय, सगळं तुम्हालाच. तुम्ही चित्रं काढा.''

इथे रक्ताच्या नात्यांनी जोडलेली माणसे परकी होत, अनोळखी होत झिडकारून निघून जाताना बघितली होती. पूर्वी चारकोल, क्रेयॉन्स, पेन्सिली कुठून कुठून शोधून धुंडून जमवणारे पप्पाही मुठीतले बोट सोडवून निघून गेले होते. पण त्यांनी केलेली स्केचेस बॅगेच्या तळाशी जपून ठेवली होती. आयुष्याच्या सगळ्या धावपळीच्या प्रवासात ती इथेतिथे बरोबर नेली होती. पण स्केचबुकची उरलेली पाने तशीच कोरी रिकामी राहून गेली होती... रेषा, रंग सगळेच विसरून टाकले होते आणि आज पुन्हा सगळे आपसुकच समोर येऊन पडले होते. आतून आतून ऊर्मी उफाळून वर येऊ लागल्या. इतकी वर्षे दाबून ठेवलेल्या लाटा फुटून फुटून धडका द्यायला लागल्या. पूर्वीची कुठलीही ओळखदेख नसताना हा मुलगा एका वळणावर अचानक नेमका मलाच कसा भेटतो? न सांगता, न मागता अशी मैत्री कशी करतो? वर्षानुवर्षांपूर्वी हरवलेल्या या वस्तू बिनचूक शोधून कशा घेऊन येतो? कोण ही सगळी चक्रे फिरवत आहे? डोळे आपोआप भरून आले. तसेच त्याचेही. आम्ही आपले रडतोय् आणि रडता रडता हसतोय्.

अशी ती माझी चित्रकला नव्याने सुरू झाली. चुकतमाकत, धडपडत पहिला कॅनव्हास, मग दुसरा... तिसरा. कॅनव्हासवर रंग उतरत गेले की नुसता आनंदी आनंद. मग जरा मोठ्ठेच चित्र काढू या असा सूज्ञ विचार करून मी रमेशकडून मुद्दाम मोठा कॅनव्हास मागून घेतला. पहिले स्केचिंग ठीक झाले होते पण रंग लावायला सुरुवात केली आणि गाडे बिनसतच गेले. रंगसंगती हवी तशी जमेचना. रंग लावायचा, पुसायचा... पुसायचा, दुसरा लावून बघायचा असे सारखे चालू राहिले. तऱ्हातऱ्हा करून बघितल्या. रंगावर रंगाचे थर लागत गेले पण कुठे रंग कमी होतोय तर कुठे जास्त थापल्यासारखा दिसतोय. कुठे रंग पातळ होत घरंगळत जात दुसऱ्या रंगावर पसरतोय तर कुठेतरी रंग लावायला पुढे झालेला हात कॅनव्हासवरून झरझर सरकतच नाही, रंग गोठून जिथल्या तिथे बद्दकन स्थिर झालेला. कधी नको तिथे काळोख, नको तिथे प्रकाश. नको तिथे स्थिरता, नको तिथे नेमका रंगांचा नाच... एरवी सगळे प्रेमात पाडणारे रंग इथे छळायला लागले. ते कॅनव्हासवर उतरेनात, उतरले तर त्यांचे मैत्र जुळेना. चित्राची तर पार धूळधाण होत गेली. किती ट्यूब्जमधले रंग या कॅनव्हासने पिऊन गिळून संपवले. दिवसचा दिवस या चित्रापुढे जाई. पण चित्र अधिकअधिक अपुरे, रिकामे होत गेले. कधी संध्याकाळी ब्रश खाली ठेवताना वाटे आता हा अवकाश पूर्णपणे भरता येईल. नव्हे, आज तो झालाच, आता उद्या फक्त फिनिशिंग टचेस् द्यायचे. असे म्हणत रात्री समाधानाने झोपावे. सकाळी उठून मोठ्या उत्सुकतेने त्याच्याकडे बघावे तर ते चित्र पुन्हा निस्तेज, निर्जीव आणि रिकामे झालेले दिसायचे. त्या चित्रात बसलेल्या मुलीची आकृती कशीबशी पूर्ण झाली पण अवकाशाची पार्श्वभूमी पोकळ ती पोकळच. निळ्या छटांनी ती भरली

पण त्यात जिवंतपणाच येईना, चित्राचा अर्थ सापडेना, चित्र बोलेना. किती किती प्रयोग केले. नवीन नवीन तऱ्हा शोधल्या पण ही छळणूक थांबेना. थकून जायला होऊ लागले. मला राग, राग यायला लागला. किती वेळ घालवायचा असा मी? किती दिवस घालवायचे? उदासीने, निराशेने मन काठोकाठ तुडुंब भरून जाऊ लागले. हात काम करेनासे झाले. कामात मन रमेना, कशातच बिझी होता येईना. त्या चित्राकडे बघूसुद्धा नये असे वाटायचे. कसे सोडवायचे या व्यूहातून स्वत:ला? काय चुकते आहे? पण कॅनव्हास उत्तर सापडू देत नव्हते. माझी होत चाललेली त्रेधा बघून ते दात विचकत, खदाखदा हसत राहायचे, "जा... जा... भाग जा... चोट्टी." रात्रीच्या अंधारात ईझलवरून डोळे विस्फारून बघत खिंकाळत खिजवायचे. अशा आत्यंतिक निराशेच्या, कडेलोटाच्या क्षणी व्हॅनगॉगने स्वत:चा कान कापून फेकला होता, तडफडत, वेडा होत आत्महत्येचे प्रयत्न केले होते... शेवटी सेंट रेमीमधल्या बंदिवासात एकाकी खितपत असताना त्याने मृत्यूला मिठी मारली होती. सगळी तडफड संपवून टाकून तो शांत झाला होता. रात्री काळोखातून या आठवणी दणादणा पाय वाजवत धावत यायच्या, मनातली भीती अधिक गडद व्हायला लागली होती. पप्पा... सर... कुणीतरी हवे होते आज, दोन चार फटकाऱ्यांसरशी गिचमिडलेले चित्र नीट करून देणारे.

शेवटी धीर करून रमेशलाच फोन केला.

सूर्य माथ्यावर आला होता. छपरावरचा पत्रा, खालची जमीन सगळे तापून निघत होते. ट्रॅपडोअरमधून एक डोके वर आले. पाठोपाठ कॅनव्हासचे वाकडे टोक... निळा अवकाश... बसलेल्या मुलीची आकृती. रमेशच्या पाठोपाठ चहाची किटली हातात घेतलेला खोलीबाजूच्या ठेल्यावरचा पोऱ्या जिना चढून आला. चायचा ग्लास हातात घेऊन मी वळले. स्कायलाईटखाली चित्र टेकवून ठेवणारा रमेशही वळला आणि आम्ही दोघे एकदम थांबलो. छपरातून ओसंडणारा झळझळीत प्रकाशाचा स्रोत चित्रावर सांडत होता, चित्राला उजळून टाकत होता. काही क्षण तसेच शांततेत पुढे ओढले गेले. जपाची माळ ओढत जावी तसे कुणीतरी क्षणांचे मणी पुढे सरकवत होते. कोण ते? झोपडीतल्या आईच्या कुशीत गाढ झोपलेले ते छोटे बाळ? आता चित्राचा कण न् कण उजळून निघाला होता. स्पष्ट झाला होता.

आकृतीमागच्या अवकाशांचे रिकामे तुकडे कॅनव्हासवरून उसळले आणि माझ्या नजरेवर थडाथड येऊन आदळले. कुठे जास्त झालेल्या रंगाचा टणक धब्बा तर कुठे ब्लॅकहोलसारखी विवरे, कुठे खड्डे... सगळे अपुरेपण त्या तेजाळ प्रकाशात उघडेनागडे झाले होते. पण ते अपुरेपण चित्राचे नव्हते... नाही... मग कुणाचे? इतके दिवस झगडा चालला होता तो कुणाशी? कॅनव्हासशी... विषयाशी... रंगांशी तर मुळीच नव्हता. झगडा चालला होता तो स्वत:शीच हे आतून आतून जाणवायला

लागले. भांडण चालले होते स्वत:शी... स्वत:च्या अडाणीपणाशी... स्वत:ला शहाणे समजणाऱ्या अडाणीपणाशी... आत दबा धरून बसलेल्या अंधाराशी. सगळ्या गफलती माझ्या लक्षात येत गेल्या. तिढ्याचे चिवट पदर सुटत गेले. आत साठत गेलेले उदासीचे थर हळूहळू विरत गेले. मन सावरले, तरल, हलके होत गेले, हळुवार होत गेले. खिडकीवर अवचित येऊन बसणारे राखी पाखरू... घुटर्र घुम... घुटर्र घुम... चकचकीत निळी मान... तेवढ्यात रमेश पुढे झाला. चित्रापुढे वाकला... त्याने हातातल्या ब्रशने चित्रातल्या आकृतीच्या चेहऱ्याला रंगाचा स्पर्श दिला, अलगद रंग उमटले आणि तो गोठलेला चेहरा एकदम सजीव झाला. मी ती किमया बघत तशीच उभी होते. माझ्याकडे बघत त्याने मान हलवली. आता स्तब्ध राहून चालणार नव्हते. बॅगेतल्या रंगांचे खोके उघडले. लिनसीड... टर्पेन्टाईन... सगळे भराभर उपसून बाहेर काढले. जमिनीवर बैठक मारली. पर्शियन... सेरुलियन... कोबाल्ट.... कॅमलिन ब्लू काचेवर ओतले गेले आणि कामाला सुरुवात झाली. रंगाचा पहिला स्पर्श कॅनव्हासला झाला... त्यावर रंगांची छटा उमटली आणि नेहमीसारखे बघायला थांबावे म्हणून मी क्षणभर घुटमळले. पण आता मन थांबू देणार होते थोडेच? शांत, निर्विकार झालेले मन... बाहेरची ठकठक, मशिदीच्या मिनारावरून येणारी बांग, फ्रूटेल्ला... काहीच ऐकू येईनासे झाले. भाजक्या मिश्रीचा उग्र दर्प नाकाला जाणवायचा बंद झाला. फक्त रंग... हात... ब्रश आणि चित्रातला अवकाश... बाकी सगळीच अवधाने गळून पडली. याशिवाय दृष्टीच्या टप्प्यात, जाणिवेच्या अवकाशात इतर काहीच शिल्लक उरले नाही. रंग भराभर उचलले जाऊ लागले, कॅनव्हासवर आपसुक पसरले जाऊ लागले. एकमेकाशेजारी उमटत स्पष्ट होऊ लागले. मध्येच कधीतरी जिना चढून जयश्री वर आली. तिने बरोबर आणलेल्या डब्यातून काय जेवलो, कुठे बसलो, काय बोललो काही अंधुकसेही आठवत नाही. पुन्हा कामाला सुरुवात झाली. बाजूला रमेश त्याच्या त्या भल्यामोठ्या कॅनव्हासवर काम करत होता. त्याच्या हालचाली, जयश्रीच्या फेऱ्या, मधूनच चहावाल्या पोऱ्याची लुडबुड... सर्व नुसते पुसटसे जाणवत होते. पण त्यांची दखल घेणे आता शक्य नव्हते. इतकी घाई होऊन गेली होती.

कामाला वेग येत गेला.

चित्रातल्या अवकाशाच्या पोकळीत छटा गडद होत भरत गेल्या. विश्वाचा अंतहीन पसारा, त्यातली रंगांची आवर्तने... कधी सगळी चराचर सृष्टी मुळापासून हादरवून नष्ट करून टाकणाऱ्या प्रलयासारखी भयंकर तर कधी संहाराच्या सगळ्या सीमा पार टाकल्यानंतर जेव्हा काहीच शिल्लक उरत नसते तेव्हा त्या अंधारातून सहजपणे प्रकट होणाऱ्या ज्ञानाच्या पहिल्या स्निग्ध प्रकाशकिरणासारखी... पण ते किरण अवतरले होते कुठून? त्या मुलीने बघितले तर त्या अवकाशात दूर कुठेतरी

विश्वातल्या सगळ्या आकाशगंगांच्या किनारीचे पट्टे वाळूसारखे विरून संपून गेले होते तिथे एक तेजस्वी लोलक गूढपणे लकाकत अवतरला होता. त्यापासून ते कोवळे किरण उगम पावले होते. ब्रह्मांडाच्या पोकळीतून अंधार भेदत पुढे निघाले होते. त्यांच्या मार्गात येणारी अंधाराची विवरे, ग्रहताऱ्यांची शकले... उल्कांचे विझलेले कोळसे... धुमकेतूंचा चुराडा पार करत ते तिथून प्रचंड गतीने निघाले होते. प्रवास करता करता ते अधिक अधिक तेजस्वी, प्रखर होत चालले होते... झळाळून लखलखत आकाशातून क्रमण करत निघाले होते. वाटेत त्यांना अडवायला अनेक प्रलोभने आली. अज्ञानाच्या अनेक भिंती... मूढपणा, ईर्षा, वासना... द्वेष... त्या सगळ्या आसुरी शक्तींचा नाश करत ते पुढे पुढे निघाले आणि तिच्यापर्यंत येऊन पोचले. त्या दिव्य किरणांचा स्पर्श होताच त्या मुलीचे मिटलेले डोळे उघडले. तिने बघितले, त्या दिव्य प्रकाशात सगळे विश्व उजळून निघाले होते. ते सगळे विश्व आज तिचे होऊन गेले होते. त्यातल्या सगळ्या बऱ्यावाईट गोष्टींसकट... दो दो रुपिया... फ्रूटेल्ला... माफिया... सगळेच. आणि म्हटले तर काहीच तिचे नव्हते. आज ती परिपूर्ण झाली होती. स्थळकाळाच्या सर्व मर्यादा ओलांडून गेलेली मुक्त स्त्री. संपूर्ण स्वतंत्र आणि निर्भय. तिच्या चेहऱ्यावर, सगळ्या अंगावरच त्या तेजाची प्रभा पसरली. त्या प्रकाशाचे उगमस्थान शोधण्यासाठी तिची नजर अवकाशातून धावत गेली. तर आता आकाशगंगेच्या काठावर काहीच दिसत नव्हते. कुठे गेला तो प्रकाशमान लोलक? पलीकडे? अवकाशाची पोकळी भेदत तिची दृष्टी प्रकाशाच्या स्रोताकडे खेचली जाऊ लागली आणि त्या सर्व आवर्तातून प्रवास करत परतून वळत शेवटी आश्चर्यचकित होत तिच्यापाशी येऊन थबकली. तो झगमगणारा पैलूदार स्फटिक तिच्याच ओंजळीत तर होता. कधीपासून तिने तो तसा अलगद सांभाळून धरून ठेवला होता, एखाद्या गूढ रहस्यासारखा स्वत:पाशी कधीचाच जपून ठेवला होता. तिचाच तर होता तो. त्याच्याकडे बघत बघत तिने डोळे मिटले. तसा तिच्या आतून एक अनाहत नाद ऐकू येऊ लागला.

चित्र पुरे झाले.

शेवटचा रंगाचा ठिपका कॅनव्हासवर ठेवला आणि एकदम प्राणच निघून जावा तसा माझ्या शरीरातला ताण विरघळून निघून गेला. तेव्हा जाणवले मानेच्या तळापासून टाचांपर्यंत शरीर कसे ताणले, खेचले गेले होते ते. केसांतून, अंगावरून, पायांवरून घामाच्या धारा सरसरत खाली धावत चालल्या होत्या. कुडता भिजून चिप्प होत अंगाला चिकटून बसला होता. मान, पाठ, उजवा हात सगळेच जड झालेले... घामाने चिकट झालेले. शेजारच्या घरी कुणी तंबाखू भाजत होते त्याचा करपट वास भप्पकन् माझ्या नाकात घुसला. प्रथमच लक्षात आला खोलीत झिरपत आलेला संध्याकाळचा धुरकट अंधार... चिक्कार गरम वाफांनी भरलेली खोली...

खिडकीबाहेरच्या झोपडीचे छप्पर कौलांनी शाकारून तयार झाले होते. तिथे काम करणारे मजूर केव्हा निघून गेले? ते कळले देखील नव्हते, पण घर आता सुरक्षित झाले. पावसाळ्यात इथे छपरातून धारा गळणार नाहीत, घरातली चिल्लीपिल्ली आता भिजून कुडकुडून आजारी पडणार नाहीत. मशिदीच्या मिनारावरून संध्याकाळच्या प्रार्थनेसाठी कुणी हाक देऊ लागले. आणि रमेश? तो कधीपासून पाठीमागच्या खुर्चीत पाय वर घेऊन ही सगळी धडपड बघत शांतपणे बसला होता. मी त्याच्याकडे अभिप्रायासाठी बघते ना बघते तेवढ्यात तोच मान हलवत म्हणाला, "व्वा, आता हे पूर्ण झालं."

तेवढ्यात जयश्री, धनंजय जिन्यावरून वर आले. चित्राकडे बघत दोघेही थबकले. चकित झाले. "झालंच की, आता याच्या आधीची चित्रं बघायला घरीच येतो." जयश्री, रमेश, मी हसत सुटलो. हसता हसता मी थांबले. आज हे काय होऊन गेले? गेले कित्येक दिवस या चित्राच्या पायी वेळ खर्च झाला होता. तऱ्हा तऱ्हा करून ते पूर्ण करायची मी धडपड केली होती. जिवाचा त्रागा झाला होता. पण कॅनव्हासने शत्रुत्व पत्करून माझ्या हट्टीपणाला दाद दिली नव्हती. त्या पराभवाचा मार खात खात दिवस काढले होते. रात्री तळमळून जागवल्या होत्या. तेच चित्र आज इतक्या सहजपणे पूर्ण झाले होते. रंगांनी कुठेच असहकार केला नव्हता. उलट जन्मोजन्मींचे ऋणी असल्यासारखे धावत आले होते. पण उमटले होते त्यांच्या मर्जीने, पाहिजे तिथे आणि तितकेच. त्यांच्यावर हुकमत गाजवण्याची संधी त्यांनी मला दिली नव्हती पण तेवढीच माया केली होती. माझ्याशी मैत्रीचे नाते जुळवून घेतले होते. अवकाशाची पोकळी आता संपूर्ण झाली होती. त्या हरलेल्या, घाबरलेल्या मुलीचा चेहरा तिला परत मिळाला होता. तिची शक्ती... तिचे सत्व... आता तिला सापडले होते. पूर्वी कधीतरी वाचलेल्या ओळी आठवत गेल्या.

व्हेरा... उन सपनोंकी कथा कहो.

आता ते सगळे मला रिक्षापर्यंत पोचवायला निघाले आहेत. पुन्हा रमेश, जयश्री... पाठीमागे मी... झोपड्यांच्या मधल्या अरुंद पट्टीवरून चालत निघालो आहोत. पण रमेशच्या हातात आता पुरे झालेले चित्र आहे. मला खूप थकवा जाणवतोय् पण खूप हलकेही वाटत आहे. सगळा ताण, सगळे क्लेश नाहीसे झालेले आहेत. मन शांत, आनंदी झालेले... आशेने चैतन्यमय झालेले आहे. आजूबाजूची गर्दी, वाहनांचे गोंगाट, लाऊडस्पीकरवरची कर्कश्श गाणी, कचराकुंडीतून साठलेले, कुजलेले ढीग... आर्टवर्ल्डचा माफिया... छोटा राजन... अेके फोर्टी सेव्हन् ... काळज्या संपणारच नव्हत्या. पण मी इथे पुन्हा पुन्हा येत राहणार होते, चुकतमाकत पेंटिंगचे वेडेवाकडे प्रयोग करत राहणार होते. राखी पाखराची, त्याच्या घुटर्र घुमूची वाट बघणार होते. रमेशला मी तसे म्हटलेसुद्धा. तर तो नेहमीप्रमाणे

थोडक्यात बोलला,

"चालेल, पण येताना मोबाईल घरीच ठेवायचा."

धनंजयने त्याची रिक्षा आणली. रिक्षात बसून मी निघाले. पुढ्यात पूर्ण झालेले चित्र होते. रिक्षा अंधारातून सुसाट धावत सुटली. मी पाठी वळून बघितले. ते दोघे हात हलवत तिथेच वळणावर उभे होते.

व्हेरा... अब उन सपनोंकी कथा कहो.

◆

हेमांगी, दिवाळी १९९९

११-अे, रेशम

लिफ्टचे दरवाजे सरकत अलग होत गेले. आत चेपून भरलेली माणसांची कळकट गर्दी हलली अन् हळूहळू बाहेर सरकू लागली.

"चला, अकरावा मजला..."

लिफ्टमधल्या घामट दर्पाने माझा जीव घुसमटला होता, डोक्यातून कळ उमटायला सुरुवात झाली होती. एकमेकांना धक्के देत, धक्के खात आतली सुस्तावलेली माणसे बाहेर पांगत गेली तशी मी लिफ्टमधून बाहेर पडले. अगदी दारासमोरच आई उभी होती, चिंतातुर...

"यशू, झाली सगळी कामं?"

मी मोकळ्या हवेचा श्वास घेतला.

"हो आई, एव्हरीथिंग डन्, बिल्डर आला?"

"नाही अजून."

नाही? का? मी चमकून तिच्याकडे बघितले. तिचा चेहरा आणखीन काळवंडला.

"सुपरवायझरचा फोन आला होता. चार वाजेपर्यंत पोचतो म्हणून."

चार? त्याने वेळ एकची दिली होती. खरे तर मलाच मंत्रालयात पोचायला उशीर झाला होता. बोलता बोलता आम्ही अर्बन लॅण्ड सीलिंगच्या ऑफिससमोरच्या लाकडी बाकड्यांवर बसलो. त्या टणक पृष्ठभागावर बसल्याबरोबर पाठ, पाय दुखतायत् हे आठवत गेले तसा थकवा जाणवू लागला. आज एक जानेवारी... पण जानेवारी महिना असूनही प्रचंड गरम होत होते. मंत्रालयाच्या अकराव्या मजल्यावरचे ऑफिस... पण ऑफिसच्या या दर्शनी भागातल्या सगळ्या खिडक्यांना छतापर्यंत घट्ट बंदिस्त, अपारदर्शी काचांचे तट ठोकण्यात आले होते. त्यातून एक बिनरंगी, मळकट उजेड आत झिरपत येत होता. डोक्यावर पंखे होते पण सगळे धुळीने भरलेले अन् बंद! वाऱ्याची एखादी लहानशी झुळूकही तिथे येऊ शकत नव्हती. खिडक्यांच्या काचा तापत चालल्या तशा उष्णतेच्या झळा जाणवायला लागल्या. लक्ष गेले, बघितले तर पलीकडे वॉटरकूलर दिसत होता. त्या बरोबर साखळीने बांधलेला पेला होता. ते बघताच घसा सुकून कोरडाठक्क झाल्याची जाणीव होत गेली. प्यावे का एखादा घोट पाणी? विचार करत करत मी उठले तर पलीकडच्या बाकावर बसलेला प्रशांत दिसला. आपल्याच विचारात गढलेला... हरवलेला... इतका कसला विचार करत असेल हा? गेल्या दोन वेळा अपॉइंटमेंट देऊनही बिल्डरने ऐन वेळी धोका दिला होता. आज अजूनही कुकरेजा इथे येऊन पोचलेला नाही, त्याची काळजी करत असेल हा? तेवढ्यात लिफ्टच्या बाजूच्या प्रसाधनगृहातून मंत्रालयातल्या मुलींचा एक घोळका बाहेर पडला. लंचटाईम संपल्यामुळे प्रत्येकीच्या हातात डबे होते. सर्वांच्या अंगावरच्या छापील, सिंथेटिक साड्या... ओन्ली विमल... ओनली विम्मल... विम्मल... प्रशांतसारखा मराठी नाटक सिनेमातला लोकप्रिय

स्टार चक्क मंत्रालयात अवतरलेला बघून त्या आश्चर्यचकित होत थबकल्या... भुवया उंचावत एकमेकींना इशारे करण्यात आले.

"अय्या, प्रशांत दामले..."

"ए, बघ ना, काय चिकना दिसतोय् ग!"

मग त्यातलीच एक फुलाफुलांची छापील साडी धीर करून पुढे झाली.

"हॅलो, प्रशांत..."

"तुमचं ते फिल्मी चक्कर ना... मस्तच!"

तो सर्वांशी बोलत होता, हसून उतरे देत होता. बोलता बोलता त्याचे लक्ष माझ्याकडे गेले तसे तो ओळखीचे हसला. तो तिथे आला आहे ही बातमी मंत्रालयाच्या अनेक अदृश्य मजल्यांवर पसरत गेली असावी. कारण दर मिनिटाला कुणी ना कुणी बहाणा करून तिथे येऊ लागले, घुटमळत त्याचे दर्शन घेऊ लागले.

"आयला, खरंच रे प्रशांत दामले!"

तो अवघडत चालला होता. त्याची गंमत बघत आम्ही दोघी बसल्याजागी करमणूक करून घेत होतो, वरकरणी हसत होतो पण मन आतून कानोसा घेत होते, कधी बिल्डर येईल? आज नक्की ॲग्रीमेंटवर सह्या होतील? की गेल्या वेळेसारखाच प्रकार होईल? ॲपॉइंटमेंट देऊनही बिल्डर आला नाही तर निराश होऊन परतायची पाळी येईल?

सरकारच्या आरक्षित कोट्यातून घर मिळणार असल्याचे पत्र मिळून आता तीन वर्षे लोटून गेली होती. "३१/अे, रेशम्" ही सदनिका आम्हाला मिळणार असल्याचे ते सरकारी पत्र बघून मी सुटकेचा निःश्वास सोडला होता. आयुष्यातल्या एका विचित्र टप्प्यावर सासरमाहेरची घरे सोडून, स्वतःच्या हिंमतीवर एकटीने राहण्याचा निर्णय घेणे मला भाग पडले होते. लहानपणापासून एका अत्यंत प्रतिष्ठित कुटुंबाच्या सुरक्षित कवचाखाली बिनतक्रार जगणारी माझ्यासारखी एक भित्री बाई एके दिवशी उठते आणि कुटुंबसंस्कृती, नातेसंबंध सरळ नाकारून एकटी राहायचा निर्णय घेते हे भोवतालच्या मंडळींना खूप धक्कादायक होते. या धक्क्यातून उमटला तो सूर आत्यंतिक टोकाच्या विरोधाचा होता, निषेधाचा होता, अपमानाचा तर होताच होता.

"काय स्वतःला फेमिनिस्ट समजतेस की काय?"

"यू थिंक यू आर अे रिबेल्?"

मला मात्र त्यात कोणतेही बंड वा क्रांती दिसत नव्हती. फेमिनिस्ट, रिबेल् असे कोणतेच लेबल चिकटवून घेणेही मला मान्य नव्हते. लहानपणापासून दडपून टाकलेल्या सगळ्या प्रेरणा, आवडीनिवडी बरोबर घेऊन, पुढचे उरलेले आयुष्य तरी माझे मला शांतपणे, स्वतंत्रपणे जगू द्यावे एवढाच माझा आग्रह होता.

"स्वातंत्र्य तुला आहे पण ते आम्ही देऊ तेवढंच आणि तितकंच. इतर

बायकांना एवढंही मिळत नसतं. समजलीस?''

असे मला तोंडावर रोखठोक सुनावणाऱ्यांना माझा तो आग्रह समजत नव्हता आणि त्यांनी तो समजून घ्यावा यासाठी आता मी पूर्वीसारखी धडपड करणार नव्हते.

मोठी कठीण घडी होती ती. आयुष्याला जन्मापासून चिकटलेली धर्मसंस्कृती, नातीगोती, परंपरा-रीतींची पुटे कापून काढताना रक्तबंबाळ व्हायला झाले होते. त्यातून प्रकट झालेल्या नागड्या वास्तवाला डोळे फटफटीत उघडे ठेवून सामोरे जायला भाग पडले होते. अमुकची मुलगी, तमुकची पत्नी म्हणून इतके दिवस विनासायास मिळालेली प्रतिष्ठेची, सुरक्षिततेची शाल टाकून देऊन, पुढे येणाऱ्या हिवाळ्याला तोंड द्यायला मनात आग पेटवावी लागणार होती. यापूर्वीच्या माझ्या आयुष्यावर इतरांचा हक्क होता पण इत:पर सगळे हक्क माझे, तशा सगळ्या जबाबदाऱ्याही माझ्याच असणार होत्या. माझ्या सुखदु:खाला, यशापयशाला मीच जबाबदार असणार होते. हे माझ्या आत कुठेतरी जागे होत चालले, ठसत ठाम होत गेले. आता मी खरीखुरी स्वत:ची स्वत: होऊन जगायला लागणार होते.

अक्षरश: जिवाचा करार करून त्या वेळी मी त्या घराचा उंबरठा ओलांडला होता. बरोबर तिथले काहीच न घेता मी तिथून निघाले होते. पण तसे तरी कसे म्हणता येईल?

''तू बाई आहेस. तुला शिक्षण नाही. या वयात नोकरी मिळेल असं वाटतंय तुला?''

''रस्त्यावर येशील तू...''

''बघू तुझे कोणते मित्रमैत्रीण तुला आधार द्यायला पुढे येतील ते...''

अशा अनेक डंख मारणाऱ्या वाक्यांची भलीमोठी पोटली बरोबर घेऊनच मी तिथून निघाले होते.

हातात एक लहानशी बॅग घेऊन मुंबई विमानतळावर उतरलेल्या त्या मला या प्रश्नांची उत्तरे ठाऊक नव्हती. पुढे कसे होणार? कुठे राहायचे? या दूरवर पसरत गेलेल्या अवाढव्य महानगरात कसे निभावायचे? खरोखरच ठाऊक नव्हते मला. विमानातून बरोबर उतरलेले प्रवासी आपापले सामान गोळा करून पुढच्या प्रवासाला कधीच निघून गेले होते. त्यांना घरी घेऊन जायला त्यांची माणसे आली होती. ओळखीचे चेहरे दिसताच कुणी शिट्ट्या मारल्या तर कुणी टाळ्या पिटल्या होत्या. ''वेलकम् होम स्वीटहार्ट'' करत कुणी कुणाला मिठी मारली होती. ती सगळी मंडळी एकएक करून निघून गेली तसा विमानतळावर शुकशुकाट झाला. आतून खूप खोलवर काही समजत गेले मला... उमजत गेले. माणसांनी भरलेल्या या शहरात आता यापुढे एकही ओळखीचा चेहरा असणार नव्हता. विमानतळावरच्या गर्दीतून वाट काढत कुणी येणार नव्हते. माझ्या हातातली जड होत चाललेली बॅग

काढून हाती घेणार नव्हते, म्हणणार नव्हते, "आलीस, ये... वेलकम् होम.''

पूर्वीच्या त्या अनेक जहरी वाक्यांचे फूत्कार मी प्रयत्न केला तरी विसरू शकत नव्हते. पण शारीरिक, मानसिक, आर्थिक, सर्वच बाजूंनी कोलमडलेली मी त्या शब्दांच्या पिच्छा पुरवणाऱ्या जीवघेण्या टोचणीमुळे आतून कणखर, चिवट होत गेले का? आपण छोट्याशा पगाराची का होईना नोकरी मिळवायची, एक खोली का असेना स्वतःच्या घरात राहायचे ही जिद्द आपसुकच मनात घर करू लागली. आणि तिथून पुढे सुरू झाली असुरक्षित जगण्याची एक न संपणारी मालिका. कशा नोकऱ्या मिळत गेल्या, पेईंग गेस्ट म्हणून कशी न् कुठे राहिले, ती कष्टांची, हालअपेष्टांची अन् बऱ्याचदा हेटाळणीच्या प्रसंगांची एक वेगळीच कहाणी आहे. मन अगदी घट्ट केले होते तरी एखाद्या बेसावध क्षणी कुणी यायचे अन् कचकन् जिव्हारी घाव घालून निघून जायचे.

"इतकं सोन्यासारखं सासर पण हिला नांदायलाच नको. गावाकडे असती तर केसाला धरून फरफटत झोडत घरी नेली असती नवऱ्यानं. यांचं घराणंच असलं आहे.''

माझ्याबरोबर माझ्या सगळ्या कुटुंबाच्या प्रतिष्ठेवर असा शेणाचा हल्ला व्हायचा. पण या होरपळीतून, दगदगीतून मी शिकत गेले, निर्ढावून शहाणी होत गेले. लक्षात येत गेले की अशी जगणारी मी एकटीच नाही. परिस्थितीचे तडाखे सहन करत लढणाऱ्या अशा कितीतरी जणी आहेत. अशा आम्ही आमच्या दुःखाच्या, व्यथांच्या, समस्यांच्या समान धाग्यांनी एकमेकींशी जुळत गेलो. सुदैवाने ज्या घरात मी पेईंग गेस्ट म्हणून राहिले, त्या दोन्ही घरांच्या मालकिणींनी मला या काळात खरोखरी खूप आधार दिला. त्या घरांमध्ये माझ्या आधी कितीतरी विद्यार्थिनी, एअरहोस्टेसेस् राहून गेल्या होत्या. त्यातच मी एक होते पण असे नवऱ्याचे घर सोडून लहान मुलगी पदरात असताना माझे एकटीने राहणे त्यांना मुळीच पसंत नव्हते. खरंच, कोण होते मी त्यांची? तर महिन्याच्या महिन्याला पैसे देऊन त्यांच्या घरात राहणारी एक भाडेकरू, त्या जोडकमाईवर त्यांच्या घरातले लहान मोठे व्यवहार अवलंबून असत. पण माझ्या बाबतीत त्यांची ही भूमिका नंतर इतकी बदलत गेली की आमच्यातला आर्थिक व्यवहार ही लवकरच एक बिनमहत्त्वाची बाब होऊन गेली. त्यांनी मला त्यांच्या कुटुंबात इतके सामावून घेतले की माझ्या जाण्यायेण्याच्या वेळा, मला येणारे फोन, भेटायला येणारी माणसे... विशेषतः पुरुष... याच्यावर त्यांचे अगदी बारीक लक्ष असायचे. कधीतरी माझा चेहरा उतरलेला दिसला की सरबत्ती सुरू व्हायची–

"क्यूँ रे, तेरी शकल् आज रोनेवाली क्यूँ है?''

माझ्या डोळ्यांसमोर हॉस्टेलमधली जाई असायची. तिच्या कपड्यांच्या ट्रंक्स, खाऊने भरलेली टकबॉक्स्, खेळांची बॅग घेऊन पांचगणीला चाललेल्या बसमध्ये चढणारी... शहाणी, समजूतदार मुलगी... पण शाळेच्या उतारावरून धावत सुटायची...

कुठे धडपडली तर? तिने अंगात स्वेटर घातला असेल का? औषध वेळेवर घेईल का? तिला सर्दी झाली तर कोण लक्ष ठेवेल... तरी वरवर मी म्हणायची,

"कुछ नहीं, डॉली दीदी."

"चल चल, मुझसे छुपाती है? कितना समझाया तुझे अपने खस्समके पास चली जा. पल्ले बेटी है. कुछ उसका भी सोच. वाहे गुरु सबका भला करेंगे. सुनती है ना तू?"

असा सणसणीत डोस तिकडून मिळायचा.

इथे कुटुंबातल्या माणसांनी माझे अस्तित्व नाकारले होते. त्यांच्या लेखी जणू शहरातल्या गर्दीत विरघळून मी नाहीशी झाले होते. एका परीने ते ठीकच होते. पण या कुटुंबांनी माझ्या समस्या जाणून माझा सांभाळ केला होता. आपली सगळी सुखदुःखे माझ्याशी वाटून घेतली होती. आज मंत्रालयातल्या बाकड्यावर बसल्या बसल्या त्या दोघींची मला प्रकर्षाने आठवण येत होती. डॉली दीदी आणि तिचे ते उंचच्या उंच मनोऱ्यातले घर. बांद्र्याच्या तलावाजवळचे 'हायपीक अपार्टमेंटस्...' धावत्या ट्रॅफिकने दिवसरात्र अव्याहत गजबजलेल्या एस्. व्ही. रोडची दूरवरच्या विस्तीर्ण मुंबईला चिरत गेलेली रेषा... पलीकडे चांदीच्या वर्खासारखा चमचमणारा अरबी समुद्र... ते सतत बदलते लॅण्डस्केप बघत तास न् तास निघून जायचे. दर मंगळवारी तिच्या घरी वाहे गुरुंचे कीर्तन साग्रसंगीत व्हायचे. "बोले सौनिहाल, सत् श्री अकाल" चा गजर व्हायचा. पण पुढे ऑपरेशन ब्लू स्टार झाले त्या वेळी अनेक शीख कुटुंबे आपल्या वाडवडिलांची धरती सोडून परक्या देशी स्थलांतरित झाली. डॉलीच्या सासऱ्यांनीही हा देश सोडायचे ठरवले. आज डॉली दूर कॅनडात स्थायिक झाली आहे. खूप श्रीमंती थाटात सुबत्तेत राहते आहे. पण तिला आणि मला अजून आठवण येते ती याच घराची. डॉली कॅनडाला गेल्यानंतर मग शोभाचे 'उपवन', नावाप्रमाणेच हिरव्यागार झाडीत शांतपणे बुडून बसलेले एक आत्ममग्न घर होते. त्या भल्यामोठ्या बंगल्यात सर्वात वर, अगदी झाडांच्या टोकांवर आमची खोली होती. तिथे आजूबाजूला शोभाचे निखिल, साहिल घुटमळत असायचे.

"यशुबुआ, यह मराठी कविता सिखाओगे? ये मीनिंग समझमें नहीं आती. व्हॉट इज धिस उभयान्वयी अव्य... अव्य... अव्यय?"

"यशुबुआ, मॅथ्स का होमवर्क कराओगे?"

कोण होते हे सगळे माझे? माझ्या अनाथपणावर पांघरूण घातले आणि खूप स्थिर, सुरक्षित करून टाकले मला त्यांनी. पण हे सर्व काही काळापुरते ठीक होते. पेइंग गेस्टला कधी ना कधी ते राहते घर सोडावे लागते तशी ही घरेही मला कधीतरी सोडायला लागणार होती आणि तशी ती मी नंतर सोडली. त्यांच्याकडे राहतानाही स्वतःचे हक्काचे घर नसण्याची असुरक्षितता मनाला सतत कुरतडत राही. शोभाच्या

घरात असताना माझी धाकटी बहीण गीतू कॉलेजचे शिक्षण संपवून माझ्याकडे राहायला आली होती. लहानग्या जाईच्या सुरक्षिततेचा विचार करून तिला पांचगणीच्या संजीवन स्कूलमध्ये ठेवले होते. माझी नोकरी, एम्. ए.चा अभ्यास, पांचगणीच्या फेऱ्या असे धावपळीचे चक्र सतत चालू होते. जाई शाळेत रमली होती. पण एस्. एस्. सी.ची परीक्षा झाल्यानंतर जाईसुद्धा मुंबईलाच परतणार होती. मला तिच्या येण्याचे वेध लागले होते. मग कुठे राहणार होतो आम्ही? आम्ही सध्या राहात असलेल्या जागेच्या मालकांनी 'जा' म्हटल्यावर एक दिवस तिथे राहणे मला मानवणार नव्हते. आईला शासनाच्या आरक्षित कोट्यातून घर कधीचेच मंजूर झाले होते पण ते प्रत्यक्ष ताब्यात मिळण्याची कोणतीच चिन्हे दिसत नव्हती.

मंत्रालयातल्या त्या माझ्या असंख्य फेऱ्या आठवून आज माझ्या अंगावर अक्षरश: काटे उभे राहतात. आज या टेबलावर असलेली आमची फाईल दुसऱ्या दिवशी सकाळी हरवली (?) जायची तर कधी हातात पडलेली सचिवांची ऑर्डर घेऊन, रस्ता पार करून समोरच्या ॲडमिनिस्ट्रेटिव्ह ब्लॉकमधल्या अकराव्या मजल्यावर पोचेपर्यंत कुठली तरी अदृश्य कळ फिरून तो फ्लॅटच त्या आख्ख्या इमारतीसकट सरळ गायब व्हायचा. मुंबईच्या छातीवर अनेक बांधकामे होत होती, हजारोंनी घरे बांधली जात होती. त्यातली काही घरे गरजू कलाकार, स्वातंत्र्यसैनिक, जवान, साहित्यिकांना देण्याची योजना मायबाप सरकारतर्फे राबवली जात होती. पण प्रत्यक्षात हे फ्लॅट्स कुणी इतरच लुटून वाटून घेत होते. त्यासाठी वेगवेगळ्या पातळ्यांवरून दबाव आणले जात होते, कधी आमिषे दाखवली जात होती. मंत्रालयात नेहमी इथे तिथे घुटमळणारे काही चेहरे माझ्या परिचयाचे होत गेले होते. मंत्रालयात यांचे इतके काय काम असते? मला समजायचे नाही. कधी ते ओळखीचे हसू हसायचे... ओशट, तुपकट हसू... चाचपत अंदाज घेत म्हणायचे,

"मॅडम्, मी जोशी... 'नवप्रभात' चा वार्ताहर... काही सेवा?"

किंवा,

"काय काम काढलंत बाई आज? मला सांगा बरं का... कोण? अरुण गुजराथी का? त्यांच्याकडे आपली चांगली पहचान है बरं..."

की आजूबाजूची चार परकी माणसे लगेच कान टवकारून ऐकू लागायची. माझा जीव अर्धा अर्धा व्हायचा. शेवटी एकदाचा कसा कुणास ठाऊक फ्लॅट मंजूर तर झाला... पण लगोलग त्यावर कोर्टाचा 'स्टे' येऊन ती सगळी योजनाच बासनात गुंडाळली गेली. 'रेशम' बांधून तयार होत राहिली. तिथल्या इतर विंगमधून माणसे राहायला येऊ लागली. पण आमच्या 'ओ' विंगमध्ये कुणीच नव्हते. नुसता अंधार...

बिल्डरकडे जावे तर तिथे दुसराच प्रकार.

"आईये बहनजी, बैठिये... बैठिये."

त्या आलिशान केबिनमध्ये वैष्णोदेवी, गणपती, झूलेलाल सगळ्या देवांच्या चांदीच्या फ्रेम्सनी एक संपूर्ण भिंत व्यापली होती. मखमली गालिचे. इटालियन फर्निचरने सजलेल्या त्या ऑफिसमध्ये, पांढरेशुभ्र कडक कपडे घातलेला कुकरेजा खुर्चीवर चक्क पाय वर घेऊन बसलेला असे.

"क्यूँ कुकरेजासाब, हमारा फ्लॅट कब रिलीज करते हो?"

तो हसायचा.

"अरे मॅडमजी, क्या हम नहीं चाहते आप जैसे पढ़ेलिखे लोग हमारी बिल्डिंगमें रहने को आवे? आपकी माताजी मेरी माँ, कोई फरक है क्या? पर क्या करे मजबूरी है, कोर्टका ऑर्डर मिलनेतक इंतजार करनाही पडेगा, चुप रहनाही पडेगा. बोलो, क्या पियेंगी आप? कुछ ठंडा... कुछ गरम मंगाऊँ?"

तिथून निघण्याशिवाय गत्यंतर नसायचे. रोजच्या अशा थपडा खाऊन लोकलच्या गर्दीतून धक्के पचवत घरी येईपर्यंत मला अक्षरशः रडू फुटायचे. कुटुंबापासून तुटून अलग पडल्याची जाणीव, ऑफिसमधले हेवेदावे, घर नसण्याची चिंता... आठवडे, महिने धावत पुढे चालले होते. सगळ्या आघाड्यांवरून लढताना अंगातली शक्ती अपुरी पडत चालली होती. कधी संपणार होते हे दुष्टचक्र? कोण संपवणार होते? मन अगदी मरगळून थकून जायचे. वाटायचे ही मुंबई सोडून सरळ गोव्याला निघून जावे. तिथे वाडवडिलांचे भक्कम घर वाट बघत उभे होते. आई तिथे स्थिरावली होती. पण त्या ठिकाणी काम मिळण्याची शाश्वती नव्हती. विचार करून करून मी खचत चालले होते.

अशी किती वर्षे गेली?

दोन?

की तीन?

चार.

आशेची दोर तुटत चालली होती.

आणि एके दिवशी अचानक 'स्टे' उठवला गेला...

ती बातमी तशी चुकूनमाकूनच समजली होती. ऐकल्यावर क्षणभर माझा विश्वास बसेना. खरेच असे झाले असेल? की नेहमीसारखी अफवा? कळताक्षणी तशीच धावतपळत बाहेर पडले अन् मंत्रालयाचा अकरावा मजला गाठला. पुन्हा तेच ऑफिस... अर्बन लॅण्ड सीलिंग... ऑफिसबाहेरच्या भिंतीवर चिकटवलेली नावांची लांबलचक यादी. घराच्या प्रतीक्षेत त्या ओळीत अडकलेले कित्येक जीव... त्याच यादीत आईचे नाव होते. मी ऑफिसमध्ये शिरले तेव्हा तोच नेहमीचा क्लार्क समोर आला. सावंत... सावंत नाही का नाव याचे?

"अहो, स्टे-ऑर्डर उठवली गेली असं समजतंय्."

तो थांबला.

"मग?"

"आमचे फ्लॅटस्?"

"तुमचे? कुठले? रेशम्... कुकरेजा बिल्डर्स..."

म्हणजे सावंतच्या पूर्ण लक्षात होते तर? पण तेवढे बोलून तो अचानक घुटमळला, अडखळला. हिला सांगावे की सांगू नये अशा काहीशा दुविधेत तो सापडला आहे ते जाणवून मी एकदम थबकले. काय झाले असेल? त्याने घसा खाकरला.

"पण..."

पुन्हा थांबला.

"पण बाई, या मधल्या काळात तुमचे फ्लॅटस् बिल्डरने सोडवून पुन्हा ताब्यात घेतले. आता तो कधीतरी पुढेमागे दुसरीकडे देईल तेव्हाच..."

काय? मी हतबुद्ध होऊन ते ऐकत होते पण काही समजेनासे झाले होते. म्हणजे आता ते घर मिळणारच नव्हते? इतकी वर्षे वाट बघून असे व्हावे? त्या सगळ्या विषारी वाक्यांनी शेवटी असा डाव साधला होता. मला स्वतःचे घर कधी मिळणारच नव्हते. मुंबईच्या रस्त्यांवरून भाड्याची घरे शोधत वणवण करावी लागणार होती. ती फरफट कधी संपणार नव्हती. आयुष्य असेच सरत राहणार होते. माझे... जाईचे...

"नवी मुंबई... मिरा रोड... कळंबोली... कुठेतरी तिथे... कधीतरी..."

सावंतचे शब्द कानावर येत होते. हरपलेले भान हळूहळू परत येत गेले तसे काही उमजत गेले. इतकी वर्षे आम्हाला आशेवर झुलवत ठेवण्यात आले होते. वर्सोव्यासारख्या ठिकाणचे उच्चभ्रू वस्तीतले फ्लॅटस् गरजू, उपेक्षित कलाकारांना अल्पशा किंमतीत बिल्डर थोडेच मिळू देणार होता? त्याने ते पुन्हा ताब्यात घेऊन टाकले होते. तसे हस्तांतरण करताना ना शासनाने आमची पर्वा केली होती, ना बिल्डरने! तशी साधी पूर्वसूचना देण्याची गरज देखील त्यांना वाटली नव्हती. इतक्या मुर्दाडपणे हे सगळे केले गेले होते. काय करू? कुठे जाऊ? कुणाकडे दाद मागायची? घर मिळण्याच्या माझ्या सगळ्या आशा पार धुळीला मिळाल्या होत्या. काही सुचेनासे झाले. अंगातले बळ ओसरत चालले तसे माझे हातपाय थरथर कापायला लागले. लाखो मुंग्या डोक्यात चावे घेऊ लागल्या.

सावंत माझ्याकडे रोखून बघत राहिला होता. गेल्या तीन चार वर्षांत माझा त्याचा थोडाबहुत परिचय झाला होता. या फ्लॅटस्पायी अनेकजणी तिथे त्याच्या अवतीभवती रुंजी घालत असत. अंगावर उंची साड्या... हिऱ्यांनी लगडलेल्या... भारी पर्सेस घेऊन फिरणाऱ्या... अनेकजणी तिथे यायच्या. सावंतला सर्वांशीच सामना करावा लागे म्हणून की काय माझ्याशीही तो अगदी अलिप्तपणे वागे,

बऱ्याचदा तुसडेपणाने बोले पण आज त्याला काय वाटले कुणास ठाऊक, आजूबाजूला कुणी नाही याची खात्री करून घेत तो पुढे झुकत, डोळे बारीक करत कुजबुजला,

"फक्त दोन फ्लॅटस् रिकामे आहेत रेशममध्ये. एक कुणी मागितलेला नाही अजून... बघा."

"ते कसं काय?"

"आता ते विचारत बसू नका बाई. आधी मुख्यमंत्र्यांना भेटा आणि फ्लॅट मागायचं बघा. आता तेवढाच मार्ग आहे" आणि तो तिथून चटकन् निघून गेला.

मुख्यमंत्री?

पण मी तिथपर्यंत पोचणार तरी कशी? अन् केव्हा?

मला तिथून निघायला हवे होते कारण महाराष्ट्र पर्यटन विकास महामंडळात माझी अपॉइंटमेंट आधीच ठरलेली होती. जड झालेली पावले कशीबशी ओढत मी तिथून निघाले. पण आता मन पार विस्कटून गेले होते. वर्सोव्याला जाताना मुद्दाम वाट वाकडी करून मी 'रेशम' वरून फेऱ्या मारल्या होत्या. त्या विंगमधले सगळेच फ्लॅटस् शासनाच्या आरक्षणात होते. बिल्डिंगसमोरच्या रस्त्यावर उभी राहून त्या बंद, अंधाऱ्या खिडक्यांकडे मी आसुसून बघत असे. जाता येता सर्वांना 'माझा' फ्लॅट दाखवत असे.

"ए जाई, ते बघ आपलं घर... अवर फ्यूचर होम."

"वॉव् मम्मी."

जाईच्या चेहऱ्यावर आनंद फुलून येई.

पण ते सगळे एक स्वप्नच ठरले होते. जाईच्या बोर्डिंग स्कूलला लवकरच सुट्टी लागणार होती, ती धावतपळत मुंबईत येऊन ठेपणार होती. मोठ्या आशेने माझ्याकडे बघत प्रश्न विचारणार होती.

"मम्मा, आपलं घर?"

दरवर्षी असेच होत नव्हते?

ते सगळे पुढचे दृश्य माझ्या डोळ्यांसमोर उभे राहिले. शाळेतून येताना सोबत आणलेल्या बॅगा उचकटणारी माझी मुलगी...

"ए मम्मी, हे बघ होम डेकोरेशनमध्ये पहिलं बक्षीस मिळालं, चांगली जिरली पायलची."

"मम्मा, मला त्या घरात माझ्या पुस्तकांसाठी एक कपाट पायजे हाँ."

"मॉम, विल यू मेक वन टब् फॉर मी इन दॅट बाथरूम?"

कल्पनेच्या अशा मोठमोठ्या भराऱ्या मारत आम्ही हसत खिदळत राहायचो. आता तिला कोणत्या तोंडाने सांगायची ही बातमी? इतकी वर्षे उरापोटाशी बाळगलेली ती

आशा... ते घर आता दृष्टीलाही पडणार नव्हते. कुणी परकीच माणसे तिथे राहायला जाणार होती. जाईच्या पुस्तकांचे कपाट... टब्... टीव्हीसमोर झिंज्या पसरून लोळत पडलेली माझी मुलगी... कुठे जाऊ मी? एकापाठोपाठ एक तडाखे बसत होते.

मला रडू कोसळले.

ढगाळलेल्या आकाशाखाली नरीमन पॉइंटची नेहमीची दुपार पेटली होती. आजूबाजूला इमारतींचे सुळके मख्खपणे उभे होते. त्यांच्या थंडगार पोटात बसलेली माणसे सगळ्या जगातल्या अर्थकारणाच्या कळा फिरवत होती. क्षणार्धात करोडोंची उलाढाल होत होती. खालच्या कडकडीत तापलेल्या रस्त्यावरून पाय ओढत निघाली होती एक थकलेली, हरलेली बाई... ट्रॅफिक धुरळा उडवत चालला होता... कुणालाच पर्वा नव्हती.

"कुणी घर देता का घर?"

घर?

"कुणी घर देता का घर?
एक तुफान मायेवाचून,
देवाच्या दयेवाचून,
जंगलाजंगलात हिंडत आहे.
जेथून कुणी उठवणार नाही
अशी जागा धुंडत आहे.
कुणी घर देता का घर?"

तडाखे बसायचे थांबत नव्हते. पण कितीही कळवळले तरी रडायला... जखमी झाले तरी हेलपाटत जाऊन पडायला मला माझा हक्काचा कोपरा कुठे होता?

पर्यटन विकास महामंडळात समोरच्या स्वागतिकेपासून सगळेच ओळखीचे. त्या थंड वातावरणात शिरताच मला जरा हायसे वाटले. सुन्न झालेल्या डोळ्यांसमोरचे साचलेले धुके विरघळत चालले.

"नमस्कार मॅडम."

कुणीतरी बोलले.

"ए यशोधरा...."

तंद्रीतून जागे होताना अंधुकसे दिसू लागले. समोर सुषमा उभी होती... एम्. टी. डी. सी.तली माझी जुनी मैत्रीण... मी आवंढा गिळला, घसा खाकरत कसेबसे उत्तर दिले.

"अग, राठोडसाहेबांबरोबर ॲपॉइंटमेंट आहे आज."

"ऐक्कत नाही बरं का यशोधरा, हल्ली काय आलीस की सरळ वरतीच जातेस."

मी कशीबशी हसले अन् आत जायला वळले. समोरच्या बोगद्यासारख्या पॅसेजमध्ये दुतर्फा केबिन्सचे दरवाजे होते. गालिच्याने सजवलेल्या त्या लांबलचक पॅसेजच्या अगदी शेवटी असणाऱ्या दरवाजावरची पाटी मला इथूनही स्पष्ट दिसत होती.

श्री. उत्तम बळीराम राठोड

अध्यक्ष आणि व्यवस्थापकीय संचालक,

महाराष्ट्र पर्यटन विकास महामंडळ.

त्यांची आणि माझी ओळख तशी नवीच.

पण अगदी नवीही नाही, तशी म्हटली तरी जुनी.

फार फार जुनी...

त्यांनी अन् त्यांच्या पत्नी उमाताईंनी आईचे साहित्य वाचले होते. ''नाच ग घुमा'' ने ते भारावून गेले होते. त्यातून त्या दोघांचा आईबरोबर गोव्यात पत्रप्रपंच सुरू झाला होता. उमाताई मला पहिल्यांदा भेटल्या तेव्हा गहिवरल्या होत्या. म्हणाल्या,

''यशू, ते 'नाच ग घुमा' नाही ग, नाच ग उमा आहे.''

अशा त्या दोघी एकमेकींना कधी न भेटताच सख्ख्या मैत्रिणी होऊन गेल्या होत्या. मी कधीतरी राठोडसाहेबांना भेटावे असे आईला नेहमी वाटायचे, निदान या घरासाठी तरी! पर्यटन महामंडळ ही तर माझी नित्य भेटीची जागा होती. त्यांना भेटण्यासाठी मला खास प्रयत्न करावा लागला नसता. पण माझ्या स्वभावानुसार मी ते टाळत गेले. कुणास ठाऊक कसे असतील? पूर्वीचे खासदार... मग मंत्री... बंजारा समाजाचे नेते आणि सध्या पर्यटन महामंडळाचे अध्यक्ष... आपल्याला काय देणे घेणे आहे त्यांच्याशी? काम करावे अन् निघून यावे या माझ्या नेहमीच्या शिस्तीला अनुसरून मी एम्. टी. डी. सी.त येत जात राहिले. त्यांना भेटलेच नाही कधी.

पण एके दिवशी...

त्या दिवशी दुपारी मी अशीच तिथल्या स्वागतकक्षात उभी होते. बाहेरच्या लॉबीतल्या लिफ्टचा दरवाजा सरकत उघडला अन् आतून एम्. टी. डी. सी.चा पट्टेवाला हातांवर फायलींचा ढीग तोलत बाहेर पडला, लगबगीने आत येत तो म्हणाला,

''आले बरं का...''

आणि पावले उचलत चपळपणे आत नाहीसा झाला. ते ऐकताच समोरची स्वागतिका नीटनेटकी होत ताठ होत गेली. वातावरणातला ताण वाढलेला जाणवताच मी स्तब्ध झाले. कोण असेल? माझ्या समोरच्या दर्शनी काचेत प्रतिबिंबे उमटली होती. काऊंटरपाशी उभी ती माझ्यासारखी दिसणारी मी... शिंगासारखे हेडफोन्स

डोक्याला चिकटवलेली रिसेप्शनिस्ट... तिच्या पाठी भिंतीवर घारापुरीची महेशमूर्ती... शांत, स्निग्ध चेहरा, मिटलेले डोळे, सुंदर सरळ नासिका... कुणाकडे बघत गूढ स्मितहास्य करतेय?

काचेच्या पलीकडल्या लिफ्टच्या 'आ' वासलेल्या दारातून कुणी बाहेर पडले. माझे लक्ष गेले आणि...

आणि...

मी एकदम चमकले.

ती व्यक्ती चालत त्या काचेरी दरवाजाकडे येत गेली... खादीचा कुडता आणि पांढरा पायजमा असा अस्सल मराठी देशी वेश... पायी सॅण्डल्स... ते जवळ येत गेले तशी त्यांची आकृती नजरेत भरत गेली. गोरापान चेहरा.. घारी भेदक नजर अन् विरळ होत चाललेल्या रूपेरी केसांचे वळण... मी अवाक् होऊन बघत राहिले.

कोण आहेत हे? उत्तम राठोड?

माझी दृष्टी त्यांच्यावर खिळली होती. तसे एकटक बघणे अशिष्ठ पणाचे आहे हे जाणवूनही मला त्यांच्यावरची नजर हटवताच येत नव्हती. ती तिथेच चिकटून राहिली होती.

हे तर दादा होते... रणजीत दादा.... तीच अंगलट, चेहरेपट्टी... केसांचे वळण... कपड्यांचे रंग... सगळे अगदी तसेच कसे?

दादांना जाऊन किती वर्षे लोटली होती? त्या हरवलेल्या दिवसांच्या पायऱ्या उतरून दादा परत थोडेच येणार होते? पाठीत धपकन् गुद्दा घालत, गदगदा हलवत म्हणणार होते,

"येशा..."

माझा श्वास रोखला गेला होता. माझे काचेतले प्रतिबिंब अनिमिष नेत्रांनी बघत खिळून राहिले होते. ते जाणवून की काय न कळे, दारापाशी आलेले साहेब क्षणभर तिथेच थबकले. त्यांची दृष्टी माझ्याकडे वळली, स्थिरावली पण त्या नजरेला माझी ओळख पटली नाही. काचेचे दार ढकलले गेले. काचेतली मी आंदोळत ढकलत पुढे मागे होत गेले. दादा... काचेतले दादा हेलकावत जवळ आले... दूर गेले... अदृश्य होत दृष्टीच्या टप्प्याबाहेर गेले... पुन्हा जवळ... परत दूर... हलत्या झुलत्या प्रतिबिंबांची जादूभरी सरमिसळ होत गेली. कोण हा खेळ खेळत होते?

ते दारातून आत आले, माझ्या अगदी समोर. वाटले आता हे आत निघून जातील. त्यांच्या केबिनचा भक्कम दरवाजा थाडकन् माझ्या नजरेवर आपटेल. त्यामागे ते नाहीसे होऊन जातील. हाक मारून थांबवू त्यांना? पण थांबतील ते? दादा कुठे थांबले? दादा... दादा... म्हणून किती हाका मारल्या तरी पाठ फिरवून निघून गेलेच की ते... मी सैरभैर होत चालले. आणि...

आणि अचानक ते थांबले. माझ्याकडे वळत म्हणाले,

“आपण?”

तो गंभीर आवाज... हुकमत गाजवायची सवय असणारा तो आवाज ऐकताच मी चटकन् भानावर येत गेले.

“मी? मी यशोधरा... यशोधरा भोसले.”

ते ऐकताच त्यांच्या डोळ्यात ओळख एकदम चांदणीसारखी लुकलुकली, गंभीर चेहऱ्यावर लहान मुलासारखे खट्याळ हसू उमटत गेले... तेही अगदी दादांसारखे...

“बेटा तू? माधवीची मुलगी? ये ये... कधीपासून तुला भेटायचंय् बेटा.”

“राठोडसाहेब...”

माझ्या तोंडून शब्द फुटत नव्हते. एकीकडे हरवलेले दादा पुन्हा भेटल्याचा आनंद मनात जागा झाला होता आणि दुसरीकडे? दुसरीकडे त्यांच्या त्या सगळ्या जुन्या आठवणी चेटकिणींसारख्या किंचाळत सैरावैरा मोकाट धावत सुटणार ही भीती पोटात सळसळ करायला लागली होती. तेवढ्यात ते म्हणाले,

“नो, नो... तू मला उत्तममामा म्हणायचं. तुझ्या आईनं राखी पाठवलीय् मला... चल बघू आधी.”

तेव्हापासून त्यांचे आणि माझे अगदी घट्ट गूळपीठ जमून गेले. ते मुंबईत आले रे आले की फोन करत आणि मी वेळात वेळ काढून त्यांना भेटायला धावतपळत नरीमन पॉइंटच्या ऑफिसमध्ये जाई. त्यांच्या रूपात मला साक्षात दादा दिसत होते. ऑफिसमध्ये असताना ते कामात बुडून गेलेले असत. मी तिथेच समोर बसून त्यांच्या हालचाली टिपत राही. त्यांचा तो नाकावर घसरत आलेला चष्मा... मानेचा कोन... सोनेरी पेनमधून कागदावर झरत जाणारे हिरव्या अक्षरांचे किरटे वळण... नक्की दादाच ते! पण त्यांना मी ते कळू देत नसे. तो आनंद माझा एकटीचा होता... मग तो त्यांच्याशी तरी मी का वाटून घ्यावा? मी चुपचाप निरखत राही.

एकदा असेच गप्पा मारता मारता त्यांनी म्हटले होते.

“बेटा, तुझं काही काम असेल तर सांग. जोवर मी या खुर्चीवर आहे तोवर तुझी कुठलीही अडचण मला सोडवता येईल.”

पण माझ्या कोणत्याच वैयक्तिक बाबी मी त्यांना कधी सांगितल्या नव्हत्या. गप्पा मारायला आमच्याकडे इतर विषयांचा भरपूर साठा होता. बंजारासारख्या भटक्या जमातीत मामांचा जन्म झाला होता. किनवटसारख्या दुर्गम डोंगराळ भागात त्यांचा कुटुंबकबिला पिढ्यान्‌पिढ्या वस्ती करून राहिला होता. मामांचे वडील हे त्या गावातले अग्रणी व्यक्तिमत्त्व. आपल्या समाजातल्या मुलामुलींनी शिकून शहाणे व्हावे या त्यांच्या सुधारणावादी वृत्तीमुळे त्या घरातली सगळी मुले शिकायला प्रवृत्त झाली होती. वडिलांचे

हे संस्कार मामांनी अंगी बाणवले होते. आपला समाज सुधारावा, प्रगत व्हावा या ध्येयामुळे प्रेरित होऊन वकिली करता करता ते राजकारणात सक्रिय झाले होते. पण बघावे तर त्यांची सगळी उठबस साहित्यिक, रंगकर्मी, चित्रकार यांच्या गोतावळ्यात असे. त्या सगळ्या गप्पा मारायलाच आम्हाला वेळ पुरत नसे. आणि खरे म्हणजे त्यांच्या त्या सुसंस्कृत व्यक्तिमत्त्वामागे, मधुरमिट्ठास बोलण्यामागे, अत्यंत विनयशील मृदू वागण्यामागे राजकारणातले सगळे छक्केपंजे अंगी भिनलेले एक अतिशय बेरके व्यक्तिमत्त्व दडलेले आहे, हे मला नेमकेपणाने जाणवत राही. कदाचित त्यामुळेही माझ्या व्यक्तिगत अडचणी मी त्यांना कधीच सांगितल्या नसाव्यात.

आज मी त्यांच्या ऑफिसमध्ये प्रवेश केला तेव्हा मामा फायलींच्या थप्प्यांमागे बुडलेले होते. खिडक्यांचे पडदे ओढलेले होते त्यामुळे केबिनमध्ये तसा धुरकट अंधार होता. थंडगार अंधारात एसीचा मंद आवाज घुमत होता. टेबललॅम्प्सच्या उजेडाच्या वर्तुळाकार झोतात मामा समोरची फाईल तपासण्यात गर्क झाले होते. मला खुर्चीवर बसण्याचा इशारा करून ते पुन्हा फाईलकडे वळणार न वळणार तेवढ्यात त्यांनी चमकून माझ्याकडे बघितले. बघताक्षणीच त्यांचा चेहरा बदलला.

"यशू... बेटा काय झालंय?"

आता मात्र माझे सगळे ओढून ताणून आणलेले अवसान गळून गेले अन् एवढा वेळ दाबून ठेवलेले रडे उन्मळून बाहेर येऊ लागले.

"मामा... मामा... माझं घर... "

ओक्साबोक्शी रडता रडता ती सगळी हकीकत मी त्यांच्या कानावर घातली. ते ऐकता ऐकता त्यांचा चेहरा गंभीर होत गेला, विचारमग्न झाला. एक शब्द न बोलता ते सगळी कथा लक्षपूर्वक ऐकत राहिले. मग म्हणाले,

"आधी कधीच बोलली नाहीस?"

"मामा, असा घात होईल याची कल्पना मला कशी असणार? वाटलं होतं स्टे उठेल तेव्हा फ्लॅटचा ताबा देणं बिल्डरला भागच पडेल."

"मग आता?"

"काय करायचं?"

मला तर काहीच सुचत नव्हते.

"आता प्रयत्न करायचा आपण?"

"पण कसं करणार मामा? मुख्यमंत्र्यांपर्यंत आपण कसे पोचणार? ज्या फ्लॅटवर आपला हक्कच नाही तो आम्हाला द्या अशी मागणी कशी करणार?"

ते ऐकून ओठाच्या कोपऱ्यातून ते पुसटसे हसले. त्यांनी लगेच फोन उचलला आणि एक नंबर जोडून द्यायला सांगितला. काही क्षणातच समोरच्या फोनची बेल् वाजली. ते त्यांच्या बंजारा बोलीतून कुणाशी बोलत राहिले. मला ते संभाषण कळले

नाही, पण ते मुख्यमंत्र्यांची भेट घ्यायचा प्रयत्न करत आहेत असे काहीसे लक्षात आले. एवढ्या मोठ्या पर्यटन महामंडळाचे अध्यक्ष... पूर्वीचे खासदार... मंत्री... ओळख असणारच त्यांची पूर्वीपासूनची... एवढा विचार माझ्या मनात येईपर्यंत फोन खाली ठेवत ते चटकन् उठले अन् चष्म्याची केस हातात घेत म्हणाले,

"चला."

"कुठे?"

आणि सहज उत्तर आले,

"वर्षा."

वर्षा? मुख्यमंत्र्यांचे निवासस्थान?

मी चकित होऊन तिथेच खिळून बसले.

"अहो बाई, उठा आता. मुख्यमंत्री तिथे वाट बघणार आहेत की काय तुमची? चला लवकर." मामा डाफरले. मला अजूनही खरे वाटत नव्हते.

"पण मामा... "

"अग माझ्या आई, ऊठ आता. नाईकसाहेबांना नाहीय् का भेटायचे? फ्लॅट नकोय् का?"

माझा माझ्या कानांवर विश्वास बसत नव्हता. नेमकी आजच 'स्टे' उठवल्याची बातमी अचानक कळली होती. ती कळताक्षणीच फ्लॅट हातून निसटल्याची खबरही मिळाली होती. मंत्रालयातला कोण कुठला क्लार्क माझ्या मदतीला धावून आला होता. फ्लॅट मिळवण्याची युक्ती त्याने सहज सुचवल्यासारखी सुचवली होती आणि काही क्षणांपूर्वी केवळ असंभव वाटणारी ती युक्ती वापरण्याचा मार्गही आता राठोडमामांच्या रूपाने खुला होताना दिसत होता. मला क्षणभर गरगरून आले. पण आता थांबायला वेळ नव्हता.

गाडी मलबार हिलकडे धावत होती. 'वर्षा'वर पोचेपर्यंत मी गाडीत बसल्या बसल्या मुख्यमंत्र्यांच्या नावाने एक अर्ज भराभर खरडला. बाजूला मामा होतेच सूचना द्यायला...

"हं, झाला लिहून? खाली सही करा."

"मामा... मी सही करू? आईची?"

"मग? ती इथे नाही ना... हं, केलीस सही? आता घड्या करा... चुरगळा जरा म्हणजे अर्ज कसा अगदी जुना, बांदोड्याहून पोस्टाने आला आहे असा दिसेल, झालं?"

"मामा... "

मला पुन्हा धडकी भरली.

"अग, त्या मुख्यमंत्र्यानं सरपंचापासून कामाला सुरुवात केली आहे. सगळ्या गोष्टी ठाऊक असतात त्याला. कागद... हस्ताक्षर... सह्या... असले शंभर अर्ज

बघितलेत त्यानं. आणि नजर बारीक आहे बरं त्याची, दहा प्रश्न विचारेल तो, नीट उत्तरे देशील ना?''

म्हणजे मुख्यमंत्र्यांची नस न् नस मामांना ठाऊक होती?

कशी?

बंजारा समाजातली ही तरुण मुले एकत्र राहात, शिकत मोठी होत गेली होती. त्यांचे वकिलीचे शिक्षण संपता संपता राजकारणात उतरली होती. महाराष्ट्रातल्या राजकारणातल्या अनेक स्थित्यंतरांचे ते साथीदार होते. त्यातल्या अनेक वादळवावटळींतून एकमेकांच्या साथीने वाट काढत ते सुखरूप बाहेर पडले होते. पण या सगळ्या पलीकडे त्या दोघांमधे एक स्नेहाचा, मैत्रीचा एक अतूट बंध होता. त्याची जपणूक ते वर्षानुवर्षे करत आले होते. हे सगळे मला आज... नव्हे आत्ताच समजत होते.

माझ्याबरोबर मामा होते तरी नाईकसाहेबांसमोर उभे राहताना मला प्रचंड दडपण जाणवत होते. त्यांचे ते जबरदस्त कडक व्यक्तिमत्त्व मी इतके दिवस फक्त वर्तमानपत्रात, कधी दूरदर्शनच्या पडद्यावर बघितले होते. त्यांचा तो कडक इस्त्रीचा खादीचा सूट... आणि चष्म्याआडची ती करडी नजर... हातात बंदूक नव्हती पण तिचे छुपे अस्तित्व वर्तमानपत्रातल्या फोटोतूनही जाणवायचे. इथे तर त्यांच्याशी आमनेसामनेच गाठ होती. माझी नाईकसाहेबांशी ओळख करून देऊन मामा आपले साळसूदासारखे गुपचुप बाजूला उभे राहिले. साहेबांना सगळी पार्श्वभूमी सांगून त्यांच्या हातात अर्ज देईपर्यंत मला चांगलाच घाम फुटला. ते बाहेर जाण्याच्या तयारीत पोर्चमध्येच उभे होते. तरी त्यांनी अर्जाची घडी उलगडली.

वन... टू... थ्री... मी मनातल्या मनात अंक मोजायला सुरुवात केली. अपेक्षेप्रमाणे तिकडून पृच्छा झालीच. बंदुकीच्या गोळीसारखा सणसणीत प्रश्न आला.

''हे अक्षर कोणाचं?''

अरे बापरे!

''माझं.''

''हं, आणि सही कुणाची? आईची का?''

प्रश्न कानावर पडायला आणि नेमके त्याच क्षणी आईने आपल्याला 'पॉवर ऑफ ॲटर्नी' दिलेली आहे हे माझ्या मनात चमकून जायला एकच गाठ पडली. तसे मला हायसे झाले. पण माझ्या उत्तराची वाट न बघता नाईकसाहेब पुढे म्हणाले,

''बरं...''

बाजूच्या उत्तममामांचा इतका वेळ रोखलेला श्वास फुस्सकन् सुटलेला माझ्या लक्षात आला... पण आता नजर उचलून तिकडे बघणेही शक्य नव्हते. बिंग फुटून फटफजितीच व्हायची सगळी...

साहेबांनी त्यांच्या पीएंना भराभर सूचना दिल्या.

"यांची फाईल ताबडतोब मागवून घ्या आणि टॉप प्रायॉरिटीने फ्लॅट देण्यासंबंधी माझे रिमार्कस् त्यावर घ्या."

"जी सर."

त्याच सूचना त्यांनी उभ्याउभ्याच माझ्या अर्जावर लिहिल्या अन् मामांकडे रोखून बघत म्हणाले.

"झालं का मनासारखं? उत्तम, मी निघू? तुम्ही येता बरोबर की कसं?"

माझ्या कानांवरचा विश्वास आता पारच उडून गेलेला.

साहेब पोर्चमध्ये उभ्या असलेल्या लाल दिव्याच्या गाडीत बसले. चमकारे फेकत गाडी सुरू झाली. पुढे मागे पायलटस्, कमांडोज्, पोलीस जीप्स असा सगळा ताफा सायरन वाजवत बंगल्याच्या गेटमधून पुढे सरकत बाहेर पडला.

मामा?

मामा काहीच न घडल्यासारखे दाखवत म्हणाले, "यशू, चल. सुमनला भेटू. तुझी ओळख करून देतो."

सुमन?

सुमन सुधाकरराव नाईक...?

"हो यशू, माझी सख्खी बहीण."

तिथून पुढे ते चक्र सुरू झाले. फाईल मुख्यमंत्र्याकडे येऊन त्यांचे रिमार्कस् होऊन पुन्हा अकराव्या मजल्यावरच्या अर्बन लॅण्ड सीलिंगच्या ऑफिसमध्ये येऊन पोचेपर्यंत अनेक अडथळ्यांची शर्यत तिला पार करावी लागली. अनेक 'इनवर्ड-आउटवर्ड'चे शिक्के खात खात ती फाईल एकदाची अकराव्या मजल्यावर येऊन पोचली. बिल्डरला शासनाकडून आदेश पाठवला गेला. आता त्याला त्या आदेशाचे पालन करण्यावाचून गत्यंतर नव्हते. एवढे असूनही घराच्या चाव्या सुखासुखी आमच्या हाती पडू दिल्या जाणार नव्हत्या. ख्रिसमसला जोडून एवढ्या सगळ्या सुट्ट्या आलेल्या आहेत हे स्पष्ट दिसत असताना ॲग्रीमेंट करण्यासाठी १ जानेवारी ही तारीख ठरवण्यात आली.

मायबाप सरकारच्या कृपेमुळे मिळणाऱ्या घराची किंमत कागदोपत्री फारशी मोठी नव्हती पण तेव्हाच्या परिस्थितीत ती रक्कम गोळा करणे माझ्या लेखी गगनाला गवसणी घालण्याइतकेच अशक्य होते. बँकेतली बचत तुटपुंजी होती. गरज पडली तर थोडे शेअर्स होते ते विकू, दागिने होते ते बँकेकडे तारण ठेवून कर्ज काढू असे निर्णय मी मनाशी आधीच घेतलेले होते. तरीसुद्धा बँकेच्या तळघरातला लॉकर उघडून दागिन्यांच्या डब्या सोनारासमोर ठेवताना मला रडू कोसळले. त्या प्रत्येक दागिन्याशी माझ्या आठवणी गुंफल्या होत्या. आजीने लहानपणी कौतुकाने गळ्यात घातलेले माझ्या नावाचे लॉकेट... शिवलेला नवा कोरा परकर पोलका... आणि हे सगळे घालून

नटलेल्या लाडक्या नातीची अलाबला घेत कानशिलावर कडाकडा बोटे मोडणारी आजी माझ्या डोळ्यासमोर उभी राहिली. पप्पांनी मुंबईहून हौसेने माझ्यासाठी करून आणलेला नेकलेस... माझ्या हातात बांगड्या असतानाही "सासरी पाठवणी करताना माझ्या मुलीचे हात ओकेबोके असलेले मला कसे ग चालतील?" म्हणत स्वत:च्या हातातल्या पाटल्या काढून माझ्या हातात चढवणारी आई... सगळे आठवत होते. आता हे सगळे स्त्रीधन माझ्या मुलीसाठी मी जपून ठेवलेले, हे गहाण ठेवून कर्ज काढायचे यावर? मन व्याकुळ होत होते. समजा घर घेतल्यानंतर कर्जाची परतफेड करणे शक्य झाले नसते तर... तर हे दागिने पुन्हा कधीच बघायला मिळणार नव्हते... पण आता थांबून चालणार नव्हते. जड अंत:करणाने मी त्या डब्या उचलल्या आणि तिथून बाहेर पडले. अशी थोडी इथून, थोडी तिथून पैशाची जुळणी करताना अपार क्लेश होत होते. मन कळवळत राहायचे. रडत राहायचे. पण आता मी थांबणार नव्हते. बाहेरची दुनिया नव्या वर्षाच्या स्वागताच्या तयारीत बेहोश होत चालली होती. सगळ्या श्रीमंती स्टोअर्समधून दुथडी भरून गर्दी वाहात होती. रेस्टॉरंटस्मधून पार्ट्यांची रोषणाई सजू लागली होती. सगळीकडे उत्साह नुसता फेसाळत उतू चालला होता. या सर्व खळखळाटात मी मन शांत ठेवून पैशाची कामे संपवण्याच्या मागे लागले होते. बँकांना लागून पाठोपाठ सुट्ट्या असल्याने तिथे स्टाफ अपुरा असायचा, वातावरण थंडावलेले असायचे पण कसे कुणास ठाऊक, माझी कामे होत गेली. कामाची वेळ संपून गेल्यावरही माझ्यासाठी माणसे आवर्जून थांबत होती. माझे काम संपवून टेबलवरून उठत होती. बँकेने कर्ज मंजूर केले. धावपळ करत उरलेले पैसे जमा करताना माझी दमछाक होत होती. इतर सगळ्या जबाबदाऱ्या आता विसरल्या गेल्या होत्या. दिवसरात्रीला वेळापत्रक उरले नव्हते. आता डोळ्यासमोर फक्त घर दिसत होते. अंधार पोटात घेऊन मान खाली घालून बसलेले उदास घर... त्या घराच्या बंद खिडक्या... दरवाजा... १२/अे, रेशम...

१ जानेवारीला सगळे शहर न्यू ईयरच्या बेहोशीतून जागे होण्यापूर्वी 'पे ऑर्डर' आणण्यासाठी मी धावतपळत बँकेत गेले होते.

तिथून मंत्रालयात पोचण्यापूर्वी आणखी एक महत्त्वाचे काम करणे भाग होते.

स्टॅम्प ड्यूटी भरणे.

टाऊन ऑफिसमधल्या त्या कळकट्ट ऑफिसमध्ये मी पोचले. पैसे भरायच्या खिडकीसमोरचा लांबलचक क्यू बघताच मला धस्स झाले. पण त्या ओळीत उभे राहणे भाग होते. काऊंटरवर लावलेल्या घड्याळाच्या धुरकट काचेतूनही पुढे पुढे धावत चाललेले काटे मला स्पष्ट दिसत होते. त्याखालची खिडकी... आणि खिडकीकडे हळूहळू खेचली जाणारी गोगलगायींची एक लांबलचक सुस्त रेष...

माझा नंबर कधी येईल?

कधी काम होईल?

स्टॅम्प ड्यूटी भरल्याशिवाय ॲग्रीमेंटवर सह्या होणार नव्हत्या. रांग पुढे जात राहिली. माझा नंबर येताच मी पर्समधले ॲग्रीमेंट व पैसे बाहेर काढले आणि पुढे सरसावले. तेवढ्यात फटकन् आवाज करत पुढची खिडकी सरळ बंद करण्यात आली. विजेचा धक्का बसल्यासारखी स्तंभित होऊन मी त्या बंद झरोक्याकडे बघत राहिले. नेमका माझा नंबर आल्यावर खिडकी बंद केली जावी? एवढ्या प्रयासाने हाती येऊ घातलेले घर इतक्या क्षुल्लक कारणासाठी हातून जाणार आता? माझे हातपाय थरथरायला लागले. खिडकी बंद झाली तसे रांगेतले लोक इथे तिथे पांगले. त्यांना हे सवयीचे असावे. कुणी सिगरेट पेटवून भिंतीला टेकले तर कुणी कंपाऊंडबाहेर चहाच्या स्टॉलकडे धावले. मी हतबुद्ध होऊन तिथेच उभी होते. एकदा वाटले त्या ऑफिसचे समोर दिसणारे दार ढकलून आत जावे, आत कुणीतरी असेलच. त्यांना पैसे भरून घ्यायला विनंती करावी. पण वाटले, ऐकतील ते माझे? बहुधा नाहीच. अपमानसुद्धा करतील. फिदीफिदी हसत म्हणतील, ''काय येडपट बाई आहे? जा तिकडे, लायनीत उभी राहा... लंचटायम संपला की बघू.'' आणि तो लंचटाईम संपेपर्यंत बिल्डर निघून जाईल. रांगेतला नंबर सोडून मंत्रालयात फोन करायला जाणेही शक्य नव्हते. काय करू? कसे करू? समजेनासे झाले.

''मॅडम्...''

बघितले तर समोर एक माणूस उभा होता. अचानक कुणी अवतीर्ण व्हावा तसा तो कधी येऊन तिथे उभा राहिला होता कुणास ठाऊक! कोण आहे हा? कधीमधी मंत्रालयात ओझरत्या दिसणाऱ्या चेहऱ्यांपैकी? पांढराशुभ्र सफारी सूट... पांढरे बूट... सोन्याचे दणदणीत घड्याळ... काय नाव याचे? दादलानी? की राजानी? हा इथे कसा काय आला या वेळी?

तो जवळ आला तसा त्याच्या परफ्यूमचा उग्र वास भप्पकन् नाकात झोंबला. डोकं भणभणलं... ओह गॉड् ! आणि एकदम आठवले, हा कुकरेजाचा मॅनेजर... राजानी...

''क्यूं मॅडम्, क्या हुआ?''

''काऊंटर बंद हो गया. अब आपके साहब एक बजे मंत्रालय आयेंगे तबतक मै कैसे पहुँचूंगी?''

परिस्थिती राजानीच्या चटकन लक्षात आली.

''कितनी अमाऊंट है, मॅडम्?''

''ज्यादा नहीं, उन्नीस सौ पच्चीस रुपये.''

त्याने क्षणभर विचार केला आणि अगदी सहज म्हणावे तसे म्हणाला,

''एक पत्ती ज्यादा निकालेंगी मॅडम्? काम करवा देता हूँ.''

ते वाक्य ऐकूनच मी हादरले. रिश्वत? लाच द्यायची आपण? अरे, मी शिक्षिका

आहे...

"मॅडम यहाँ ऐसेही काम चलाना पडता है. इसे चायपानी समझिये या बक्षीश... एक पत्ती ज्यादा तो नहीं... ये दुनिया साली कमीनी है..."

तो बोलतच राहिला. इथे प्रश्न पैशाचा नव्हता. तडजोडीचा होता. ती करणे मला शक्य नव्हते. त्याला कदाचित हे नेहमीचेच. पण मला? पण स्टॅम्प ड्यूटी भरायलाच हवी होती. त्याशिवाय मंत्रालयात पाऊल टाकण्यात अर्थ नव्हता. घड्याळ्याच्या पुढे सरकत चाललेल्या काट्यांना कसे थांबवायचे? द्यावेत का पैसे? माझी घालमेल झाली होती. शेवटी मी स्वत:शीच नकारार्थी मान हलवली.

तेवढ्यात पाठीमागे काही हालचाल झाल्याची जाणीव झाली. वळून बघितले तर माझा डोळ्यांवर विश्वास बसेना... खिडकीचा झरोका उघडला जात होता. लंचटाईम संपला इतक्यातच? घड्याळ बघितले तर तसेही नव्हते. पांगलेली गर्दी अजून परतली नव्हती. त्या उघडलेल्या खिडकीपुढे मी एकटीच उभी होते. वेळेआधी उघडलेल्या खिडकीकडे बघत मी आश्चर्यचकित होऊन तशीच उभी राहिले.

तेवढ्यात त्या जाळीआडून आवाज उमटला... खरखरीत अन् उर्मट आवाज...

"नेक्स्ट..."

हातात असलेले ॲग्रीमेंट व पैसे मी पटकन त्या झरोक्यातून आत सरकवले. घाणीचे अमाप थर बसलेल्या त्या जुनाट खिडकीतून पलीकडची व्यक्ती दिसत नव्हती. कोण असेल? त्या लहानशा झरोक्यातून दिसत होती फक्त त्या व्यक्तीची ॲग्रीमेंटवरून फिरणारी बोटे... केसाळ जाडी बोटे, आखूड पंजा, मनगटापाशी मळलेली शर्टची बाही... त्या बोटांनी ॲग्रीमेंटची पाने तपासून बघितली. ओल्या स्पंजमध्ये अंगठा बुडवून गड्डीतल्या नोटा सपासप मोजल्या गेल्या, ॲग्रीमेंटला स्टॅम्प लावल्यानंतर ते फटकन् बंद झाले आणि खिडकीतून सरकत बाहेर आले. त्यावर तो पंजा विसावला होता. आखूड पंजा... त्याच्याशी जुळलेली केसाळ लव असणारी जाडी बोटे... अस्वस्थपणे टॅप डान्स करणारी... तिसऱ्या बोटातली सोन्याची पिवळीधमक जाडजूड अंगठी लक्कन चमकली अन् त्या अंगठीतले साईबाबा माझ्या नजरेत भेटले.

उरलेले पैसे?

"छोडिये भी मॅडम्. हम चाय पी लेंगे... आप चलो, देर हो रही है ना?" राजानी अजून तिथेच घुटमळत होता.

साईबाबा.

चकचकीत अंगठीतून बघत आशीर्वाद देणारे.

श्रद्धा और सबूरीची शिकवण देणारे.

श्रद्धा?

सबूरी?

सोन्याच्या पिवळ्याधम्म अंगठीतले साईबाबा.

मी क्षणभर डोळे मिटले आणि वळले.

"टॅक्सी, मंत्रालय चलो."

मी आईकडे बघितले. ती थकून गेली होती. अचानक तारीख ठरवली गेल्यामुळे मिळेल ती बस पकडून आदल्या दिवशी भर दुपारच्या उन्हात ती गोव्याहून निघाली होती. सकाळी लोकलमधले धक्के सोसत एकटी मंत्रालयात आली होती. सकाळपासून मंत्रालयातल्या बाकड्यावर ताटकळत बसून राहिली होती. आतून अगदी अपराधी वाटत गेले मला. माझ्यामुळे एवढी दगदग सहन करावी लागावी आईला या वयात? एवढी मोठी नावाजलेली लेखिका... "नाच ग घुमा" नंतर तिच्या चाहत्यांची संख्या वाढत गेली होती. तिच्या पुस्तकांच्या आवृत्त्या निघत होत्या, अनुवाद होत होते. देशापरदेशातले वाचक तिच्यावर पत्रांचा वर्षाव करत होते. तशाच एका पत्रातून तिला राठोडमामा भेटले होते. अनेक प्रतिष्ठेचे पुरस्कार, मानसन्मान तिच्याकडे चालून आले होते. आपल्या लेकीची वणवण कायमची संपावी, लाडक्या नातीला राहायला हक्काचे घर असावे म्हणून तिने शासनाकडे धाव घेतली होती. किती वेळा अर्ज केले होते. संबंधित मंत्र्यांना भेटायला मंत्रालयात खेटे घातले होते. प्रसंगी नोकरशाहीचा उर्मटपणा सहन केला होता.

"आई, आज राठोडमामा इथे हवे होते नाही ग?"

"होय ग, पण होईल हं सगळं नीट... महालक्ष्मी सगळं बरं करेल."

मी वैतागले. महालक्ष्मी जर एवढी काळजी घेणारी असती तर आपण आज या मंत्रालयातल्या बाकड्यावर का बसलेलो असतो? एवढ्या अगतिक, असहाय्य... कुणीही यावे अन् टपली मारून जावे अशा?

चार वाजत आले होते. आतून प्यून येताना दिसला.

"चला बाई... आले तुमचे बिल्डर."

आत सुपरवायझर मोरेंच्या केबिनमध्ये कुकरेजा बसला होता. सावंत, इतर काही अधिकारी कागदपत्रे तपासत होते. समोरच्या टेबलवर आमची ॲग्रीमेंटस् पडली होती. आई, प्रशांत तिथे आलेले बघताच कुकरेजा हसला.

"आईये, आईये माताजी... बैठिये, बैठिये... हॅप्पी न्यू इयर जी, हॅप्पी न्यू इयर. देखा कितना अच्छा हो गया नी? मैंने बोला मोरेसाबको, चलो एक, दो, तीन कर डालो. माताजी हमारी बिल्डिंगमें रहने को आनीही चाहिये. हमें क्या, माँका आशीर्वाद चाहिये, बस् और क्या?..."

त्याची बडबड चालूच राहिली. सावंतने ती संधी साधत ॲग्रीमेंट पुढे सरकावले. आई सह्या करायला पुढे झाली. माझ्या डोळ्यासमोर क्षणभर अंधार दाटून आला.

काळामिट्ट.

"मम्मा, विश यू ऑल द बेस्ट."

सकाळी घरातून घाईघाईने निघत असताना जाईने पाठून येऊन मिठी मारली होती. अबोलपणे धीर देण्याची अन् घेण्याची तिची ती लहानपणापासूनची सवय. मी डोळे मिटले अन् मनातल्या मनात म्हटले,

"आई, विश यू ऑल द बेस्ट." पाने उलटली गेली, सह्या होत गेल्या. कुकरेजाच्या सह्या झाल्यावर मी पर्समधली 'पे ऑर्डर' काढून त्याला दिली. तोपर्यंत प्रशांतच्या अॅग्रीमेंटवर सह्या करून झाल्या. आता तरी घराच्या किल्ल्या मिळतील? मी मोरेंकडे बघितले अन् त्यांनी एकदम नजर चुकवली. किल्ल्यांचा डबा कुठेच दिसत कसा नाही?

तेवढ्यात कुकरेजाचे वाक्य आले.

"और तीस हजार कॅश? कहाँ है?"

"क्या? कॅश? कैसी कॅश?"

मी आणि प्रशांत एकदमच बोललो.

"हाँ, इतने दिनका फ्लॅटका मेन्टेनन्स, मीटर लगाया उसका खर्चा आपको देनाही पडेगा. क्यूँ मोरे तुमने बताया नहीं इनको?"

आणि तो अत्यंत कुचकट हसला.

मोरे अजून इथे तिथे बघत होते. सावंत चुपचाप होता. मी आणि प्रशांत अवाक् झालो होतो. मोरेंनी आम्हाला काहीच पूर्वकल्पना दिलेली नव्हती. चित्र स्पष्ट होत चालले होते. याचा असाच डाव होता. आधी एवढ्या थोड्या अवधीत मला पैशाची जमवाजमव करणे शक्य होणार नाही याचा अंदाज त्यांना होता. योगायोगाने ते जमलेच तर आई एवढ्या सीझनच्या गर्दीतून मुंबईला पोचू शकणार नाही आणि समजा तेही शक्य झाले तर कॅश मागून अगदी शेवटच्या क्षणी अशी अडवणूक करायची हे सगळे पूर्वनियोजित होते. आता अॅग्रीमेंटवर सह्या झाल्या होत्या, पे ऑर्डर त्यांच्या हातात पडली होती आणि मग असा फास लावून आम्हाला अडकवण्यात आले होते. आता या क्षणी एकरकमी तीस हजार कुठून आणता येणार होते? माझ्या अंगाचा तिळपापड होत होता. आईकडे बघितले तर ती पांढरी फटक पडली होती. प्रशांत? बघितले तर तोही चक्रावला होता. त्याच्या करिअरला आता कुठे सुरुवात होत होती. तो 'स्टार' बनू लागला होता तरी अजून 'बेस्ट'ची नोकरी करत होता. वडाळ्याच्या वसाहतीतल्या एकखणी घरात गौरीने त्यांचा संसार थाटला होता. लहानगी चंदना तिथूनच किंग जॉर्ज शाळेत जायला लागली होती. आम्हाला तीस हजार रुपये इतक्या झटपट जमा करणे कठीण, नव्हे अशक्य होते. घड्याळाचा काटा पाचकडे धावताना बघितला आणि माझा धीर कोसळत चालला.

मंत्रालयाच्या शिस्तीनुसार वेळ संपताच सगळी माणसे ड्रॉवरला चाव्या लावून बाहेर पडत जाणार होती. मग आम्ही काय करायचे? "कुकरेजा साहाब, ऐसा करते हैं, आपको पोस्ट-डेटेड चेक देते हैं. हमें भी थोडा वक्त चाहिये."

प्रशांतने त्यातून मार्ग काढला. कुकरेजा पुन्हा हसला. मान मागे फेकत अगदी मनापासून हसला.

"प्रशांतजी, फिर जब चेक रियलाईज होगा तभी चावी मिलेगी नी? एक हाथसे दे, दूसरेसे ले. ठीक है ना साई?"

ते शब्द माझ्यापर्यंत येत होते. हळूहळू त्या शब्दांचे आवाज होत गेले... निरर्थक आवाज. समोरचे कुकरेजा, प्रशांत, सावंत. पाठीमागचे लाकडी पार्टिशन... दृश्य दूर जात अंधुक होत विरत गेले... फेड आऊट्... पुन्हा अंधार दाटून आला... अथांग डोहासारखा...

"तुमची मुलगी घरात राहायला लायकच नाही. मला माहीताय् तिला काय हवंय ते. जाईला नेऊन टाकेल बोर्डिंग स्कूलमध्ये आणि स्वत: राहील कुठल्यातरी हॉस्टेलात. अनेक चंगीभंगी मित्र आहेत तिला बरोबर घेऊन फिरायला... यूसलेस्..."

कोणाचे शब्द होते ते? त्या अंधारलेल्या अवस्थेत मला ते शब्द आठवत गेले. माझ्या आप्तांपैकीच कुणी, म्हटले तर अगदी जवळचे. जहराने माखलेली धारदार सुरी आतड्यात आरपार फिरवली जावी तसा तो वार... घायाळ होऊन जिन्यावरच्या अंधारात कोसळलेली मी... तो शाप इथपर्यंत माझा पाठपुरावा करत राहिला होता का?

"कुणी घर देता का घर?
खरंच सांगतो बाबांनो
तुफान आता थकून गेलंय्
झाडाझुडुपांत डोंगरदऱ्यांत
अर्धअधिक तुटून गेलंय्..."

"यशू... यशू..."

अंधारलेल्या तंद्रीतून भानावर येत मी बघितलं. कोण हाक मारतंय्?

"यशू..."

"सतीश... तू कधी आलास?"

समोर सतीश उभा होता. माझ्या "चंगीभंगी" म्हणून हिणवल्या गेलेल्या मित्रांपैकी एक. घर सोडल्यापासून माझ्या अनेक अडचणीच्या प्रसंगी धावून येणारा सच्चा दोस्त. आता या घरासाठी पैशांची जुळवाजुळव करताना बँकांमधल्या त्याच्या अगणित ओळखींची मला ठायीठायी मदत झाली होती. आमचे ॲग्रीमेंट झाले असेल म्हणून मंत्रालयात सहज चक्कर टाकायला तो आला होता. त्याला सगळी कहाणी सांगायला मला शब्द सापडत नव्हते. सगळे ऐकून तोही क्षणभर चक्रावला.

मग म्हणाला,

"यशू, ठहर जरा. इथे फोन आहे?"

कोपऱ्यात पीसीओ होताच. तो धावत तिथे गेला. फोन उचलला. एक रुपयाचे नाणे खणखणत आत पडले.

"हॅलो पाटील..."

तो बराच वेळ बोलत होता. बोलणे संपवून तो वळला. हा हसतोय् की चकित झालाय्? गेला होता त्यापेक्षा जलद पावले टाकत तो माझ्यापाशी आला...

"यशू, विल यू बिलीव्ह इट्? किती पैसे असतील कॅश काऊंटरमध्ये? एक्झॅक्ट थर्टी थाऊजंड. मेहतांनी दुपारी कॅश पाठवली होती. ओ गॉड्, इटस् सो अमेझिंग... तू काळजी करू नकोस. कॅश घेऊन पाटील निघालासुद्धा."

"खरंच, सतीश?"

"हो यशू."

नेमके तीस हजार रुपये? एक रुपया कमी नाही की जास्त नाही? नव्या वर्षी कुणी कॅश पाठवावी अशी अपेक्षाही वेडेपणाची. पण कोण कुठल्या मेहतांनी केलेल्या वायद्यानुसार पैसे पाठवले होते. सतीशला मंत्रालयात यायची बुद्धी झाली होती. घर मिळण्यासाठी मी कधी नवससायास केले नव्हते. स्वत:च्या कष्टाने मिळेल तेवढेच आपले असे सदैव मानत आले होते. पण गेली कित्येक वर्षं उघड्यावर राहताना असेच घडताना बघत आले नव्हते? तीन हजारांची निकड असली तर एकतीसशे मिळायचे... दोन हजार हवेत? अठराशे हातात यायचे. कोण गरजा भागवत होते? कोण करायचे जुळणी? आईने गोव्याहून मुद्दाम पाठवल्यासारखे कुणीतरी अचानक यायचे आणि हातात पैसे ठेवून अदृश्य व्हायचे, अडचण टळून जायची.

तेवढ्यात प्रशांत, कुकरेजा, मोरे सगळेजण बाहेर येताना दिसले. ऑफिस बंद व्हायची वेळ झाली सुद्धा? मग पाटील येऊनसुद्धा काही उपयोग नव्हता. कुकरेजाच्या चेहऱ्यावर जहरी हसू खेळत होते. जबर आत्मविश्वासाने फुलला होता तो...

"क्यूँ मॅडम्, कुछ बंदोबस्त हो सकता है?"

तो प्रश्न ऐकताच माझा सगळा साठलेला राग उफाळत वर आला. पण वरवर गोड हसत मी म्हटले,

"हाँ, हाँ, हो गया, अब आप यहाँसे बिल्कुल नहीं जा सकते."

गालफडावर चांगली सणकून थप्पड बसावी तसा कुकरेजाचा चेहरा हिरवा पिवळा होत वेडावाकडा होत गेला. प्रशांत अन् आईला बाहेर काय चमत्कार घडला तो ठाऊक नव्हता, म्हणून ते चकित होऊन माझ्याकडे बघू लागले. कुकरेजाचा विदूषक झालेला बघून मला हसू फुटू लागले. ते कसे थोपवावे ते मला कळेना. आई, प्रशांत आपले हसू दाबायचा प्रयत्न करू लागले. सतीशने कोपऱ्याकडे मान फिरवली.

नुसता तडफडत होता कुकरेजा...

"लेकिन... लेकिन... मैं ऑफिस जा रहा हूँ, और भी काम हैं मुझे."

त्याला तसे तडफडताना बघून मला आतून आनंद होत आहे हे जाणून मी चकित होत गेले. प्रत्येक क्षणी त्याने केलेला पाणउतारा मला किती झोंबला आहे ते मला त्या वेळी कळत होते. त्या अनेक भेटी... वाटाघाटी... विनवण्या... आज चाव्या देताना त्याने केलेली अडवणूक... सगळी दृश्ये माझ्या नजरेसमोरून सरकत गेली. प्रत्येक वेळी तिथून निराश होऊन परतलेली मी... आता त्याला अशी तशी सोडणार होते थोडीच? बघितले तर हवा गेलेल्या फुग्यासारखा तो खरोखरच वेडाविद्रा होत कोलमडून गेला होता.

"अच्छा, तो आप जाईये. हम राजानीके साथ पीछे पीछे आते हैं और हाँ, तीस हजारकी रिसीट और ऑक्युपेशन सर्टिफिकेट तैयार रखिये. बस्, एक दो तीन करही डालते हैं आज" मी आणखीन चावी फिरवली.

तेवढ्यात पाटील आलाच. कुकरेजाच्या ऑफिसात जाऊन सगळी कामे पुरी करेपर्यंत सात-साडेसात झाले. सर्व सोपस्कार पूर्ण करून आम्ही तिथून परत निघालो तेव्हा शहरात अंधार उतरला होता. माझ्या हातात घराची कागदपत्रे होती, पर्समध्ये किल्ली होती. १२/अे, रेशम... आता आमची झाली होती. आमचे हक्काचे घर... आईचे, माझे अन् जाईचे... मन भरून आले होते... जड झाले होते. काही बोलण्या – करण्याची शक्ती अंगात उरली नव्हती. कधी एकदा घरी पोचेन असे झाले होते. बिचारी जाई सकाळपासून घरी वाट बघत बसली होती. दिवसभरातल्या व्यापात तिची चौकशी करायला, फोन करायला मला सुचले नव्हते. पोरगी जेवली असेल ना? की आम्ही आता येऊ, मग येऊ म्हणून वाट बघत बसली असेल? कधी एकदा घरी पोचेन असे मला झाले. घरी पोचेपर्यंत चांगला अंधार झाला. बेल वाजली तसा जाईने दरवाजा उघडला. दारासमोरच फ्रीज होता... त्यावर महालक्ष्मी, पप्पांचा फोटो... आणि हे काय? सटीसामाशी कधीमधी देवासमोर चुकूनमाकून हात जोडणाऱ्या माझ्या मुलीने आज देवासमोर निरांजन पेटवून ठेवले होते. बाहेर सगळे जग झोपायच्या तयारीत सुस्तावत चालले होते आणि इथे सगळे देव उजळून निघालेले... आमची चिमुकली खोली महालक्ष्मीच्या प्रभावळीसारखी तेजाने भरून गेलेली... जाईच्या चेहऱ्यावर उत्कंठा दाटून आली होती.

"मम्मा..."

"जाई, जाई..."

"ए मम्मी, रडू नकोस ग, किल्ली मिळाली ना?"

तरीही आम्ही एकमेकींच्या गळ्यात पडून रडतच होतो.

"हॅपी न्यू इयर जाई."

"हॅपी न्यू इयर मम्मी, हॅपी न्यू इयर आबी."

दुसऱ्या दिवशी भल्या पहाटे मी 'रेशम' बाहेर उभी होते. इतके दिवस इथून येताजाताना या बंद पडलेल्या फ्लॅटकडे मी आसुसून बघत असे. पुष्कळदा मन ओढ घ्यायचे. वाटायचे, आत शिरावे. काय हरकत आहे? फ्लॅटमध्ये प्रवेश मिळणार नाही पण पायऱ्या चढून वर जाता येईल, बंद दरवाजासमोर उभे राहता येईल, मग दाराच्या चौकटीला स्पर्श करता येईल. निदान ओळख तरी होईल. आता ते घर मला प्रत्यक्ष बघायला मिळणार होते. बिल्डिंगच्या या विंगमध्ये अजून कुणीच राहायला आले नसल्याने सगळीकडे शुकशुकाट होता. मी जिना चढून पहिल्या मजल्यावर आले. तसे १२ नंबरचे घर सामोरे आले. माझे घर... आता या घरात मी राहणार होते, स्थिर होणार होते. विंचवाच्या बिऱ्हाडासारखे पाठीवर सामान लादून इथेतिथे भटकायचे दिवस आता संपणार होते. प्रत्येक वेळी बदललेल्या पत्त्यांबद्दल स्पष्टीकरणे देण्याची पाळी आता माझ्यावर कधी येणार नव्हती. माझ्या घशात आवंढा दाटून आला. तेवढ्यात पुढच्या धुरकट अंधारात काही चमकले. काय ते? बघितले तर दाराला लटकलेले भले मोठे गोदरेजचे कुलूप दिसले. अन् त्याची किल्ली? ती कुकरेजाने मला कुठे दिली होती? माझ्या हातात होती ती लॅचची एकच चावी. माझ्या अंगाची लाही लाही झाली. कुकरेजाला फोन करून चांगला खडसवावा म्हणून मी तिरिमिरीने वळले. पुन्हा माझ्या डोक्यात शंका जागी झाली. लॅचची म्हणून दिलेली चावी तरी लॅचला लागेल ना? ती लावायचा प्रयत्न केला तर तीही लॅचशी शत्रुत्व पत्करून बसली होती. माझा क्षोभ वाढत चालला होता. त्या रागाच्या भरात तरातरा चालत मी रस्त्यापर्यंत आले. रस्त्यावर अजून वर्दळ सुरू झाली नव्हती. एखाददुसरे दुकान उघडे होते. इकडे तिकडे शोध केला तर एका चावीवाल्याच्या टपरीचे दार अर्धवट उघडे दिसत होते. बुडत्याला काडीचा आधार मिळावा तसे मला झाले. त्याला दुकान संपूर्ण उघडायची संधीदेखील न देता मी बाहेर काढले आणि घरासमोर आणून उभे केले.

"खोलो."

कुलूप चटकन् निघाले पण लॅच मात्र खुलता खुलेना. जिन्यावरच्या अंधारात त्याला आधीच नीट दिसत नव्हते. अनेक परीने प्रयत्न करूनही लॅच त्याला दाद देईना. तो हवालदिल झाला.

"क्या करू मॅडम्, यह तो खुलताही नहीं."

"तो फिर तोडो."

तोडो? तो चकित होऊन माझ्या तोंडाकडे बघू लागला.

"कुछ लफडा तो नाय् ना बाई?"

"अरे नहीं, तुम तोडो."

माझ्याकडे बघत बघत त्याने पोतडीतून भलामोठा हातोडा काढला. पहिल्या

घावासरशी दाराच्या लाकडाच्या चिरफळ्या उडाल्या, मग लॅच खिळखिळे होत गेले. बऱ्याच लटपटी, खटपटी करत दार ढकलले गेले. दार उघडताच समोर बघते तर काय? आत बिल्डरने चक्क गोडाऊन करून टाकले होते. सगळ्या घरभर ट्यूबलाईटस्, पाईप्स, लाकडी खोक्यांच्या उतरंडी रचण्यात आल्या होत्या. त्यांच्या मधून गवत कचरा पसरला होता. कुठे कुठे कबुतरांनी वस्ती केली होती. जमिनीवर पाली अन् उंदीर इतस्ततः पळत होते. घरात पाय टाकणे अशक्य होते. दिवे तर कुठे नव्हतेच पण पाणीही नसल्याने संडास-बाथरूममधून कुजकट वास सुटला होता. एकीकडे घर ताब्यात मिळाल्याचा आनंद होत होता तर दुसरीकडे ती दुरवस्था बघून चीड, अपमान, अपेक्षाभंगाने डोळे भरून आले होते.

तेवढ्यात पाठीमागून कुणाची तरी पावले वाजली. वॉचमनबरोबर तिथला सुपरवायझर धावतपळत वर येत होता. लॅच तोडलेले बघून तोही चक्रावला... भडकला.

"मॅडम्, आप कौन? आपने फ्लॅट किसकी इजाजतसे खोला?"

ते ऐकताच माझा संताप डोके फोडत सणसणत बाहेर आला.

"हाँ, मैंने तोडा लॉक. यह घर अब मेरा है. पहले तुम अपना सामान बाहर निकालो."

पण तोही कुकरेजाचा चेला होता.

"आज कोई आदमी नहीं है. साहबने कुछ बताया भी नहीं. जब साहबसे बात होगी तभी सफाई करवा दूँगा, ठीक है? अब आप जाइये यहाँसे."

आता मात्र मी भडकले. घराची कागदपत्रे पर्समध्ये होतीच. तो निर्लज्ज माणूस घराला पुन्हा आपले कुलूप लावता येते का त्याचा अंदाज घेऊ लागला. ते बघताच माझा पारा आणखीच वर चढला.

"देखो, आप कौन बोलनेवाले..."

"मैं... मैं... रामरतन... साईट सुपरवायजर."

"तो आप पहले अपना सामान हटाइये यहाँसे, नहीं तो मैं कुछ आदमी लेकर आती हूँ. फिर आपका सामान कहाँ गया, वो मेरी जिम्मेदारी नही."

माझा संताप बघून त्याला हलणे भाग होते. तरी टंगळमंगळ करत त्याने दुपारपर्यंत वेळ वाया घालवलाच. त्याने ती सगळी घाण बाहेर काढेपर्यंत मी तिथेच पायरीवर बसून राहिले. तेवढ्यात किल्लीवाल्याने तुटलेले लॅच, कड्या बदलून नवीन लावून टाकल्या. वॉचमनने पाईप लावून घर स्वच्छ धुऊन निर्मळ केले. काम संपवून सगळे निघून गेले तशी मी हळूहळू पायऱ्या चढत वर गेले. आता मी पहिल्यांदा घर बघत होते. माझे स्वतःचे हक्काचे घर. भलेमोठे स्वयंपाकघर, बसायची खोली... पूर्वपश्चिमेला असणाऱ्या खिडक्यांतून दिवसभर झळाळत येणारा प्रकाश... वारा... भिंतींना अजून चुना फासलेला होता म्हणून काय झालं?

माझी मीच खुश होत गेले.

तरीही टाकीला जोडणी करून घरात पिण्याचे पाणी सुरू करून द्यायला रामरतनने पुढचे तब्बल दोन आठवडे घेतले.

तीन-चार दिवसांतच माझे सामान 'रेशम' मध्ये येऊन पडले. घरात पाणी नव्हते म्हणून बागेतल्या नळाला पाईप लावून रंगकाम सुरू झाले. या विंगमध्ये सगळा अंधार होता. दुरून फक्त माझ्याच खिडकीत प्रकाश दिसे. बाजूला दूरवर पसरत गेलेली खाडी होती. त्यावर मॅनग्रोव्हचे जंगली जाळे पसरले होते. घराच्या पाठीमागे मात्र एक भलामोठा बंगला होता. अगदी स्वीमिंग पूलसकट सुंदर घर, समोर हिरवीगार बाग होती. पण बंगला सुनसान रिकामा पडला होता. सकाळी माळी येऊन पंप चालू करायचा. तेवढाच स्प्रिंकलर्सचा थुईथुई नाच हिरवळीवर चालायचा. पण एरवी तिथे कुणाचीच चाहूल नव्हती. माझ्यासारख्या असंख्य गरजू लोकांना मुंबईत हक्काचे छप्पर मिळत नव्हते आणि इथे हा प्रचंड बंगला ओकाबोका पडला होता. मी अजून हे सर्व नीट बघितलेही नव्हते तेवढ्यात ती हादरवणारी बातमी आली.

"यू डोन्ट नो? बाबरी मस्जिद वॉज डिमॉलिश्ड टुडे."

सगळे शहर भेदरले. यारी रोडवरच्या मशिदीतून नमाजाची बांग दिली गेली की समोरच्या साई-गणेश मंदिरात महाआरतीचा झणझणाट सुरू व्हायचा. कधी भडका उडून हल्ला होईल, माणसे कापली जातील सांगता येत नव्हते. शाळा कॉलेजेस बंद झाली होती. सगळ्या शहरात श्वापदांच्या झुंडी किंचाळत सैतानी थयथयाट करत माणसे कापत धावत सुटल्या होत्या. कोणी कुणाचे उरले नव्हते.

इमारतीच्या या भागात मी एकटीच रहायला आले होते. संध्याकाळ झाली की सगळीकडून अंधार दाटून येई. रात्रीच्या काळोखात दूरवर माणसांचा गलका ऐकू येई. बंदुकांच्या फैरी झाडल्या जातायत् की काय? दूर आकाशात आगीचे लोळ उठतायत्? कोण किंचाळतंय्, दयेची भीक मागतंय्? रात्रभर सारखे भास होत राहात. डोळ्याला डोळा लागत नसे. आईचे गोव्याहून घाबरेघुबरे फोन येत, "जाई कुठेय्? कॉलेजला गेली नाही ना? बघा, सरळ निघून या इकडे." पण एरवी अंधारात एका खोलीतून दुसरीत जायला घाबरणारी मी त्या जीवघेण्या परिस्थितीत त्या रिकाम्या विंगमध्ये रहायला कधी घाबरले नाही. जाईला विचारून बघितले तर ती म्हणाली,

"छे ग मम्मी, आपण गोव्याला गेलो आणि आपल्या घराला काही केलं तर?"

एकट्या राहणाऱ्या बायकांच्या घरावर झुंड हल्ला करायला चाल करून आली असती तर आम्ही कोणता प्रतिकार करू शकणार होतो? पण त्या प्रतिकूल परिस्थितीत आम्हाला आमच्याच घराचा आसरा हवा होता. त्याचा आधार आम्हाला आणि आमचा त्याला!

हळूहळू वातावरण निवळले. ते दहशतीचे दिवस मागे पडत गेले तसे घरी दडी मारून बसलेले रंगारी कामावर परत आले. त्या तीन खोल्यांचे 'घर' बनू लागले. घर हे घरासारखेच असावे, ते घरातल्या माणसांसाठी असावे ही माझी आधीपासूनची धारणा होती. तेव्हा 'इंटीरिअर'चा प्रश्नच नव्हता. चार वर्षांपूर्वी मिळू घातलेल्या घरासाठी आम्ही तेव्हापासून वस्तू जमवायला सुरुवात केली होती. मधल्या निराशेच्या काळात त्या वस्तू विसरल्या गेल्या होत्या. आता एकेक खोका उघडला जाऊ लागला तशा त्या वस्तू नव्याने सापडू लागल्या. त्या प्रत्येक वस्तूबरोबर माझ्या आठवणी जाग्या होत होत्या. त्यांच्यासाठी कष्ट केले होते, पै-पैसा साठवला होता. जाई दरवर्षी शाळेतून कुठे ना कुठे ट्रिपला जायची, त्या त्या ठिकाणांहून आपल्या पॉकेटमनीतून वाचलेल्या पैशातून तिने छोट्याछोट्या चीजा आणल्या होत्या. आता त्या वस्तू बघताना मला आणि जाईला ते दिवस आठवत होते. ते आठवताना कधी आनंद व्हायचा तर कधी रडू कोसळायचे. 'त्या' घरातून निघून येताना मी तिथून फक्त माझ्या पुस्तकांचे खोके बरोबर आणले होते. माझ्या प्रत्येक बदलत्या बिऱ्हाडाबरोबर ते इथेतिथे फरफटत गेले होते. ती प्रचंड पुस्तके आता या घरात स्थिरावली. पुस्तके, कॅसेटस्, जाईची खेळणी, गाडगीमडकी... एक ना दोन... शंभर वस्तू लावता लावता आम्ही थकून जायचो. जाईला माझ्यासारखेच पॉटरीचे अतोनात वेड आहे. तऱ्हेतऱ्हेच्या बशा, पेले, भांडी, मडकी आम्ही कुठून कुठून गोळा केली आहेत.

"मिट्टी तो माँ है. वही हमें जीवन देती है. मिट्टीमें पानी मिलाकर, इसे आगमें तपाकर कुम्हार तरह तरहके घडे बनाता है लेकिन वह है तो मिट्टी ही. इसलिये जो मिट्टीके थालमें खाना खायेगा, मिट्टीके प्याले में पानी पियेगा वह कभी बीमार नहीं पडेगा, सदा संतुष्ट रहेगा, शांत रहेगा."

खूप लहानपणी कोण कानात सांगून गेले होते? की स्वप्नात? आता आठवत नाही पण मनात खूप खोलवर जपली गेली होती ती गोष्ट. आता ती सगळी मडकी, फ्लॉवरपॉटस्, दिवे या घरात ठिकठिकाणी सजत गेले. चित्रतपस्वी के. बी. कुलकर्णींच्या चित्रांबरोबर व्हॅन गॉग, जाईबाईंची शाळेपासूनची चित्रकला अशा अमूल्य वस्तूंनी घराच्या भिंती देखण्या होत गेल्या.

त्यातले विजयचे अमूर्त शैलीतले चित्र जवळपास जाईच्याच वयाचे आहे. निळ्या, काळ्या अन् रूपेरी रंगांच्या केवळ लहरी लेऊन दिमाखाने चमकणारे ते चित्र मी जहांगीरमध्ये पहिल्यांदा बघितले तेव्हाच कसे कुणास ठाऊक, ते माझे होऊन गेले होते. माझ्या खिशात फारसे पैसे तेव्हाही नसायचेच. तरीही हिंमत करून ते मी विकत घेतले होते. आर्ट कलेक्टर असल्याचा केवढा तो अभिमान! पण घरी आणल्याबरोबर...

"शी, हे काय चित्र आहे... नुसता चिखल..."

अशी टिप्पणी ऐकून मी हादरले होते. त्या चित्राचा पुन्हा कधी असा अपमान होऊ नये म्हणून मी ते लगोलग भिंतीवरून उतरवून, कपड्यात लपेटून जपून एका बाजूला ठेवून दिले होते. 'ते' घर सोडताना मात्र विजयचे चित्र मागे राहिले होते. ती आठवण माझा सतत पाठपुरावा करत छळत राहिली होती. इथे आल्यावर मी ते लगोलग मागवून घेतले. बघितले तर चित्र तेच होते पण इतक्या वर्षांत त्याची जी उपेक्षा अन् हेटाळणी झाली होती तिच्या त्या खुणा त्याच्या अंगावर ठायी ठायी उमटल्या होत्या. इतके उदास, निस्तेज चित्र! गँगरिन झाल्यामुळे दोन्ही पाय गमावण्याची पाळी आलेल्या निष्पाप मुलासारखे... त्याच्याकडे बघताना मला आतल्याआत शरम वाटत होती. याला कशी मी तिथे टाकून आले असेन? मी तिथे नव्हते म्हणून माझ्या वाट्याची उपेक्षा, अपमान याला सहन करावे लागले असतील का? कसे सोसले असेल याने सगळे?

चित्राची फ्रेम उचकटून खिळखिळी झाली होती. ती बदलून हवी तशी नाजूक काळी फ्रेम करायला दिली. हॉलचे रंगकाम पूर्ण झाले तशी चित्राची जागा स्पष्ट झाली. एके दिवशी संध्याकाळची ऑफिसमधून घरी आले तर फ्रेमवाल्याने चित्र घरी आणून ठेवले होते. घरात धुरकट अंधार साकळत चालला होता. चित्र आणलेले बघताच मी घाईघाईने जाईला हाक दिली. ती आली आणि चित्रावरचे कागदी आवरण तिने बाजूला केले. भिंतीवरच्या पांढऱ्याशुभ्र गुळगुळीत वॉलपेपरवर चित्र लावले अन् बाजूला होत तिने बटण दाबून दिवा पेटवला, चित्रावर प्रकाश पडला अन् क्षणार्धात त्या समोरच्या भिंतीचे रूपरंग बदलून गेले. चित्रातल्या निळ्या, काळ्या, रूपेरी छटा आपल्या सगळ्या लकबी दाखवत नाजूक नखरेदारपणे चमकू लागल्या. त्या छटांवर नजर ठरत नव्हती. कधी लाडीक तर कधी आक्रमक... जागच्या जागी थिरकत त्या उचंबळत होत्या. चित्र भिंतीला बिलगून एकजीव झाले होते. पांढरा माऊंट बोर्ड, काळी फ्रेम पांढऱ्या वॉलपेपरवर उठून दिसत होते. मी आणि जाई थक्क होऊन ती जादू बघत राहिलो. चित्राची फ्रेम... भिंती... खिडकी... गज... जणू सगळ्यांनी एकमेकांशी ओळख करून घेतली, वर्षानुवर्षांनी एकमेकांना भेटलेल्या जुन्या नातलगांसारखे नाते जुळवून घेतले. जणू त्या भिंतीसाठीच त्या चित्राचा जन्म झाला होता. घराच्या अंतरंगात दिवाळीसारखा आनंद उजळला होता.

त्या चित्राच्या पृष्ठभागावरच्या निळ्याकाळ्या चमकदार लाटा आता उसळू लागल्या. बघताबघता निळ्या रंगाची एक लाट त्यातून उसळत वर आली अन् चित्रातून वर झेपावत उंच उडत आकाशापर्यंत गेली. लाटेचा पाठपुरावा करणारी माझी नजर वरवर धावत गेली तर वर काहीच नाही? कुठे गेले माझ्या घराचे छप्पर? वरचा मजला? गॅलरी? नजर शोधत दूर गेली तर वर स्वच्छ निळं आकाश... विस्तीर्ण पसरत गेलेले असीम अवकाश... निळ्या रंगाच्या पिसासारख्या हलक्या

तरल लक्षावधी लाटांनी भरलेले अंतराळ... इतर काहीच नाही, कुणीच नाही... नुसतीच शांती... अन् आनंद... निळ्या रंगाच्या छटा ल्यायलेला.

तो आनंद मग घरातल्या कानाकोपऱ्यात अलगद उमटत गेला. आपल्याकडे घरात कुठले रंग वापरायचे त्याचे ठोकताळे पिढ्या न् पिढ्या चालत आले आहेत. पण या घरात साम्राज्य नांदते ते निळ्या रंगाचे. घरात विखुरलेला निळा रंग बघितला की माझे मन पळत खूप मागे घेऊन जाते. शाळेतल्या लाकडी बेंचवर बसलेली ती मुलगी... शाळा सुरू व्हायला कितीतरी वेळ होता तरी आधीच येऊन वर्गात बसलेली... उत्सुक चेहरा... तिने आपले दप्तर उघडले आणि हळुवारपणे आत हात घालत एक अत्यंत मूल्यवान वस्तू जपून बाहेर काढली. तिची नवी रंगपेटी... तिचे पहिले वहिले वॉटर कलर्स... कधीपासून तिने त्या रंगांचा ध्यास घेतला होता. त्यासाठी वडिलांकडे लाडीगोडी लावली होती. थोडेथोडे करून ती खाऊचे, बक्षिसाचे पैसे जमवत राहिली होती. आज तिचे स्वप्न पूर्ण झाले होते. जगातली ती सगळ्यात अमूल्य वस्तू बघताना तिच्या चेहऱ्यावर आनंद उमटत गेला. तिने हलक्या हाताने पेटी उघडली तसा तिचा श्वास रोखला गेला. शरीर स्थिर झाले, नजर एकाग्र झाली. आत रंगांच्या चकत्या... ओहो, किती सुंदर! तिची नजर त्या ओळीने लावलेल्या रंगांवरून नाचत उड्या मारत चालली होती. रेड, यलो अन् ब्लू ! निळा रंग बघताना तिचे मन रसरसून फुलत गेले. तिला नेहमी वाटायचे, मासोळी होऊन नदीच्या थंडगार प्रवाहात खोल खोल सुरकांड्या मारत फिरावे... फुलपाखरू व्हावे अन् आभाळाखाली अलगद तरंगत फिरावे. पावसाच्या ढगांबरोबर गाणी गात भारद्वाजासारखे दूर देशी प्रवासाला जावे पण हे सगळे करणे तिला तेव्हा शक्य नव्हते. प्रकृती बिघडल्यामुळे तिचे हुंदडणे बंद, नाचणे बंद... साधे खेळही बंद केले गेले होते. गँगरिन होऊन पाय गमावलेल्या मुलासारखे तिला दिवसेंदिवस जाळीच्या खिडकीमागे कॉटवर बसून राहावे लागे. पण आता तिला निळा रंग मिळाला होता. निळे आभाळ... निळी शेते... निळी नदी... अन् मासोळीही निळीच. खोलखोल तळापर्यंत सुळकांड्या मारणारी... आनंदी आणि निरोगी.

या घराचे निळेपण बघून येणारी माणसे चकित होतात. बहुतेकांच्या घराबद्दलच्या, रंगसंगतीच्या कल्पना इतक्या ठाशीव असतात की हा रंग स्वीकारणे त्यांना खरोखरी अवघड होऊन बसते. माझी एक मैत्रीण अस्वस्थ होत म्हणाली सुद्धा, "यशू, हा कसला कोल्ड कलर वापरतेस? दु:ख, उदासीकडे घेऊन जाणारा. पुढेमागे डिप्रेशनला कारणी ठरेल हे तुझे निळ्या रंगाचे वेड." सुदैवाने आजतागायत तसे झाले नाही. उलट दिवसामाजी या निळ्याची माझ्यावरची माया वाढतच चालली आहे. शहरातल्या गर्दी गोंधळातून जीव वाचवून घरी परतल्यावर मी घरात शिरते. दिवे ऑन् करते. समोरच विजयचे चित्र असते. त्या निळ्या लहरी

बघता बघता थकलेले मन ताजेतवाने होते, मरगळलेल्या अंगात जोश उसळून येतो. शेजारच्या घरातून आजीची हाक कानी येते. "चंदना, कंकणा... वर या बघू शुभं करोति म्हणायला." पुन्हा कुठेतरी साखळी जुळत जाते. आजीच्या देव्हाऱ्यातल्या योगीश्वर कृष्णाचे निळेपण, नीळकंठ शिव... बुद्धाच्या करुणेच्या स्पर्शाची निळाई... हा रंग कधी दु:खाचा, उदासीचा असूच शकणार नाही. सृजनशीलता अन् आविष्काराला आव्हान देणारा हा रंग आहे. चैतन्य ही या रंगाची प्राणशक्ती आहे आणि शांती हे त्याचे सामर्थ्य आहे, हे मला रोज या घरात वावरताना जाणवत राहते. स्वत:च्या अद्ययावत् सुखसोयींनी सुसज्ज घरात अभ्यास करताना चिडचिड करणारी मधुमिता इथे आली की कशी शांत एका जागी बसते, तन्मय होऊन अभ्यास करते आणि पटापट तो करून संपवून टाकला की ताजीतवानी होत एक मोकळा श्वास घेते, म्हणते कशी?

"मिस्, युअर हाऊस इज सो... सॉफ्ट"

आता मात्र "तुझे 'ॲडजेक्टिव्ह' चुकले मधू" असे मी तिला अजिबात म्हणत नाही.

या घरापाठच्या बागेत आंबा, बदाम, अशोक, क्रोटन, बोगनवेल अशी अनेक प्रकारची झाडे आहेत. पण या बंगल्याची खरी शान आहे ती तिथल्या डोळ्यात न मावणाऱ्या गुलमोहरांमुळे! ती झाडे आहेत त्या कुंपणात पण त्यांच्या फांद्या पसरत, फैलावत पार माझ्या खिडकीपर्यंत आल्या आहेत. भर उन्हाळ्यात त्यावर फुटलेला भगवालाल बहर पावसाळ्यातल्या झडीत भिजून चिंब व्हायला लागला की ऑफिसला सरळ दांडी मारून खिडकीसमोर तास न् तास बसायला जी काय मजा येते! कधी हिवाळ्यातल्या पहाटे स्वीमिंगपूलवर अवचित धुके उतरते आणि त्या पाणथळीवर शहरात इतरत्र कुठेही दृष्टीला न पडणाऱ्या प्रवासी पक्षांचा कलकल करत दंगा सुरू होतो. मुंबईसारख्या गोंधळलेल्या, गजबजलेल्या शहरात मध्येच एका अलगथलग बेटावर झाडांची सळसळ ऐकत शांतपणे राहण्यासाठी हे घर माझ्यासाठीच राखून ठेवले गेले होते याबद्दल माझी खात्री पटत जाते.

या घराचे आणि माझे सूर चांगलेच जुळून आले आहेत. इतक्या वर्षांचे असुरक्षिततेचे दडपण आता नाहीसे झाल्यामुळे माझ्या अंगात दुप्पट जोर आला. मधल्या काळात कोलमडलेला विश्वास परत येत गेला. इतके दिवस बंद खोक्यातून धूळ खात पडलेली पुस्तके आता बाहेर पडली अन् निवांतपणे वाचत बसण्याची आपली ऊर्मी मला पुरी करता येऊ लागली. आता घरकामाची सक्ती उरली नाही म्हणून लहानातल्या लहान कामात आनंदाने रमता येऊ लागले. पूर्वी लौकिक अर्थाने श्रीमंत, संपन्न घरात मी राहिले होते. पण इतकी वर्षे तिथे राहूनही त्या भिंतींशी माझे नाते जुळले नव्हते. त्या घरातल्या माणसांसाठी सतत राबत असणारी मी आणि

बाहेर जाताना आधुनिक, सुशिक्षित स्त्रीचा मुखवटा धारण करणारी मी, यांत खरीखुरी मी हरवून गेले होते. त्या घरात नियमांनुसार चालण्याशिवाय गत्यंतर नव्हते. तिथे शिस्त, नियम प्रतिष्ठेचे लक्षण मानले जात होते, ते महत्त्वाचे होते, माणूस महत्त्वाचे नव्हते. मला त्या घरातले आठवते ते... प्रत्येक सणासुदीला कोणत्या ना कोणत्या कारणावरून माझे टिपे गाळणे... रस्त्यावर अचानक उसळलेल्या दंगलीत सापडलेल्या एखाद्या मित्राला सुरक्षितपणे घरी आणून एक कप चहा द्यायचाही अधिकार नाही हा तडाखा खाऊन हादरणे... घरी यायला कधी चुकून माकून उशीर झालाच तर ''आम्ही दिलेल्या स्वातंत्र्याचा तू गैरफायदा घेतेयस'' हे ऐकून संतापाने थरथरणे आणि या सगळ्याची परिणती म्हणून स्लिप डिस्क होऊन अपंगावस्थेत बिछान्याला खिळून पडणे... त्या घराच्या याच आठवणी आज माझ्या मनात जाग्या होतात. मी इतकी दुबळी, मिंधी होऊन गेले होते, इतके मेलेले चिरडलेले आयुष्य जगत होते याची मला शरम वाटू लागते. अपुरेपणाच्या भावनेने मी तेव्हा गुदमरून जात होते, ते कुणालाच समजत नव्हते अन् ते समजून घेण्याची कुणाला गरजही वाटत नव्हती. मला तरी ते सगळे कुठे नीट समजले होते? आज कधीतरी चुकून एखाद्या निवांत क्षणी मी त्या गेलेल्या दिवसांकडे वळून बघते तेव्हा हे तिढे माझ्या लक्षात येतात. पुन्हा एकदा माझ्या लहानशा शांत घराकडे बघत मी समाधानाचा, सुटकेचा निःश्वास सोडते.

अर्थात नेहमीच तसे नसते.

शनिवारी दुपारी अर्ध्या दिवसाचे कॉलेज संपवून मी घरी पोचते. दार उघडताच समोर कागद, बोर्ड, ब्रशेस, सोल्यूशन्स... हजारो वस्तू खोलीभर विखुरलेल्या असतात. स्वयंपाकघरात फेकलेले बूटमोजे अन् आतमध्ये उचकटलेली बॅग तोंड 'आ' वासून पडलेली मला दारातूनच दिसत असते. सताड उघड्या खिडकीतून उन्हाच्या झळा, धुळीचे लोट आत येत असतात. वाऱ्याच्या थपडांबरोबर पडदे धपाधप हेलपाटत असतात. जाईबाईंचा वीकएन्ड सुरू झाल्याने त्या 'एम', 'व्ही' की तसला काहीतरी समजण्यापलीकडचा प्रकार बघत टीव्हीसमोर आडव्या झालेल्या असतात. घरामध्ये पाय टाकताच कायदा आणि सुव्यवस्थेची ऐशी तैशी झालेली माझ्या लक्षात येते. मी वैतागते.

''जाई, जरा पसारा आवर ग!''

''ओह नो मम्मा, इट इज ऑलरेडी आवरलेला, नो?''

पार पडो तुमच्या त्या 'नो', 'यो', 'ओये' वर असे मनाशी म्हणत मी पसारा आवरायला वळते. फरशीवरचे इन्कचे डाग घासून काढायला मला चांगली पंधरा-वीस मिनिटे लागतात. पुसून स्वच्छ झालेल्या जमिनीकडे बघत मी मनातल्या मनात खुश होत असते तेवढ्यात पाठून जाईचे वाक्य येते.

"मम्मी, यू आर बिकमिंग जस्ट लाईक आबी हां!"

खरंच की काय? पुन्हा विचारांची चक्रे गरगरायला लागतात. जाई म्हणते अगदी तसेच नसावे. आईचा पिंड गृहिणीचा आहे. तिला सर्वांशी जोडून घ्यायची, प्रसंगी धडपडायची, ताप सोसायची गरजच आहे. कधीतरी अगदी फडतुस माणसांसाठी ती कष्टताना दिसली की आम्हां मुलींचा तिच्यावर रोष होतो. ज्यांनी तिचे स्वत:चे गोकुळासारखे नांदते घर हिरावून घेऊन विजनवासात राहण्याची तिच्यावर सक्ती केली होती, इतक्या वर्षांत तिची कधी साधी चौकशी केली नव्हती, सुखदु:खाच्या प्रसंगी कधी धावून आली नव्हती, त्यांनी आज आमच्या वाडवडिलांच्या पवित्र वास्तूत पाय टाकू नये असे आमचे सरळ म्हणणे असते. पण तिला मात्र आपली जुनी घरे आठवत असतात. त्या घरांशी या माणसांचे ऋणानुबंध जुळलेले असतात. भूतकाळातल्या त्या क्षणांकडे बघण्याच्या खिडक्या ती इतक्या सहजासहजी बंद करणार नसते. माझे तसे नव्हते. मला नोकरीपायी मुंबईत राहणे भाग होते. जाईचे शिक्षण व्हायचे होते. त्यासाठी राहायला सुरक्षित घर हवे होते. स्वत:चे घर या कल्पनेशी माझा परिचयच कुठे होता? इथे राहायला आले, या भिंतींना स्पर्श केला, त्यांची ओळख होत गेली तसा या घराचा लळा लागत गेला. कधी एखादा कोपरा खुणावायचा, "ए, ती घागर इथे ठेव ना!" कधी एखादा भिंतीचा कोना ओकाबोका रडका दिसू लागायचा... की आपसूकच मेणबत्त्यांचा स्टँड तिथे सरकवून उजाळा करण्यात यायचा, पडदा अन् दरवाजा यांच्यात तेढ पडलेली दिसली तेव्हा घंटांचा मंजुळ रुणझुणाट करणारे चिमणाळे आणून त्यांच्यामध्ये मैत्री करवून देण्यात आली. असे ते घर माझ्याशी गप्पा मारू लागले, हितगुज करू लागले. हळूहळू मी या घराच्या इतकी प्रेमात पडले की राहायला आल्यानंतर बरेच महिने मी इथे कुणाला फिरकू दिले नाही. माझ्या मुलीला इथे कुणी आलेले फारसे आवडत नाही ही गोष्ट माझ्या चांगली पथ्यावर पडली. आमच्या आपल्या दोघीच बऱ्या.

प्रशांत, गौरी लवकरच आमच्या शेजारी राहायला आले. मध्यमवर्गीय मराठी गृहिणीधर्माला जागून आमच्यात दोन बटाटे, चार मिरच्या, वाटीभर साखर अशी देवाणघेवाण सुरू झाली. धाकट्या कंकणाचा जन्म याच घरात झाला. आपल्या चिनी बाहुलीसारख्या पिचपिच्या डोळ्यांनी माझा अंदाज घेत घेत या एकारान्त कुलोत्पन्न बेरक्या कार्टीने माझ्या घरात कधी शिरकाव करून सगळा ताबा घेऊन टाकला, मला कळलेही नाही. इथे नवी कॅसेट आली की ती त्या घरी लंपास करून तिचा कीस काढणे हे या मुलींचे काम आणि तिथल्या गदारोळाला कंटाळून गौरीने तणतणत इथे येणे नित्याचे झाले आहे. राठोडमामा आणि नाईकसाहेब (त्यांच्या त्या लवाजम्यासकट!) या घरी पायधूळ झाडून गेले.

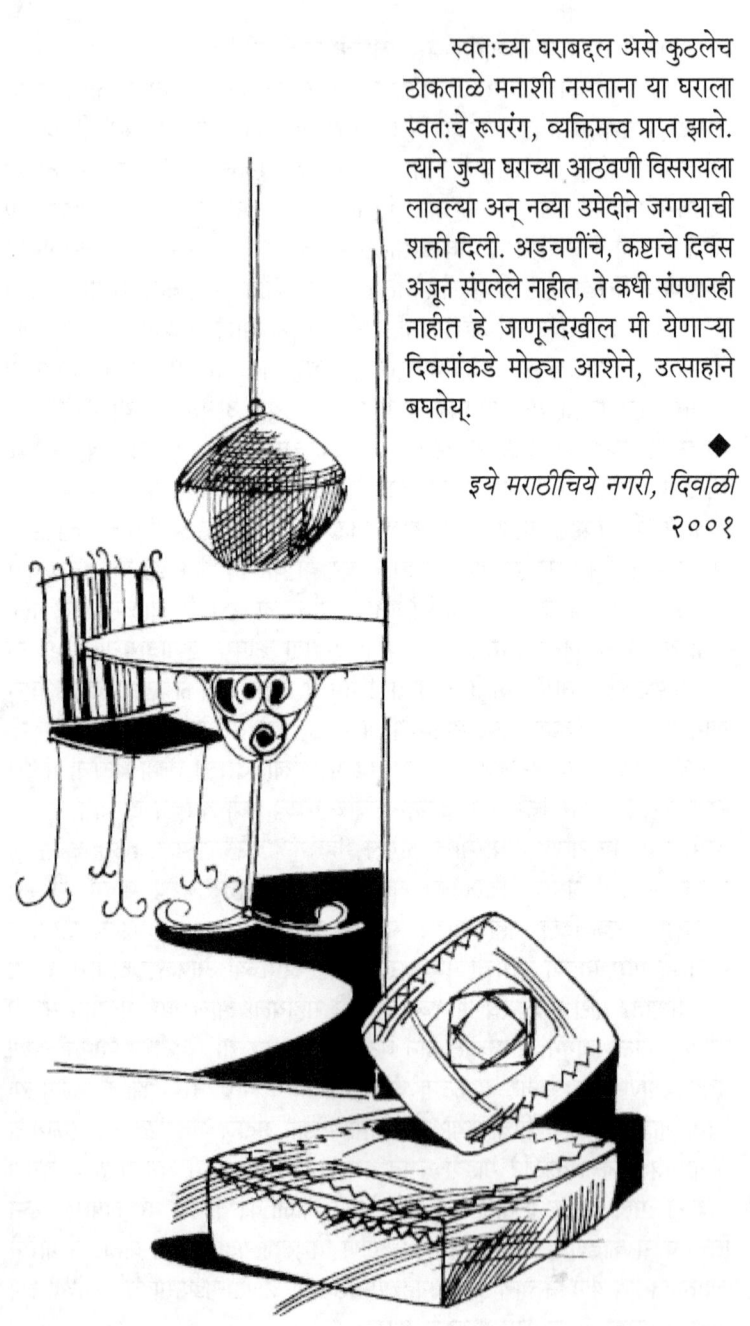

स्वत:च्या घराबद्दल असे कुठलेच ठोकताळे मनाशी नसताना या घराला स्वत:चे रूपरंग, व्यक्तिमत्त्व प्राप्त झाले. त्याने जुन्या घराच्या आठवणी विसरायला लावल्या अन् नव्या उमेदीने जगण्याची शक्ती दिली. अडचणींचे, कष्टाचे दिवस अजून संपलेले नाहीत, ते कधी संपणारही नाहीत हे जाणूनदेखील मी येणाऱ्या दिवसांकडे मोठ्या आशेने, उत्साहाने बघतेय्.

◆

इये मराठीचिये नगरी, दिवाळी
२००१

पत्ता हरवलेले घर

दगडी बिल्डिंगचा थंडगार तळमजला. काळोख पॅसेज. एकदम संपून गेला अन् भप्पकन ऊन सांडणाऱ्या अवकाशाच्या दाराशी तो येऊन पोचला.

पायऱ्या.

शेवटच्या पायरीशी स्टुलावर बसलेला वॉचमन डुलकी घेत होता. संथपणे पोट वरखाली करत... घोरत होता. या कडकडीत हीटमध्ये याला इतकी झोप कशी लागू शकते? तो त्याच्या त्या सुस्त अवताराकडे बघत क्षणभर तिथेच थबकला. बाहेरच्या जगात भगभगीत ऊन पडले होते. तीव्र प्रकाश. सगळे कसे लख्ख उजळलेले, तापलेले... सुनसान. कुठेच हालचाल नव्हती. सगळे शांत, थांबून गेलेले, जड झालेले.... कंपाऊंडचे गेट मागे टाकत तो गाडीकडे वळत होता. तेवढ्यात त्याचे लक्ष नेहमी जाते तसे समोरच्या फूटपाथवरील टपरीकडे गेले.

मुरुगनची टपरी.

त्याला आठवत गेले. तो या ठिकाणी पहिल्यांदा राहायला आला तेव्हा इथे एकही झोपडी नव्हती. तेव्हा कुलाबा स्वच्छ होता. फूटपाथवर अशी गर्दी नव्हती. सगळ्यात पहिली झोपडी इथे बांधली ती मुरुगननेच. नंतर हळूहळू बाकीचे सगळे येत गेले. टपरीला लागून टपऱ्या वाढत गेल्या. प्रत्येक टपरीसमोर चुली, स्टोव्ह... कपडे टांगलेल्या वेड्यावाकड्या लोंबत्या दोऱ्या... सुतळी खाटा आल्या. वस्ती पसरत चालली. वस्त्यांतली पोरावळ वाढत चालली. अम्माला तर दरवर्षी न चुकता एक पोर होतं. अशी किती पोरं तिनं पैदा केली, त्यातली किती मेली ते तीसुद्धा विसरून गेली असेल. ऐन पावसाळ्याच्या तोंडावर टपरीसमोर फाटक्या चादरीची खोळ बांधली गेली की वस्तीला कळते अम्माचे दिवस भरत आले म्हणून. कधीतरी रात्रीबेरात्री अम्मा तिथेच खाटेवर किंचाळत, ओरडत बाळंत होते, एका जंतासारख्या वळवळणाऱ्या पोराला जन्म देते. इथे त्यांच्या आंघोळी, खाना पकवणे... हगणेमुतणे... अन् आजारी पडून सडत मरून जाणे. चालूच आहे असे. साल्यांना कळत कसे नाही? "भगवान देता है तो हम क्या करेगा, मॉन?" म्हणतो हलकट. रोज टीव्ही बघतात हे, कॉन्डमच्या एवढ्या जाहिराती पडदा फाडफाडून येतात अंगावर... तरीही यांची ही अवस्था, आणि त्यांची पोरं? मोठा बिन्ना... साला सांगतो रेसकोर्सवर घोड्यांना मालिश करायच्या कामावर आहे म्हणून... दिसला होता परवाच कामाठीपुऱ्याच्या तिसऱ्या गल्लीच्या वळणावर... भडवा स्साला... दुसरा वडापावच्या गाडीवर, तिसरा इंपोर्टेड चीजा विकणाऱ्या रमेशचा साथीदार... पण हे सगळे शेवटी बिन्नाच्याच धंद्याला लागणार. कुलाब्यात ब्रॉथेल्स काय कमी आहेत? हरामजादे. बाकी सगळे नुसतेच चेहरे. अधूनमधून खाटेवर पडलेले... खाणारे पिणारे... खाजवणारे... शिव्या बकणारे. लक्ष्मी होती तेव्हा इथे... लक्ष्मी? तिची आठवण येताच त्याच्या पोटातल्या गोळ्यानं गुटुककन् उसळी मारली. लक्ष्मी... मुरुगनची पोरगी. पळून

गेली समोरच्या कार्पेटच्या दुकानातल्या अख्तरबरोबर. या फूटपाथचीच पैदास, इथेच वाढली अन् जवान झाली. बघत राहावी अशी होती... मल्याळी माल...

मॉन नेहमी येताजाता मुरुगनच्या फूटपाथवरून मुद्दाम रेंगाळत यायचा, गाडी तिथेच पार्क करायचा. संध्याकाळच्या वेळी टपरीबाहेरच्या फरफरणाऱ्या स्टोव्हवर कळकट्ट गिचमिड पातेलं असायचं... रटरटणारं... आगीवर उसळत शिजणाऱ्या अन्नाचा उग्र हिरवस वास... कोंबडीचे पाय, ऊर, मुंडी, चरबी सगळे त्यातच वरखाली ढवळून निघतेय... कांद्याची टरफलं, कोथिंबिरीचे देठ इथेतिथे पसारा विस्कटलेला... तिखटजाळ मसाल्याचा रस्सा धगधगा उकळतोय... समोर बसलेली लक्ष्मी... कुत्र्याकावळ्यांना हाकलत दुसऱ्या हाताने ते लालभडक पाणी ढवळणारी... उकिडवी दोन चवड्यांवर बसलेली लक्ष्मी... ढुंगणाखालून घट्ट ओढलेला, जांभळ्या फुलांचा भडक परकर... तसाच भडक गुलाबी चकचकीत कापडाचा घट्ट ब्लाऊज. वर छातीच्या दोन फाकांमधून गेलेला ओढणीचा तुकडा... बहुधा टॉवेलच... उघड्यावाघड्या गळ्याला चप्प बसलेला... उघडा मोठा गळा... चुलीच्या धगीत उजळून निघालेलं तिचं शरीर... घामेजलेलं... उंच निमुळती मान, हनुवटी... टपटपणारे ओले ओठ... नाकाच्या शेंड्यावरून ओघळलेला घामाचा थेंब... चमकदार ठिणग्या प्यालेले शराबी डोळे... केसांच्या झिपऱ्या... लाटा... थरथरणाऱ्या...

"क्या लक्ष्मी, क्या करता है?"

"खाना पकाता, और क्या? आते क्या... खानेकू?" अन् हसायची. बघायची. त्याच्याकडे रोखून बघत राहायची. आते क्या? बदामी डोळ्यांतल्या चमकदार ठिणग्या लख् लख् व्हायच्या. मॉनचे कान गरम व्हायचे. हाताच्या बोटांच्या टोकांना मुंग्या... झिण्झिण्, झम्झम् करत अंग ताठ व्हायचे. पण ते तेवढेच राहिले.. बोलाचालीपुरते. पळाली शेवटी त्या हरामी अख्तरबरोबर. अंगाखाली घेऊन पार खलास केली असेल आतापर्यंत तिला. महंमदअली रोडवरच्या कुठल्यातरी चाळीत खोली घेऊन ठेवली होती तिला बेगम बनवून. लक्ष्मीच्या पळून जाण्याचे तिच्या घरी कुणालाच काही वाटले नव्हते. अम्मा कधी लक्ष्मीच्या नावाने गळा काढून रडत बसली नाही की मुरुगन पोलिसांत तक्रार करायला धावला नाही. कुठेच शोधाशोध झाली नाही. जशी काय ती रोजच्यासारखी समोरच्या किरिस्तावणीकडे धुणी धुवायला गेली होती, संध्याकाळी खाना पकवायला घरी परत येणार होती. त्यालाही नंतर कधीतरी ते सर्व कळले होते. फूटपाथवरच्या प्रत्येक झोपडीत असे घडताना तो वर्षानुवर्षे बघत आला होता. असेच घडत राहते नेहमी.

तो गाडीकडे वळला. त्याची गाडी नुकतीच गॅरेजमधून चकाचक होऊन आलीय. त्याचे लक्ष गेले. च्यायला, हा फूटपाथपण खोदून टाकला? तो चडफडला. रातोरात म्युन्सिपाल्टीने काम केलेले दिसतेय. हीच वेळ सापडली, नेमके पावसाळ्याच्या

तोंडावर रस्ते खणून ठेवतात गधे...

गाडीकडे पोचण्यासाठी त्या ढिगाऱ्यातून तो कशीबशी वाट काढत होता. तेवढ्यात अचानक त्याचे लक्ष पलीकडे गेले. अन् करंट लागल्यासारखा तो जागच्या जागी उसळला.

"ऐ, कौन है रे वो?"

फ्रॅन्को?... हॉटेलच्या फळीखालचा गर्दुल्ला? तोच... गाडीच्या आडोशाला पॅन्ट खाली करून फळाफळा मुतत होता. रस्त्यावर? माझ्या गाडीवर? ही साली हिम्मत... रागाची तार सण्सण् करत त्याच्या डोक्यात चढत गेली.

"फ्रॅन्क... अबे... सुव्वर... क्या करता है... ठेर देखता हूँ तुझे हरामी."

त्याचा आवाज त्या सुनसान रस्त्यावर गरजत गेला. तो ऐकताच फ्रॅन्क धडपडत, लडखडत वळला... लटपट कापत गाडीमागून सरळ पुढे आला. हाडाच्या सापळ्यांवर लटकलेला मळकट फळफळीत शर्ट... पॅन्ट अजून उघडी... मांड्यांवरून खाली घसरलेली... वेडेवाकडे घाणेरडे, फताडे, नागडे पाय... मळाचे घाणीचे थर... दात विचकून हसणारा मुखवटा... बेभान झाला होता फ्रॅन्क... मॉनला बघताच त्या पिचलेल्या चेहऱ्यावरचे वेडे हसू आणखीच अचकटविचकट विद्रूप होत गेले... अभद्र...

"हाय मॉन... हे... तू क्या देखेगा? मेरे को देखेगा... ठेर, ये देख... देख ना..." वेडेवाकडे होत त्याचे हात खाली गेले. पंजा... हडकुळ्या बोटांची नळी... पॅन्टच्या आत... फ्रॅन्क बरळत होता, झोकांड्या देत हेलपाटत होता... पुढे... मागे... पुढे... मागे... मागे.... बघता बघता मॉनच्या डोक्यात चीड चढत चालली, उसळत चालली. त्याला वाटले पुढे होऊन त्याची गचांडी धरावी, त्या दात विचकून हसणाऱ्या कवटीवर दणदण लाफे लगवावेत, घाव घालावेत... तुकडे तुकडे करून उडवून टाकावे बाजूच्या गटारात... ब्लडी रॅग... पण तो हलला नाही, हलूच शकला नाही. तेवढ्यात खिंकाळत आविर्भाव करणारा फ्रॅन्क अचानक हेलपाटला, त्याचा तोल गेला.. तो भिरभिरत वेडावाकडा होत दण्णकन् फूटपाथवर कोसळला. अस्ताव्यस्त पसरलेला फ्रॅन्क... डोळे फिरलेले उलटे... हात अजून खालीच घासण्यात गुंतलेले.. बेशुद्धीत असूनही ते तसे चालूच... बडबडतोय, ओठाच्या कडेने लाळ गळतेय... तार तार होऊन फूटपाथवर धार लागली "देख... देख... देखनेका पैसा नही" वेडाविद्रा होत... हाडकुळी बोटं... अंगठा... अक्राळविक्राळ नखं... पुढे... मागे... पुढे... मागे... फूटपाथवरच्या मातीत थारोळं...

मॉन स्तंभित होऊन ते बघत राहिला. घृणेने, शिसारीने त्याचे शरीर थिजून गेले होते, गरम झाले होते. त्याच्या सर्वांगातून गरमीच्या वाफा सैरभैर धावत सुटल्या. पण त्या दृश्यावरून त्याला नजर हलवता येईना. जादूमंतर घातल्यासारखा तो डोळे

विस्फारून ते बघत राहिला. स्वत:चे अंग ताठ, कडक झाल्याचे त्याला जाणवले अन् शरमेने, ग्लानीने तो आणखीनच भरून गेला. घरी परत जावे? पण तेही शक्य नाही. दीना आठ्या चढवत दहा प्रश्न विचारेल, सिस्टर कुचकेपणाने बघत सूचक हसेल. काय करावे ते न समजून तो तिथेच खिळून उभा राहिला. आजूबाजूला बघे जमत चालले होते. पण दुपारच्या कडकडीत उन्हात फूटपाथवर लोळागोळा होऊन पडलेल्या फ्रॅन्कला उचलायला कुणीच पुढे आले नाही. तेवढ्यात टपरी झाकणाऱ्या गोणत्याजवळ हालचाल झालेली त्याला जाणवली. दगडासारखी जड झालेली मान मोठ्या कष्टाने वळवत त्याने बघितले... वाफारलेले गरम डोळे... तिथून अम्मा बाहेर येत होती.

"अय्यो, फ्रॅन्कक्‌ू क्या होता है ऐसा बारबार? ये लालू, चल् उठा इसको. अब्बी हवालदार आयेगा."

तेव्हा कुठे लालू, पानवाला भय्या हलले. तेवढ्यात गोणपाटाचा पडदा पुन्हा हलला. अम्माच्या मागून कुणीतरी वाकून आतून बाहेर आले. मॉनचे लक्ष गेले कोण ते? तो बघू लागला. लक्ष्मी? हो लक्ष्मीच... धक्का बसून तो एकटक बघत राहिला. लक्ष्मीच ती... पण काहीतरी बदललेली... उजळलेला दाट, दुधट रंग... सायीसारखा घट्ट टचटचीत चेहरा... अंग फुटून आले आहे... जाडी झालीय् साली... पोट ढुंगण सगळेच थुलथुलीत... अख्तरके साथ फिट हो गयी साली... "जवान लडकीको मर्द नहीं चाहिये?" अम्मा बोलून गेली होती. अख्तर वासावरच होता हिच्या... दुकानातून इशारे करायचा आणि एके दिवशी उचलून घेऊनच गेला हिला आणि ही गेली त्याच्यामागून कुत्रीसारखी. ती आज उगवलीय...

फ्रॅन्कला उचलून बाजूला नेलेले बघून लक्ष्मी आत जायला वळली आणि तिचे पुढे आलेले पोट त्याच्या नजरेला टोचत, त्याला आरपार फोडून टाकत गेले. कानशिलाखाली सणसणीत थप्पड बसून डोक्यात जाळ पेटावा तसा हिरवापिवळा होत तो कळवळून थांबला, शरमेने अर्धा पाव होत गेला. वाटले, हेही आजच? आत्ता? इथेच व्हावे? हरामजादा अख्तर... लक्ष्मी अख्तरच्या पोराची माँ होणार... पुन्हा मुरुगनच्या झोपडीबाहेर खोळ बांधली जाणार आणखी एक किडा या फूटपाथवर वळवळत रेंगाळायला जन्म घेणार... अख्तरची औलाद या झोळीत झुलत राहणार... ब्लडी वर्म... गर्दुल्याभडव्यांच्या घाणीत भर... सगळा राग त्याच्या अंगभर दाटून आला... रक्ताची कारंजी सळसळून डोक्यात वर चढली... कानातल्या लाटा धडाधड् ... हातपाय थरथर कापू लागले. जिभेवर कडूजहर चव जागी करत पोटाघशातून उलटीची उबळ वरवर येत दाटून आली... त्याच्या हाताच्या बोटाच्या टोकांना लाखो मुंग्या लसलसून डसू लागल्या, डंख मारू लागल्या... त्याचा जीव घुसळू लागला...

हल्ली सारखे असेच होते त्याला. पण प्रत्यक्षात काहीच घडत नाही. घशात गोळा झालेली कडूआंबट उलटीची लाट उलटीसुलटी उसळत कशीबशी घशातच

विरून गेली. मोठ्या प्रयत्नाने स्वत:वर ताबा मिळवत तो लॉक काढून गाडीत बसला. गाडी सुरू करताच एसी सुरू झाला. थंड हवेच्या स्पर्शाने तो तरतरीत झाला. क्षणभर स्थिरावला. एक दीर्घ श्वास आत ओढून घेतल्यावर त्याला जरा हायसे वाटले. तो किंचित रिलॅक्स झाला. गाडी दामटवत गल्लीतून बाहेर पडला. कुलाबा कॉजवे, रीगल, म्युझियम... मागे टाकत गाडी धावत जीपीओकडे वळली.

तिथली कामे संपवायलाही त्याला बराच उशीर झाला. इथला प्रत्येक क्लार्क त्याच्या ओळखीचा... तरीही काही ना काही कारणाने आपल्या पार्सलचा प्रॉब्लेम उभा केला जातो. आधी पार्सलचे वजन करायला क्यू... मग स्टॅम्प घ्यायला... नंतर पावती फाडायला... वास मारणाऱ्या माणसांच्या सिंथेटिक गर्दीत रेंगाळत उभे राहायचे... पाठीमागून होणारे घाणेरडे चुकार स्पर्श चुकवत पुढे पुढे सरकत नंबर येण्याची वाट बघत उभे राहायचे. ते करता करता तो गुदमरून थकून जाई. सगळ्या काऊंटरवर तोच ढिलेपणा... गलथान बेशिस्तपणा... पण इथे वाद घालण्यात अर्थ नाही. मॉनला इतकी वर्षे मुंबईत काढून मराठी येत नाही आणि त्याचे इंग्रजी यांना समजत नाही. मग असेच चालते. मॉन चिडीला येई. "यू घाटीज... ब्लडी स्लेव्हज. यू विल नॉट इम्प्रूव्ह... जस्ट लुक अॅट देम" त्याचा सगळा त्रागा फुटून बरसे तो शशीवर. असे म्हटले की ती चिडते, अपमानित होते... तसे झाले की मॉनला आतून खूप हलके वाटते. ते बहुतेक तिलाही माहिती आहे म्हणून ती कितीही चिडली, तापली तरी उलट उत्तर देत नाही, भांडण वाढवत नाही. लांब जाऊन कोपऱ्यात एकटीच बसते, जोराजोराने श्वास घेत, नाक ओढत बसते. घुसमटते. धुमसते. थोड्या वेळाने थंड झाली की परत येते. नाक ओढत म्हणते "ए, चहा करू का रे?"

किंवा असेच काहीतरी.

ती मॉनची अगदी खूप वर्षांपासूनची मैत्रीण. ही मैत्री कशी झाली अन् इतक्या भांडणांतून कशी टिकली तेही एक आश्चर्यच आहे. पण इथे पोस्टात असे भांडण करून चालत नाही. फटकन् काऊंटर बंद करतील अन् निघून जातील चहा प्यायला, चकाट्या पिटायला... वेळ फालतू घालवायला... आपल्याला शेवटी पुन:पुन्हा इथेच यायचे आहे, यांच्याशीच गाठ आहे, ही नाकाबंदी सहन केलीच पाहिजे. त्याची आर्टिकल्स, स्टोरीज... लेख पाठवायला... स्पीड पोस्ट... कूरीयरने परदेशी पाठवायला त्याला इथेच यावे लागते रोजचे. कुलाबा टू जीपीओ, जीपीओ टू कुलाबा... रोजका चक्कर...

ते संपले तसा तो तिथून निघाला. मुंबईत आलो त्याला किती वर्षे झाली? एकोणीस की वीस? मॉन तसा मूळचा श्रीमंत, नावाजलेल्या घरातला आहे. गावी नारळी पोफळीच्या बागा, कॉफी प्लान्टेशन्स आहेत.... गॅसची एजन्सी, पेट्रोल पंप... ठिकठिकाणी प्रॉपर्टी विखुरलेली आहे. भलेमोठे पसरलेले घर आहे. सध्या त्या घरातल्या अर्ध्याअधिक

खोल्या बंदच असतात... कुलूपबंद कोरीव सॉलिड दरवाजापाठी... त्या घरात आई, बहीण, भाऊ असे कुटुंब... सुरक्षित कडीकुलपातले आयुष्य आहे त्यांचे. तो त्या सगळ्यावर लाथ मारून मुंबईला निघून आला. कुठेकुठे राहिला... गेटवे समोरच्या फूटपाथवर... व्हीटी स्टेशन... घरवालीला पटवून कामाठीपुऱ्यातल्या रंडीखान्यात... त्या दिवसांत रंड्यांनीच सांभाळले होते त्याला. त्याच्या घरी कळले तेव्हा हबकलेच सारे. मग त्याच्या घरून फोन यायचे बंद झाले. त्याला परत बोलवणे तर दूरच. दिवसभर रिपोर्टिंग करत फिरायचे अन् रात्री थकून रिकामे होत कुठेतरी कोपऱ्यात पडून राहायचे. त्याची मुंबईशी हळूहळू ओळख होत गेली. ते दिवस... त्या रात्री... काय थ्रिल् होते तेव्हा... चरस ओढला. अफू... ग्रास... ॲसिड... काय वाट्टेल ते केले. बंदुकीतून सुसाट सुटलेल्या गोळीसारखे जाळणारे आयुष्य...

कुलाब्यात तेव्हा हिप्पी होते... आफ्रिकन्स... युरोपिअन्स... त्यांच्या त्या रात्रभर चालणाऱ्या पार्ट्या... बेभान, बेधुंद... जाझ, पॉप, ब्लूज... नाचगाणी... उसळणारी जवान रात्र. भांडणे, मारामाऱ्या, तोडफोड तर रोजचीच. रात्रभर दंगा... मस्ती... डोक्यात चढलेली चरसची सायकोडेलिक मस्ती... गिटार... ड्रम्स... वुडस्टॉक... धुंदी... कुणीही कुणाच्या अंगाखाली... गोऱ्या काळ्या ताज्या मखमली कातड्या... थरथरणाऱ्या, हिंदकळणाऱ्या... भरभरून उतू जाणारी एकमेकांत गुंतलेली शरीरं... लॉक्ड टुगेदर... हावरी... अधाशी... देणारी... मागणारी... वसूल करणारी... किंचाळत शोषून घेणारी... जीझस इज डेड, देअर इज नो टुमॉरो... दिवसभर ऑफिसमध्ये काम, मंत्रालयात फेरी, संध्याकाळी प्रेस क्लब आणि रात्री हे असे झिंगून जायचे. रात्र संपता संपता घरवालीकडे परतायचे, जागा मिळेल तिथे अंग फेकून द्यायचे. पण हळूहळू हे कमी होत गेले. कुलाब्यातली हिप्पींची गर्दी ओसरली. बरेचजण मायदेशी परत गेले. काही गोवा, पाँडेचरीत स्थायिक झाले. काही अजून इथेतिथे तग धरून आहेत. त्यातलाच एक हा फ्रॅन्क! ते दिवस धावत पळत कसे संपून गेले ते समजले नाही. त्यानेही कामाठीपुऱ्यातून मुक्काम हलवला अन् बानूआंटीच्या घरात राहायला आला. तेव्हापासून तो इथेच स्थिरावला. कुलाब्यात.

त्याच्या या अशा आडमुठ्या स्वभावाला अनुसरून त्याने अनेक नोकऱ्या धरल्या, सोडून टाकल्या. परदेशातही गेला... दुबई, शारजाह... कुठे कुठे गेला. पण काही काळच. ही साली मुंबई नेहमी भुलवते, इथेच खेचून आणते, गळ्यात पट्टा अडकवलेल्या कुत्र्यासारखी...आपणही लाळ गाळत इथेच परत येत गेलो...पुन्हा तेच बानूआंटीचे घर... अरबी समुद्रासमोरची खोली... किती वेळा सोडून जायचे प्रयत्न केले. एकाहून एक सरस ऑफर्स मिळत गेल्या होत्या. प्रयत्न केला असता तर कुठेही सेटल् होता आले असते... तिथे आपले मित्र होते... मैत्रिणी तर होत्याच होत्या. काही बरोबर राहिलेल्या... काही नुसत्याच एका रात्री संगती झोपून गेलेल्या...

पण प्रत्येक वेळी प्रयत्न निष्फळ होत गेले. कधी कोण आडवे आले, कधी परिस्थिती विचित्र होऊन बसली... कधी त्या देशातून हाकलले गेलो... अनेक पराभव... अनेक अपमान पचवले... पण या घाणीतच परतलो. झोपडपट्ट्या... खोदलेले रस्ते... वाढत धावत जाणारी गर्दी... कामाठीपुऱ्यात वाढलेली बजबज... सगळे वळवळणारे किडे... घामाघूम होऊन पळणारे उंदीर... सिटी रॅटस्... अग्ली. पण आपण कधीतरी सुटायचे यातून! या शहराच्या ढुंगणावर लाथ मारून निघून कधीतरी जायचे. की आत्ताच ती वेळ आलेली आहे?

सध्या त्याच्याकडे भरपूर काम आहे. मुंबईतल्या या खऱ्याखुऱ्या जगावर लिहिण्यासाठी त्याला असाइनमेंटस् मिळत राहतात. मुंबईतल्या वेश्या आज सगळ्या जगाच्या कुतूहलाचे केंद्र झाल्या आहेत. कामाठीपुरा... मदनपुरा... गोलपीठा... फ्रेंच ब्रिज... बांद्रा... जुहू... वाशी सगळ्या शहराच्या कानाकोपऱ्यात पसरल्या आहेत या... त्या सगळ्या ठिकाणी मॉन गेलेला आहे. रात्रीरात्री त्याने रेडलाईट एरियात फिरण्यात घालवल्या आहेत. नेपाळी, मणिपुरी, मद्रासी, कानडी वेश्या... हॉटेलमधल्या कॉल गर्ल्स... माडीवरच्या... गल्लीतल्या पिंजऱ्यातल्या... त्यांच्या घरवाल्या... तिथले हिजडे... भडवे... डॉक्टर्स... सोशल वर्कर्स... हेच मॉनचे अधिकारविश्व... तिथे कधी तो एकटा फिरतो तर कधी आपल्या परदेशी लेखक-फिल्ममेकर मित्रांना साथीला घेऊन फिरतो. या जगाची वीट न् वीट त्याला ठाऊक आहे. त्याबद्दलच तो लिहितो, रोखठोक खरंखुरं लिहितो. त्याची त्याला शरम वाटत नाही. दिवसभर कॉम्प्युटरच्या कीजवर बोट आपटत दणादण काम करत राहतो. ताजे, रसरशीत शब्द स्क्रीनवर चमकत, टपटपत उतरतात. लेख लिहून झाले की पाकिटे तयार करून तो ती पोस्टात टाकून येतो. त्याचे पैसे किती येणार, कधी येणार त्याची आकडेमोड करत राहतो. तो आता प्रेस क्लबमध्ये पाय टाकत नाही, प्रेस कॉन्फरन्समध्ये अजिबात उभा राहात नाही. स्वत: जर्नलिस्ट असून इथल्या पत्रकारांविषयी तर त्याला नफरतच आहे. कॅपिटलिस्टांनी विकत घेतलेत सगळे... पुडकाभर नोटा, गिफ्टस्, फाईव्ह स्टारमधल्या पार्ट्यांमधून किती सहज सौदा होतो यांचा... भडवे साले... गाड्या हव्यात यांना.... मोबाईल...सरकारी कोट्यातली घरे हवीत... ब्लडी पॅरासाईट्स...

दुपार सरत आली होती. पण ऑफिसेस सुटायला अजून वेळ होता. रस्त्यावर ती गर्दी अजून उतरली नव्हती. तापलेल्या फूटपाथवर माल विकणारे मलूल होऊन सावलीच्या आडोशाला टेकलेले... त्याच्या जवळून एक गाडी काळ्यामिट्ट धुराचा फवारा सोडत धावत पुढे गेली. धूर भप्पकन् त्याच्या नाकातोंडात शिरला. डोळे चुरचुरले, पाणावले तसा तो भानावर आला. आणि त्याला जाणवली पोटातली भूक... कोरडा, खडखडीत घसा... त्याचे पाय आपोआप कोपऱ्यावरच्या इराणी कॅफेकडे वळले. भूक... भूक लागली आहे. शशी... शशी त्याला नेहमी जेवायला

बोलावते. आपण सध्या मासेमटण खात नाही, दारू पीत नाही, सिगरेटी फुंकत नाही, ते आवडते तिला. चांगली आहे साली. कधीही घरी येतो म्हटले तर नाही म्हणत नाही. खाऊपिऊ घालते, लाड करते. चांगली नोकरी आहे. आपल्याच धुंदीत बिझी असते... गुड गर्ल... खूप लांब आहे तिचे घर. तिच्या घरी जायला आवडते आपल्याला... का कुणास ठाऊक, तिथे रिलॅक्स वाटते. शशीबरोबर काय वाट्टेल ते बोलता येते, भांडता येते. कितीही उशीरापर्यंत तिथे थांबायला ती कधी मनाई करत नाही. तिच्यात पण एक आई आहे साली. त्याला काल घरुन आलेले अम्माचे पत्र आठवले. "आय होप धिस लेटर फाइन्डस् यू इन् गुड हेल्थ..." पुढचा मजकूर त्याला पाठच होता. किती वर्षे झाली आपल्याला तिच्या त्या घरी जाऊन? घर... शशीचे... अम्माचे... लक्ष्मीचे पोट... आज या इमेजेस् का सारख्या उमटायला लागल्या आहेत? भोवतीने गरगर फिरत आहेत. भूक... भूक लागली आहे.

"कुछ खानेको लाव यार..." तो ओरडला.

खुर्चीत बसता बसता त्याची नजर समोरच्या आरशाकडे गेली. पाणीदार काचेत दिसणारे प्रतिबिंब बघत तो तसाच थांबला. लांब केस, एका कानात स्टड्चा खडा, रुंद खांद्यांवर घट्ट बसलेला गडद हिरवा शर्ट... लूज जीन्स... रीबॉक शूज... प्रतिबिंब थबकले, अनिमिष बघत राहिले आरपार... हू आर यू? मी? इतका चांगला दिसतो अजून... पुढेही असाच राहीन... तरुण, फ्रेश. स्वतःच्या मस्तीत, स्वतःच्या मर्जीने जगेन... आय विल बी अ विनर... थकणार नाही, हरणार तर मुळीच नाही. हे शहर हरेल, झुकेल. आय विल् मेक इट् ... मग या शहराच्या कंबरेत लाथ घालून निघून जाईन कायमचा. विचार करता करता तो फुलत गेला, खुश होत गेला. तेवढ्यात प्रतिबिंबाच्या बाजूला काहीतरी हालचाल झाली. आरशातून आवाज उमटला.

"हाय, मनोहर."

मनोहर? व्हू इज दॅट? आणि आपलेच नाव मनोहर आहे हे लक्षात येऊन तो चमकला. वळला. इतक्या वर्षांनी कोण या नावाने हाक देत आहे? बाहेरच्या पिवळट अंधुकशा प्रकाशाच्या झोतात बीअर पीत कोण बसला आहे हा माणूस? त्याने नीट बघितले. हा ओळखीचा आहे माझ्या?

"हे... आय ॲम सेठी... रिमेंम्बर?"

सेठी? कोण सेठी? काही क्षणांनंतर त्याला आठवले. खूप मागचे काही होऊन गेलेले... तो फ्री प्रेसमध्ये नोकरी करत असताना सिनियर रिपोर्टर असणारा सेठी. चपळ, तरतरीत... टिपिकल पंजाबी. निळ्या पारदर्शी डोळ्यांचा. सारखा इथून तिथे धावत असायचा. मॅनेजमेंटचा चमचा म्हणून ख्याती होती त्याची... पोलिटिकल बीट बघायचा. पोचलेला प्राणी एकदम... स्वतः मोठ्यामोठ्याने हसत असायचा, जोक्स सांगून सगळ्यांना हसवायचा. तोच हा सेठी? टक्कल पडलेला... विरळ

पांढऱ्या केसांची वेडीवाकडी कुरतडल्यासारखी किनार... ओघळलेला चेहरा... लोंबणारी हनुवटी... सुटलेले पोट... अजागळ शर्ट, दुमडलेली कॉलर... शर्टातून बाहेर डोकावणारे छातीवरचे केसही पांढरे... ढेरपोटाखालती पट्ट्याने आवळून धरलेली पॅन्ट... जुन्यापुराण्या फॅशनची... तुटलेली बटणे... नो.. धिस् कान्ट बी सेठी... तेवढ्यात तो टक्कल पडलेला चेहरा हसला... ते हसूही त्या आठवणीतल्या सेठीचे नव्हते. इतके पॅथेटिक... इतके क्षीण... चुरलेले हसू?... पण हा इतक्या अपेक्षेने माझ्याकडे बघतोय... ते का?

"ओह, हाय सेठी."

"हाय मनोहर, सो यू डू रेकग्नाईज मी."

"येस्, ऑफ कोर्स... पण तू किती वर्षांनी भेटलास."

खोटे बोलायलाच हवे होते?

"अरे. इतकी वर्षे चेन्नईला होतो. आत्ताच आलोय परत."

"आणि राहतोयस् कुठे?"

प्रश्न निसटून गेला अन् मॉन एकदम सटपटून गेला. विचारायलाच हवा होता का प्रश्न? आणि नेमका हाच प्रश्न कसा विचारला गेला? मॉन, हाऊ कुड यू? व्हाय...? गरगरते शब्द... शब्दांचा भोवरा... गरगर...

"विरारला."

विरार? मॉनने विरार कधीच बघितले नव्हते. व्हेअर द हेल् इज विरार? वेस्टर्न की सेंट्रल लाईनला?

"आणि तू रोज विरार ते व्हीटी असा प्रवास करतोस?" मॉनने विचारले.

सेठी हसला.

"कान्ट हेल्प इट्, यार... तू घर आना कभी... तू तो बिल्कुल नहीं बदला. वैसेका वैसाही है. हॅन्डसम... साले, करता क्या है?"

निरर्थक शब्दांचे फुगे फुटत राहिले. सेठीची काय दशा झाली ही? शब्द अडखळत आहेत... चुकीच्या ठिकाणी थांबतोय... नको तिथे हसतोय... समथिंग इज नॉट राईट हिअर... इतका प्रचंड बदल होतो माणसाच्या चेहऱ्यात, शरीरात की माणूस ओळखूच येत नाही... का होते असे या भिक्कार आयुष्याचे... एजिंग बिफोर टाईम... सेठीचेही असे व्हावे... नो... माझे असे होऊ देणार नाही मी... विरारच्या डबक्यात राहतो साला सेठी... त्याची ती लख्ख चेहऱ्याची तेव्हाची कोवळी बायको... मेंदीचे ताजे ताजे रंग हातावर घेऊन ऑफिसमध्ये आली होती. आता पार पाचोळा झाला असेल तिचा. दोन पोरांची आई... पाय ओढत भाजी मार्केटला जाणारी... थकलेली. या सेठीसारखीच चोपून संपून गेलेली. विसविशीत पोळ्याभाज्यांचे डबे भरणारी... रात्री झोपण्यापूर्वी न विसरता किचनमध्ये झुरळांचा स्प्रे मारणारी.

सेठीचे घर... बायकापोरे... अम्मा... लक्ष्मीचे पोर... त्याला तिथे बसवेना. वेटरने आणलेला टोस्ट तिथेच पडून चामड्यासारखा थंडगार वातड होत राहिला. तो कसाबसा तिथून उठला. पण जायचे कुठे? जहांगीर... वेसाईड इन्... की रीगलला जाऊन सिनेमा बघावा? रात्र पडेपर्यंत कसा वेळ काढायचा? कुठे काढायचा? संध्याकाळ अशी अंगावर धावत कशी येते? गळा दाबून घुसमटवून टाकते? शशी... शशी... शिट्... शिट्... रस्त्यावर सैरभैर गर्दी... तोही तीत सामील झाला.

रात्री कधीतरी उशिरा तो घरी परतला. फळीखालचे फ्रॅन्कचे मुटकळे... मुरुगनची टपरी... रस्त्यावरच्या क्षीण प्रकाशातले नेहमीचेच दृश्य... अंधारलेल्या जिन्याच्या पायऱ्या चढताना त्याला थकवा जाणवू लागला. पाय जडावत गेले. तरी तो हट्टाने तसाच न थांबता वरवर चढत गेला.

खोलीतला दिवा पेटवला. इतक्या वर्षांपासूनची त्याची खोली... त्याची एकट्याची... त्या घरात सगळे पारशी... अंकल्, बानूआंटी अन् दीना. तिघेही जख्खड म्हातारे... पोक आलेले... लटलट माना हलतायत्. दिवसभर इथेतिथे खुर्च्यांवर सुन्न बसून राहतात. कुठलीही संवेदना नाही, जाणिवा नाहीत... थंडगार पांढरी फटफटीत शरीरे... निष्क्रिय. बानू तर गेले वर्षभर बिछान्याला खिळून आहे. तिची देखभाल करणारी नर्स... व्हल्गर साली... तिची आठवण येताच तो पुन्हा ताठ झाला... दुखावलेला हात... जळजळणारे ओठ... पेटलेले डोळे... मांड्या उघड्या टाकून घरभर फिरते साली... माजोरडी... मालकिणीच्या तोऱ्यात हुकुम गाजवते. त्याचा हात तीव्रतेने दुखायला लागला. जळणारी नजर खोलीभर फिरत होती. त्याच्या कॉटवर अस्ताव्यस्त पडलेले शर्टस्, लुंगी... कॉम्प्युटरसमोरची खुर्ची... ही खोली आता सोडायची? आंटीचा आजार वाढत चालला आहे म्हणून तिला आता वेगळी खोली हवी आहे. सकाळीच दीनाने त्याला तशी ताकीद दिली होती. आता या कॉटवर ती बेडसोअर्स झालेली बानूआंटी मढ्यासारखी झोपेल... तिच्या कवटीच्या खोबणीतले काचेचे निर्जीव डोळे... तिच्या शेजारी ती साली नर्स बसणार. बानूला काही कळण्याच्या पलीकडे ती गेली आहे. परवा अचानक डोळे फिरवले. हार्ट जवळजवळ बंदच पडले होते. सगळी धावाधाव झाली. डॉक्टर आले... मेलीच होती म्हातारी... शी वॉज डेड्... पण अजून जिवंत आहे. दिवसभर वेड्यासारखी लाळ गाळत रडत राहते... हूं हूं करत राहते... पण जीव सोडत नाही. सगळे घर स्वत:भोवती ताणून ठेवलेय् थेरडीने... इजन्ट शी टायर्ड ऑफ लिव्हिंग लाईक धिस्? ब्लडी डेड मीट... आणि आपण इथून हिच्यासाठी हाकलले जाणार... आपले सामान बाहेर काढले जाणार... पण अंकल् जाऊ देतील? कदाचित नाही. इतकी वर्षे कुठे, कधी 'जा' म्हणाले. इतक्यांदा परदेशी गेलो तेव्हा त्यांनी ही खोली कुलूप लावून बंद ठेवली. पण कुणी दुसरा पेइंग गेस्ट ठेवला नाही. परतलो तेव्हा उघडून

मलाच राहायला दिली. मॉननी रूम... पण आता इथून जायलाच हवे. नाहीतर या बायका बोकांडी बसतील त्यांच्या. रक्त पितील त्यांचे... माझे... ब्लडी थर्ड ग्रेड वुमन... सगळ्या बायका साल्या अशाच. कधी उलटतील, कधी वार करतील सांगता येणार नाही. रुबीने पण आज छळले. इतके पैसे फेकले छातीवर तरी हसते साली... चावते... मस्तवाल... ब्लडी बिच्...

ती आठवण येताच त्याचे डोळे पुन्हा जळजळू लागले. अंगावरचे चप्प बसलेले कपडे त्याने फराफरा ओरबाडून काढले. शूज... सॉक्स... जमिनीवर भिरकावत गेले. कॉटवर कपड्यांच्या ढिगात पडलेली लुंगी त्याने शोधून काढली. कशीबशी कंबरेला गुंडाळली आणि तो अंधारात बुडून गेला.

लाईटस् ऑफ्.

जीझस इज डेड्... देअर इज नो टुमॉरो.

त्याची रोजची भटकंती सुरू झाली. फ्लॅटस्.. टेरेस... रो हाऊसेस्... म्हाडा... रोज दुपारी तो कुलाब्याहून निघे. इस्टेट एजन्टबरोबर फिरत राही. बान्द्रा व्हिलेज... खारदांडा... मालाड... वर्सोवा... पवई...

बिल्डिंगच्या उभ्या आडव्या रेषा...

नव्याजुन्या...

आखीवरेखीव...

त्या बघत एजंटबरोबर फरफटत राही, त्याची बडबड ऐकत तो कंटाळून थकून जाई. दिवसचे दिवस चालले पण घराचे काही जमेना. इथे घरातले वातावरण तंग होत चालले. रोज सकाळी बेसीनजवळ ब्रश करतानाच दीनाचा प्रश्न त्याच्या अंगावर धावून येई.

"शूं डिकरा... शूं थयूं?"

मॉनकडे उत्तर नसे... की तिची सरबत्ती सुरू होई. त्याच्या दिवसाची साफ वाट लागे. बापजाद्यांनी घरे ठेवलीत म्हणून माज चढलाय् हिला. नाहीतर हीसुद्धा अशीच कुत्र्यासारखी घरासाठी धावत सुटली असती साली. तिची कटकट दिवसेंदिवस वाढतच चालली होती. एके दिवशी तिच्यापासून सुटका व्हावी म्हणून तो गॅलरीत निघून गेला तर समोर फूटपाथवर नेमकी लक्ष्मी... बरोबर अख्तर... सकाळच्या तिरप्या उन्हात चमकणारा लालगुलाबी साडीचा गोल गोळा... टमटमीत वाढलेलं, भरपूर भरलेलं लबलबीत पोट... ओह नो.... छातीत कुणी दणादण पाय वाजवत धावू लागलं. अंधारूनच गेली त्याची सकाळ... तो धडपडत आत आला.

शशीचे दोन तीन वेळा फोन आले. पण तिला सांगावेसे वाटूनही तो घराचे काहीच बोलला नाही. इतरच काही विषय काढत राहिला.

निरर्थक...

अंकल् या सगळ्यात गप्पच राहिले होते. दीनाच्या वाट्याला ते फारसे जात नसत.

पण सगळा अंदाज घेत चुपचाप इथेतिथे वावरत. एके दिवशी दीना दुपारची घराबाहेर पडलेली बघून ते मॉनच्या खोलीत आले. मॉन बाहेर जायच्या तयारीतच होता.

"केम मॉन... गोईंग आऊट समव्हेअर?"

"या अंकल्, गोईंग टू सी सम फ्लॅटस् ॲट जोगेश्वरी."

वाक्य निघून गेले आणि आपण यांना घर सोडून जात असल्याचे, त्यासाठी बाहेर फ्लॅटस बघत असल्याचे अजून सांगितलेलेच नाही हे वास्तव त्याच्या मनात थाडकन् उडाले. अंकलही ते ऐकून एकदम सर्द झाले. अपसेट्... यू मीन यू आर प्लॅनिंग टू लीव्ह अस? त्यांचा विश्वास बसेना. दीनाची ही खुळी कटकट कधीतरी थांबेल, सगळे पूर्वीसारखे नॉर्मल, शांत होईल, अशी एक वेडी आशा त्यांच्या आतवर कुठेतरी ठाण मांडून बसली होती. मॉनचे वाक्य ऐकून ते हबकले. याने इतक्या तडकाफडकी निर्णय घेतला? कसा? इतकी वर्षे ही खोली याची होती. याने कधी त्रास दिला नाही. टीव्हीसुद्धा मोठ्याने लावला नाही. पैसे मोजून वेळच्या वेळी... परदेशी गेला तरी पेमेंट थकवले नाही आणि आता ही खोली सोडून जाणार? त्याची अस्ताव्यस्त पडलेली ढीगभर पुस्तके... कॉम्प्युटर... दिवसभर राक्षसासारखे काम करणे... फोनवर हा हा करून हसणे... रात्रीच्या अंधारात लॅचमध्ये गिरमिटणारी चावी... काळोखात अंधारात उमटणारे पावलांचे हलके नाद... दिव्याची क्लिक्... सगळे ओळखीचे. दररोजच्या सवयीचे. हा इथून गेला तर? खोली रिकामी होईल... रिकामी.. आणि हा एवढा मोठा निर्णय याने एकट्याने घेतला? अंकलना ते एकदम जाणवले अन् गलबलून आले. हडकुळी मान थरथरली. त्याच्या भोवताली एकटेपण दाटून आले... एकटेपण...

त्यांचा तो उतरलेला चेहरा बघून पायात शूज घालणारा मॉन थबकला. व्हॉट इज धिस गेम नाऊ? यांना मी जायलाच हवा आहे ना? मग हे असे काय? व्हाय धिस ड्रामा...

"ऐनी प्रॉब्लेम, अंकल्?"

"मॉन..." अंकलना काय बोलावे ते सुचेना. बंडीखालच्या कस्तीला चाचपडत शोधणारी बोटे... थरथरणारी... एकदम हिय्या करत ते म्हणाले,

"मॉन, यू डोन्ट लीव्ह द रूम. यू... यू स्टे हिअर. दीनाची बडबड तू काय मनावर घेतोस? तिला आपण बघून घेऊ. जास्त त्रास दिला तर कोर्टात जाऊ. तू टेनन्ट आहेस... यू हॅव राईट्स..."

मॉन चकित.

ऐकतच राहिला ते सर्व.

घर अंकलच्या वाडवडिलांचे. मी पेईंग गेस्ट. पण इथे मालकच मला कोर्टात जायला सांगतोय स्वतःच्या सख्ख्या बहिणीविरुद्ध. गरज पडली तर कोर्टातसुद्धा

येईल माझ्याबरोबर... का अंकल्? मी कोण तुमचा? माझे वडील गेले तेव्हा त्या घराशी असणारे उरलेसुरले नाते तोडून टाकले मी. फूटपाथवर राहिलो, ब्रॉथेलमध्ये रात्री काढल्या. बेफाट जगलो. अजूनही तसाच जगतोय. पण हे सगळे माहिती असूनही तुम्ही मला राहायला छप्पर दिलेत. मी सकाळी नुसत्या लुंगीवर घरभर फिरतो तेव्हा तुमची प्रार्थना सुरू असते... स्वच्छ घरात चंदनी सुवास दरवळत असतो. माझे वेळीअवेळी येणारे मित्र... लेट अवर्स... पण तुम्ही कधी तक्रार केली नाही. मी नसताना आलेल्या कॉल्सचे निरोप नीट लिहून ठेवले, आलेली पत्रे संभाळून ठेवली. पार्सल्स करून ठेवली तर आठवणीने कूरियरला द्यायची... धुतलेले कपडे इस्त्रीला पाठवायचे... सगळी देखभाल केलीत... तुमच्या नातेवाईकांची लग्ने, नवज्योत सगळ्यांना मी तुमच्या बरोबर यावे हा आग्रह...

मॉनला सारे आठवत गेले. वाटले, आपण इतके कसे गृहीत धरले यांना? या घरातल्या इतरांसाठी मी केवळ एक पैसे पुरवणारे मशीन होतो. त्यांना जिवंत ठेवायचे साधन... आणि मीही तसेच समजत वागत आलो. चुकले का? अंकल् माझ्याशी तुम्ही इतके कसे जोडून घेतलेत, तेही माझ्या इतक्या नकळत? इतकी सवय होऊ शकते एखाद्या माणसाची? पण हा केवळ सवयीचा प्रश्न नाही. तर मग कशाचा? तो माणूस निघून गेला तर त्रास होऊ शकतो... आतून नस तुटल्यासारखे वाटते... दुखते... दुखवत राहते... मॉनला क्षण दोन क्षण भिरभिरल्यासारखे झाले. काय हरवले? विसरले? राहून गेले... द्यायचे... घ्यायचे? माणसे अशी कशी वागू शकतात? कुठून आयुष्यात येतात? की पाठवली जातात? कुठल्या एका वळणावर कुण्या एकाला सांभाळून घ्यायला... सुखरूप करून पुढच्या टप्प्यावर पोचवायला...? कळतही नाही इतक्या सहज होऊन जाते सगळे. कोण घडवते हे? मॉन, साल्या इतकी वर्षे तू या शहरात राहतोयस किड्यासारखा... फार शहाणा समजतोस नाही स्वत:ला? तुला हे समजले नाही?

पण आतून लगेच कोणी एकदम जागे झाले... डोळे वटारलेले... दुष्ट... ओरडले, मॉन, तू हे काय करत चाललायस? धिस् इज नथिंग बट् ॲन इमोशनल ट्रॅप... तू अडकणार यात? तू? मग तुझ्यात अन् इतरांत फरक काय? सेठी करून घ्यायचाय स्वत:चा? यू बास्टर्ड... स्नॅप आऊट ऑफ इट... कमॉन... स्नॅप आऊट...

अंधारात मॉनिटरवर शब्द चमकावेत तसे झाले... हिरवेगार चमकणारे शब्द... उमटत राहिले...

आवाज नसणारे शब्द...

डॉट कॉम...

डॉट...

कॉम...

मॉन हलला.

"नो अंकल्, आय मस्ट लीव्ह. केव्हातरी मला इथून जावंच लागलं असतं. व्हाय नॉट नाऊ? रियल इस्टेट मार्केट इज डाऊन दीज डेज..."

आणि असे बरेच काही समजणारे. बरेचसे न समजणारे काही... दोघांनाही.

दूरवरून येणारे शब्दांचे अस्पष्ट आवाज त्याला खुणावत राहिले. तो बोलत राहिला.

समोर क्षणोक्षणी पांढरे पडत जाणारे फिक्कट अंकल्... पांढरे केस... टोपी... कस्ती... धुरकटलेले हातपाय... कळेनासे झाले...

फोनची बेल् वाजली.

एजंट अडवानी.

"वडी साई, हम यहाँ फाऊंटनपे कबसे धूपमें खडा है नी... निकला नहीं अब तक? चलो, चलो वडी... साई, देर मत करो..."

तो निघालाच.

तडक.

मॉनचा फोन आला तेव्हा शशी नेहमीसारखीच संध्याकाळच्या कामात गर्क होती. थोडा स्वयंपाक... दुसऱ्या दिवसाचा डबा... कपडे... थोडी सकाळच्या पहिल्या लेक्चरची तयारी... सकाळी तसा वेळ होत नाही तिला म्हणून सगळे आत्ताच आवरून टाकलेले बरे असते. शिवाय निघताना घर नीटनेटके असावे यावर तिचा कटाक्ष असतो. संध्याकाळी उशिरा परतून आल्यानंतर घरात पसारा बघितला की तिचा कपाळशूळ उठतो. घर नीटनेटके असले की ते कुशीत घेतेय असे वाटते तिला... खुश व्हायला होते.

"शशी, आय हॅव फाउन्ड इट्."

"ओह... व्हॉट?"

"फ्लॅट."

फ्लॅट? शशीच्या लक्षात यायला काही क्षण जावे लागले. मॉन तसे काही स्पष्ट बोलला नव्हता. पण काही चुटपुटते संदर्भ त्याच्याकडून निसटलेच होते. गेले कित्येक दिवस तो तिला भेटला नव्हता. तिच्या काहीसे लक्षात आले होते... त्याला बहुधा कुलाब्याचे घर सोडावे लागणार आहे. त्याने काही सांगेपर्यंत आपण काही विचारूनही उपयोग होत नाही हे तिला अनुभवाने माहीत होते म्हणून तिने त्याला काही विचारले नव्हते. पण तो उन्हातान्हातून वणवण फिरत असेल, टेन्शनमध्ये असेल... त्याला नीट सल्ला कोण देईल, की फसवेल अशी सगळी काळजी तिला आतून छळतच राहिली होती. बऱ्याच वेळा न सांगताही मॉनच्या अनेक गोष्टी तिला आपसूकच समजून जात तसेच हेही. बघितले तर त्याचे जग वेगळे, तिचे वेगळे... कुणी समान मित्रही नव्हते त्यांचे. त्याच्या त्या सोशल सर्कलपासून त्याने तिला जाणीवपूर्वक दूर ठेवले आहे हे

तिला आतून समजत राही. ते सगळे अतिइंग्रजाळलेले, मिळेल त्या संधीचा फायदा घेऊन ऊठसूठ परदेशी पळू पाहणारे आणि घाट्यांची कुचेष्टा करणारे त्याचे सर्कल तिला फारसे पसंत नाही हे कदाचित मॉनला ठाऊक असावे. तसा त्या दोघांत कोणताही समानधर्म नव्हता पण तिनेही कुटुंबाविरुद्ध जाऊन घर सोडले, स्वत:च्या पायावर उभी राहिली... या शहराच्या नाकावर टिच्चून हिंमतीने जगत राहिली हे मॉनचे अन् तिचे म्हटले तर सारखे. शशी चांगले जगत राहिली, स्वत:चे घर घेऊन स्थिरस्थावर झाली तसेच मॉनचे व्हावे असे तिला वाटे. तिचे घर झाल्यानंतर जी काही दोन-पाच मित्रमंडळी कधीही बिनधास्तपणे तिच्या घरी येऊन थडकू शकत होती त्यांपैकी एक मॉन होता. त्याला त्याच्या घरी एक कप चहासुद्धा मिळत नाही हे तिला ठाऊक होते. म्हणून तो कधीही आला की त्याचे खाण्यापिण्याचे ती खूप लाड करते. तो आला की सरळ तिच्या हातातला रिमोट काढून घेऊन त्याला हवे ते चॅनेल बिनदिक्कतपणे लावतो किंवा ती लिहीत असली तर तिचे पेन काढून घेऊन म्हणतो.

"चलो, पॅक अप."

आणि बाहेर कुणाचा कणभर शिष्टपणा जरासुद्धा न चालवणारी शशी ते अगदी चालवून घेते. त्याचे तिलाही आश्चर्य वाटत राहते. त्याच्या वाढदिवसाला तो जगात कुठेही असला तरी तिचा फोन किंवा ई-मेल त्याला मिळतोच. आणि तिचा वाढदिवस त्याच्या कधीच लक्षात राहात नाही. सगळेजण रात्री तिच्या घरी जमतात, पार्टी होते पण मॉनचा फोन येणार नाही, तो स्वत: तर कधीच येणार नाही हे माहिती असूनही ती त्या दिवसभर न आलेल्या फोनची वाट बघत राहते. नंतर दोन दिवसांनी तो चुकल्यासारखा येऊन पोचला की फ्रीजमधला केक बघून म्हणतो.

"ओह, इट वॉज युअर बर्थ डे... व्हाय डिडन्ट यू टेल मी?"

ती काहीच बोलत नाही. सर्वांच्या तावडीतून बचावून ठेवलेला त्याचा केकचा हिस्सा त्याला बशीत नीट वाढून देते, बाजूला काटा ठेवते आणि टीव्ही सुरू करते.

या सगळ्याची तिला आता सवय झाली आहे. खरं तर मॉन ही शशीची एक दुखरी जागा आहे. त्याच्या त्या एकटेपणाच्या कडेकोट भिंतीवर तिने बऱ्याचदा डोके आपटून घेतले आहे. आणि पुन्हा तसे करू नकोस अशी आता स्वत:लाच सक्त ताकीद दिली आहे. एकत्र उठणेबसणे, खाणेपिणे... क्वचित सिनेमानाटकाला एकत्र जाणे इतपत ठीक आहे. पण त्याच्या पुढे एका विशिष्ट मर्यादेपर्यंतच त्याच्या आयुष्यात शिरकाव करता येईल. ती सीमा ओलांडायचा प्रयत्न केल्यास मैत्रीच संपवून टाकून हा तटकन् मोकळा होईल अशी भीतीसुद्धा तिला वाटत राहते. म्हणून या मैत्रीसंबंधी ती अगदी सावध, सजग असते आतून...

आणि मॉन हे सगळे जाणून त्या बाबतीत तिच्यापेक्षा अधिक सावध असतो हेही तिला ठाऊक आहेच.

"शशी... शशी, आर यू देअर?"

"येस..."

"मग चलशील ना फ्लॅट बघायला? ओशन व्ह्यू अपार्टमेंट्स.... नियर शॉपर्स स्टॉप... युअर फेवरेट हॉन्ट... यू वोन्ट मिस् इट्... मी गेटपाशी उभा राहीन... सी यू अॅट सिक्स... फाईन?"

"फाईन."

सोसायटी तशी जुनी.

एका कंपाऊंडमध्ये अनेक इमारती असणारी. रस्त्यापासून थोडीशी आत म्हणून वर्दळ कमी. बागेतल्या गुलमोहरांमागून डोकावणाऱ्या खिडक्या.

अन् शांतता.

फ्लॅटच्या दारासमोर दोघे उभे होते. किल्ल्यांचा जुडगा हातात घेतलेला मॉन दार उघडण्यापूर्वी थबकला. वळला.

"शशी, लेट मी वॉर्न यू. इट इज अ व्हेरी स्मॉल फ्लॅट."

"मग?"

"इट इज टू स्मॉल. इव्हन युअर फ्लॅट इज बिगर देन धिस्. बट् प्लीज हेल्प मी टू डिसाईड."

ती तुलना शशीला टोचून गेली.

अस्पष्ट का होईना टोचून गेली.

गेले दोन-तीन महिने हा फ्लॅट शोधतोय. दिवसरात्र त्यासाठी वणवण करत फिरतोय. आपल्याला एका शब्दानेही बोललेला नाही. आता या अगदी शेवटच्या क्षणी मात्र हेल्प मी टू डिसाईड काय म्हणून? आणि माझ्या फ्लॅटचा लहानमोठेपणा याच्या फ्लॅटच्या आकाराआड कसा येतो? म्हणजे या पॅरामीटरवर अवलंबून होती ही मैत्री? मी याला मदत का म्हणून करायची?

टोच अस्पष्ट पण लागणारी.

दुखवणारी.

मॉन तिथेच थबकून तिच्याकडे एकटक बघत होता. खांद्याला बॅग, हातात घराच्या चाव्या...

ती कसेतरी हसली, म्हणाली.

"चल, दार उघड. बघू तरी..."

दार उघडले. त्याने आत शिरत अंधारात चाचपडत दिवा ऑन् केला. समोरच पॅसेज होता मार्बलची शुभ्र चकचकीत जमीन असणारा. छोट्याशा पॅसेजच्या डावीकडे म्हटले तर पार्टिशन असावे. उजवीकडे भिंतीतल्या कपाटांची दारे.... छोटेसे बेसिन... पॅसेज उजवीकडे किचनमध्ये वळला होता. तो जिथे वळला होता

तिथे एक सुंदर कोरीव पायांचे टेबल होते. संगमरवरी टॉप असणारे... भोवती इराणी कॅफेत असतात तशा सुबक चार खुर्च्या. दारात उभी शशी ते चित्रासारखे दृश्य बघत खुश होऊन गेली. अगदी स्वतःच्या घराचे दार उघडल्यावर रोजच होते तशी.

मॉन तिची प्रतिक्रिया बघायला थांबला होता. अस्वस्थ. हातातल्या चाव्यांची खुळखुळ करत...

पूर्वीच्या दोन खोल्यांमधली भिंत पाडून टाकून हे स्टुडिओ अपार्टमेंट तयार केले गेले होते. डावीकडे उठायबसायची खोली अन् उजवीकडे स्वयंपाकघर होते. शशीला पार्टिशन वाटले होते ती होती कपाटाची मागची बाजू. कपाटही भक्कम... खूप चादरी, कपडे ठेवण्यासारखे... एका कोपऱ्यात पुस्तकांसाठी लाकडी कपाट आणि दुसरीकडे संगमरवरी पट्ट्यांचे शेल्फ होते. मॉनचा टीव्ही अन् कॉम्प्युटर इथे मावेल व्यवस्थित... मॉनचे कुलाब्याचे घर, ती खोली शशीने कधीच बघितली नव्हती. इतक्या वर्षांच्या मैत्रीनंतरसुद्धा मॉन तिला कधी तिथे 'चल' म्हणाला नव्हता, ही आठवणसुद्धा मध्येच तिला दुखवत वर आली. ती बोलणार तेवढ्यात मॉनने पुढे होऊन एसी सुरू केला. थंडगार हवा झुळझुळत आत आली. काहीतरी बोलायला अन् अप्रिय विषय टाळायला तिला कारण मिळाले.

"हे, यू हॅव अ हाऊस विथ फर्निचर ॲण्ड एसी?"

"येस्."

किती फुलला तो!

त्याने दुसरा दिवा लावला. ते छोटेसे स्वयंपाकघर उजळलेले बघताच शशी तिथे धावली.

छोटासा ओटा... वरखाली कॅबिनेट्स... सिलिंडरचे शेल्फ... बाजूला शेल्फच्याच रंगाचा फ्रीज... बेसिनवरचा ॲक्वागार्ड...

"मॉन, तुझ्या घरात ॲक्वागार्डसुद्धा... वॉव यार!"

"येस, हे घर या साऱ्यांसकट विकत घ्यायचं आहे. व्हॉट डू यू थिंक?"

"आय थिंक इट इज जस्ट परफेक्ट फॉर यू."

"यू मीन इट?"

"येस."

"बट् द प्राईस, शशी?"

"मॉन मुंबईत इतक्या चांगल्या ठिकाणी, शांतता असणाऱ्या सोसायटीत फर्निचरसकट तुला हे सुंदर घर मिळतंय... कुलाब्याचं घर सोडायची तुला सक्तीच केली गेली आहे. कधी ना कधी ते व्हायचंच होतं. हे घर तुझं व्हावं, तुझं स्वतःचं, असं तुला नाही वाटत? मला वाटतं बाबा... थिंक अबाऊट इट...."

"इट फिट्स ओके इन् माय बजेट. तरी पण..."

तो थांबला. तरी शशीला त्याची सगळी पुढची न बोललेली वाक्ये स्पष्ट कळत समजत गेली... मी कधीच घरी राहिलेलो नाही. मला घर नव्हतंच. घर म्हणजे काय ते ठाऊकसुद्धा नाही मला. आता हे समोर आहे ते माझं घर होईल? माझं स्वत:चं घर? मी इथे राहू शकेन? काम करू शकेन? की दुसरे एखादे पीजी बघू? साऊथ बॉम्बे... बान्द्रा... तिकडे कुठेतरी... मनाच्या खोल तळातून वर वर येणारे त्याचे शब्द ऐकत ती तशीच उभी राहिली.

"शशी?"

"हं..."

ती भानावर येत हलली. आता याला समजवायचं कसं? हा तसा कुणाचे ऐकणारा नाही, माझे तर नाहीच नाही. पण आजची ही संधी जाऊ द्यायची नाही. प्रयत्न तर करायचाच. आणि माझ्याशिवाय हे करणारे आहेच कोण दुसरे याचे? पण करू तरी काय? अन् तिला एकदम सुचले.

"ए मॉन, एक ऐकशील? तू रोज सकाळी वर्क-आऊट करताना ध्यान लावतोस ना.... तसं डोळे मिटून शांत, स्वस्थ बैस आणि बघ तुझं मन तुला काय सांगतं ते. त्यावर निर्णय घे. हवं तर मी निघते. यू स्टे अलोन..."

तो क्षणभर विचारात अडकलेला बघून तीही सचिंत होत पुन्हा अडखळली, थबकली. प्लीज मॉन, ऐक माझं एवढं! अन् मॉन चटकन म्हणाला,

"येस्, गुड आयडिया. पण तू इथेच थांब. जाऊ नकोस."

"बरं."

ती त्या टेबलासमोरच्या खुर्चीवर बसली. कधीपासून त्या खुर्चीकडे तिची नजर वळत होती. इतकी सुंदर खुर्ची! परक्या घरी लाकडी पाठीच्या खुर्चीवर बसताना ती नेहमी न चुकता अवघडते. कधी पाठ ताठते, कधी खांदे अवघडतात. आर्मस् नसलेल्या खुर्चीवर बसले की तिला दोन्ही बाजूंनी तोल जातोय् असे वाटत राहते. पडल्यासारखे होते. पण इथे तसे झाले नाही. त्या अगदी छोट्याशा खुर्चीवर बसताक्षणीच ती कधी कुणास ठाऊक, रिलॅक्स होत गेली. इझी... ते छोटेसे स्वयंपाकघर तिला छोटे वाटलेच नाही. त्याने सांभाळून घेतले तिला. दोन माणसे सहज वावरू शकतील इथे. उगीचच वाटून गेले.

मॉन दिवाणवर बसला होता. डोळे बंद होते. हात मांडीवर स्थिरावले होते. आता शांत.

स्वयंपाकघरातला उजेड त्या खोलीत पाझरत आला होता. एसीच्या मंद आवाजाखेरीज तिथे इतर कोणताही नाद उमटत नव्हता. मॉनला तसे स्तब्ध बसलेले बघून शशीही स्तब्ध झाली.

कसला विचार करत असेल हा?

अंतरंगात कुठेतरी प्रश्नाचा ठसा उमटला, तो उमटून स्पष्ट झाला... स्पष्ट, स्थिर होता होता विरत, विरघळत जाऊ लागला. पण तिथेच उत्तरेही उमटू लागली. मॉनचे शब्द... पुन्हा एकदा तिच्या मनात पावले उमटत गेले.

मी राहू इथे?

हो.

विल आय बी हॅपी हिअर?

येस.

विल धिस् बी माय होम?

येस.

हो.

हो.

येस.

शुअर...

ते शब्द ऐकता ऐकता शशी आनंदाने भरून येत गेली. तिने मॉनकडे बघितले तर त्याच्या चेहऱ्यावर हसू हसूच्या लाटा फुटलेल्या... डोळे अजून बंद. पण डोळ्यांच्या कडा हसऱ्या झालेल्या. त्याला तसे शांत, रिलॅक्स झालेला बघून शशी हलून गेली. हा दिसतो तितका पत्थर नाही. या शहरात असा उपऱ्यासारखा राहून, हजार थपडा खाऊन तो असा झालाय. त्याचं हे बेफाट, बेताल वागणं त्याचं संरक्षक कवच आहे. हिज डिफेन्स मेकॅनिझम्. कदाचित स्वतःचं घर मिळाल्यावर तो बदलेल. त्याच्या आत कुठेतरी मायेचा ओलावा जागा होईल. मॉन... मॉन... प्लीज से येस् टू धिस हाऊस... आता मागे फिरू नकोस. आता कुलाबा नाही, दुसरे पीजीही नाही शोधायचे... से येस् प्लीज...

मॉनने डोळे उघडले.

आश्चर्यचकित चेहरा आणि आनंदाने जड झालेला आवाज.

"शशी, आय ॲम गोईंग टू से येस् टू धिस डील... नो मोर पीजी... नो मोर कोलाबा..."

मग ते सुरूच झाले.

"शशी, सोसायटीला शिफारस करणारं पत्र देशील?"

"शशी, टेलिफोन बुक करायला कोण जाईल?"

"शशी, गॅस लागेल का ग मला?"

बँकेचे कर्ज, ॲग्रीमेंट्स, स्टँप ड्यूटी... या सगळ्या वेळकाढू व्यवहारांनी मॉन चिडून जाईल, थकून जाईल म्हणून... किंवा तो एकदम तडकलाच तर सगळा जमलेला बेत रद्द करण्याइतका टोकाचा आततायीपणा करेल म्हणून शशीने घराची

बाकीची सगळी कामे स्वत:कडे ओढून घेतली. गॅस, फोन... भांडी, नॅपकिन्स... डस्टर्स... ग्लासेस... कॉफीमग्ज... बशा... कोस्टर्स! त्याला काय काय लागेल त्याची यादी करत राहिली. मनातल्या मनात ती ते संगमरवरी टेबल सजवत राहिली.

आणि सगळ्यात शेवटी तिने आणला एक गणपती, शेंदरी रंगाचा. नव्या घरात ठेवायला बाप्पा, घाटी लोकांचा.

तरी त्याला त्या घराचा ताबा मिळून राहायला यायला काही महिने जावे लागले. मग एक बॅग... दुसरी... करता करता त्याचे सामान हळूहळू त्या नव्या घरी येत गेले. पहिल्या वेळीही त्याने शशीला फोन केलाच. शशी नुकतीच घरी येऊन पोचली होती. त्या धुळीने, गर्दीने गच्च भरलेल्या, श्वास घुसमटवणाऱ्या शहरातून घरी पोचल्यानंतर तिला पुन्हा बाहेर पडण्याची मुळीच इच्छा नसते. पण त्याने "शशी..." म्हटल्याबरोबर पुढचे सगळे तिच्या लक्षात येत गेले. त्याची स्वत:च्या घरात प्रवेश करायची ही पहिलीच वेळ. तिथल्या भिंती, दरवाजे सगळेच अनोळखी आहे त्याला. शिवाय तो मॉन... आडमुठा... कधीच कुणाशी जुळवून न घेतलेला. आयुष्यात पहिल्यांदा असे एका वास्तूशी का होईना जोडून घ्यायचा प्रयत्न करतोय... ॲण्ड ही हेटस् रिलेशनशिप्स् ऑफ एनी काईंड. तो यासाठीच कुठे स्थिरावलेला नाही. आज बॅग भरून निघताना त्याला ते एकदम जाणवलं असणार की हे स्थलांतर वाटतं तितकं सोपं, सरळ नाही. या डर्टी, अग्ली शहरात त्याच्या नावाची पाटी दारावर लटकलेलं एक घर आता असणार आहे. त्या घराशी नाते जुळणार आहे. त्याचा त्या घरावर जितका हक्क आहे तितकाच त्या घराचाही त्याच्यावर असणार आहे. ती जबाबदारी त्याला आता निभावावी लागणार आहे. कशी सहन होईल त्याला ही कल्पना?

शशी उठली. तिने आरशात बघत कपडे ठीकठाक केले अन् निघाली. निघताना तो शेंदरी रंगाचा गणपती पर्समध्ये ठेवायला ती विसरली नाही.

गणपती बाप्पा.

पुन्हा एकदा त्या घराच्या बंद दारासमोर दोघे उभे.

पायाशी मॉनची भली मोठी बॅग, दोघांनी उचलून वर आणलेली बॉक्सेस.

मॉनने दरवाजा उघडला आणि सरळ सराईत पावले टाकत तो आत गेला. पॅसेजमधल्या अंधारातून तो पुढे गेला आणि उजवीकडे वळत हात वर करून त्याने स्वयंपाकघरातला मेन स्विच् ऑन केला. शशी त्याच्या त्या आत्मविश्वासाने भरलेल्या हालचाली बघत टिपत तिथेच उभी राहिली होती. टेबलवर जराही ओरखडा पडू नये म्हणून त्यावर अगदी काळजीपूर्वक चाव्या ठेवत मॉन वळला.

त्याच्या चेहऱ्यावरचे हसू बघून तिला कळले की तीही हसतेच आहे.

मॉनचे घर....

घरातल्या लहानमोठ्या वस्तू पूर्वीच्या माणसांनी काढून नेल्याने घर आता

अगदी रिकामे झाले होते. पण जाणारी माणसे घर कसे स्वच्छ ठेवून गेली होती. अगदी आत्ताच तिथून गेल्यासारखी. कुठे कागदाचा कपटा नाही, कोपऱ्यात चुकून पडलेली प्लॅस्टिकची कॅरीबॅग, छताला इवलीशी कोळ्याची जाळी... प्लगमध्ये खोचलेली अर्धवट धुरकटलेली मॉस्किटो मॅट... काहीच नाही. सगळे कसे साफ, चकचकीत, नीटनेटके. अगदी नव्यासारखे. यापूर्वी इथे राहणाऱ्या माणसांनी खूप माया केली या छोट्या घरावर! जागेचा तसूतसूभर वापर करून केलेली मांडणी, तेवढेच मोजके फर्निचर, सौम्य रंगांचा अचूक तोल, नाजूक लॅम्पशेड्स..... किती देखणे घर उभे केले त्यांनी! शशी स्वत:शीच नवल करत राहिली.

मग का सोडून गेली असतील ती मंडळी हे इतके सुंदर घर? त्यांना यापेक्षा मोठे घर मिळाले म्हणून? की दुर्दैवाच्या एका फटकाऱ्यासरशी हे शहरच सोडून जायची पाळी आली म्हणून? पण तसे नसावे बहुधा. कारण शेवटी जातानाही त्यांनी आपले घर अगदी मायेने स्वच्छ, नीटनेटके करून मॉनच्या हाती किल्ल्या सुपूर्द केल्या आहेत. तिला आठवले, लहानपणी आई अशीच ठेवणीतला फ्रॉक घालायला लावायची, तोंडावरून पावडरचे फूल अलगद फिरवायची अन् आजीकडे पाठवायला सोबत बघून गाडीत बसवून द्यायची. ''सांभाळून जा हं, राजा'' बरोबर दिलेली पाण्याची बाटली... बॅगेतला स्वेटर, चकल्यांचा डबा... तसेच असावे हेही... शशीला वाटून गेले. त्या अनोळखी माणसांच्या कोणत्याही इच्छाआकांक्षा या घराच्या सांदीकोपऱ्यात रेंगाळत अडकलेल्या नाहीत. माणसे घर सोडून जाताना त्यांना झालेल्या दु:खाचे, त्रासाचे कोणतेही रंग त्यांनी या घरात मागे ठेवलेले नाहीत. खूप समाधानी, आनंदी होती ती माणसे! येस, दे वेअर हॅपी व्हेन दे लेफ्ट धिस होम ऑफ देअर्स... इतर लोकांना नव्या कोऱ्या घरांचे अप्रूप असते... पण फटफटीत चुना मारलेल्या त्या रुक्ष, करकरीत भिंतींना अजून स्वत:चे रूपरंग मिळायचे असते. त्या घरात येणाऱ्या मंडळींचे श्वास त्या घराच्या रित्या हवेत अजून मिसळायचेच असतात. पण मॉन इज सो लकी. त्याला हे तृप्तीचा, सुखाचा हुंकार भरणारे घर मिळाले. लाईक अ ब्लेसिंग. आता तो इथे राहील, रुजेल. आणखी जोमाने कामाला लागेल. ॲण्ड हू नोज इट बेटर देन् मी? ती विचार करत राहिली.

मॉनची बॅग त्याने ओढून आत आणली. आणि ती उघडायला तो वाकला. स्वयंपाकघरातल्या उजाळ्याचा झोत... त्यात खाली वाकलेला मॉन... दणकट रुंद खांदे... कॉन्फिडन्ट... नॉट रेस्टलेस् लाईक लास्ट टाईम... त्याचे कपाळ... सरळ नाक... पातळ ओठ... रेखीव हनुवटी. खांद्यावर फिट बसलेला शर्ट... सगळे तिच्या नजरेच्या आवाक्यात आले. काळोख्या व्ह्यू फाईंडरमधून बघताबघता फोकस एकाच जागी स्थिर व्हावा तसे... अंधारात उजळलेली तेवढीच एक प्रतिमा... नेहमीचीच वस्तू किती वेगळी दिसू लागते अशा वेळी... तो हलला तेवढ्याने त्याच्या

कानातला खडा लक्ककन् चमकला... पुढे घरंगळलेल्या केसातली एखादीच रुपेरी छटा विजेच्या तारेसारखी... दाहक... तिला वाटले तसेच पुढे व्हावे आणि त्या विजेच्या छटेला बोटाने हळूच स्पर्श करावा... काय होईल फार तर? झटका बसेल? जीव जाईल? पण कधीतरी हातात धरावी ती शलाका... उराशी धरावी... पिऊनच टाकावी. अंतर्बाह्य आगीत धगधगून पेटून उठावं... जळून संपून जावं... हीच ती वेळ शशी...

शशी अनिमिष डोळ्यांनी ते दृश्य बघत राहिली. तशीच.

मॉन... मॉन...

स्थिर.

अस्थिर.

पण तशीच.

मॉनने शेवटचा शर्ट बॅगेत भरला. सगळे सामान चापूनचोपून व्यवस्थित भरले गेलेले बघून त्याने त्यावर हात फिरवला. बॅगेतल्या कपड्यांच्या थप्पीवरून पट्टे आवळून खेचून घेतले. बॅगचे वरचे कव्हर बंद करून खटाखट करून कुलुपे लावून टाकली. आज त्याचा इथला शेवटचा दिवस! त्याची नजर एकवार आपल्या खोलीभर फिरली... रिकामी खोली... किती वेगळी दिसते आता... भिंती, खिडक्या... भिंतीचा फटफटीत उघडा तुकडा... अरे, इतके दिवस हा रंग आयव्हरी, क्रीम असा वाटायचा... पण यात जरासा हिरवा मिसळलेला आहे असे वाटतेयू. येस्, देअर इज् अ टिन्ज ऑफ पिस्ता ग्रीन इन इट्! तो चकित होऊन बघतच राहिला. इतक्या वर्षांनी लक्षात आली ही गोष्ट... त्याच्या समोरचे टेबल आता रिकामे... त्याच्या वरच्या लाकडी धावत्या रेषा... ओकी ओकी मळकट गादी... इथे इतकी वर्षे राहिलो मी? तरी आज अनोळखी सगळे... एवढा परकेपणा... त्याने एक दीर्घ नि:श्वास सोडला अन् तो वळला.

पाठीमागे दारात दीना उभी होती.

"केम दीकरा, पती गयूं?"

त्याच्या कपाळावर आठी उमटली. कालच तर सगळे हिशोब पुरे केले. नव्या घराचा पत्ता, टेलिफोन नंबर देऊन ठेवला. सगळेच संपले. मग आता कशाला कडमडली ही इथे? व्हाय कान्ट शी लीव्ह मी अलोन? दर वेळी मी सामान भरायला लागलो की ही टपकते... भलंमोठं ढुंगण टेकवून या खुर्चीवर बसते, नको तिथे सूचना देते, बडबडते... खुळचट साली. तो चडफडायचा, चिडायचा. तिच्याकडे दुर्लक्ष केल्यासारखे दाखवत सामान भरत, आवरत राहायचा. अंकल् मात्र खोलीत यायचे बंद झाले होते. मॉनचे पॅकिंग सुरू झाले की त्यांच्या येरझाऱ्या सुरू व्हायच्या. हॉल... डायनिंग रूम... गॅलरी... पुन्हा हॉल अशा फेऱ्या अस्वस्थपणे घालत राहायचे... उचक्या लागल्यासारखी पावले टाकत भिरभिर फिरत राहायचे. एका

नजरेने त्याच्या हालचाली टिपत राहायचे. पण आत मात्र यायचे नाहीत. त्याच्याशी बोलणे तर संपलेच होते. इथून तिथे फिरत, भिरभिरत स्वत:शीच अर्धवट पुटपटत राहायचे. त्यांचे सकाळ संध्याकाळ फिरायला जाणेही बंदच झाले होते सध्या. कधीतरी समोरच्या पारसी कॉलनीतले त्यांचे मित्र घरी जमायचे. ठार बहिरे झालेले बेहरामजी, शापूरजी... त्यांच्याशी मोठमोठ्याने गप्पा मारणे आता बंद झाले होते. मॉन रोज दुपारी बाहेर पडे तेव्हा अंकल् एकटेच त्या भल्यामोठ्या डायनिंग टेबलवर जेवत असायचे. तसे जेवतानाही आपण त्यांना बऱ्याच दिवसांत बघितलेले नाही हे मॉनच्या लक्षात आले होते. त्याच्याबरोबरचे शेवटचे व्यवहार पूर्ण करायला ते आलेच नव्हते. त्यांनी दीनाला पुढे केले होते.

"मॉन... "

"हा आंटी, आय विल बी लीव्हिंग सून."

"थँक्यू... बट्..."

ती अडखळली पण लगेच म्हणाली,

"बट... हाऊ सून?"

मॉन भडकलाच. निघतानासुद्धा घाई? मी निघालोच आहे हे दिसत नाही हिला? ही माणूस आहे की कोण? तो तापत चालला, चिडत चालला. पण कसाबसा स्वत:वर ताबा ठेवत म्हणाला, "बस, आय ॲम लीव्हिंग जस्ट नाऊ. पण अंकल् कुठे आहेत? मला भेटणार नाहीत?"

"ओह शुअर, मस्ट से गुडबाय... बोमन... ए बोमन..."

तिचा आवाज घरातून धावत गेला. पण उत्तरादाखल घराच्या कुठल्याच कोपऱ्यातून हालचालीचे तरंग उमटले नाहीत. कुठे गेले अंकल्? मॉनच्या आत काहीतरी अनोळखीपणाने हलले. काय झाले असेल? तो तसाच पुढे झाला. पॅसेज मागे टाकत बानूच्या खोलीपाशी आला. औषधांचा, फिनेलचा वास मारणारी खोली... पारसी जनरल हॉस्पिटलमध्ये असतात तशा लोखंडी खाटेवर झोपलेली बानू... प्रेतासारखी थंडगार पांढरी फटफटीत म्हातारी... नाकावर लावलेल्या रेस्पिरेटर मास्कमुळे अर्थहीन झालेला चेहरा... वेडसर छटा असणारे अर्धवट उघडे डोळे... पिंजारलेले केस... छातीचा पोकळ भाता वरखाली होतोय्. धप्... धप्. वर फिरणाऱ्या जुन्या पंख्याचा काट्काट् आवाज... इज शी डेड्? मॉन क्षणभर थबकला.

तिच्या बाजूच्या खुर्चीवर अंकल् पाठमोरे बसले होते. टकलावरचे तुरळक पांढरे केस, पोक आलेली पाठ... झुकलेली मान... डुलकी लागल्यासारखे... मॉन एक क्षण बघत राहिला मग पुढे झाला आणि त्याने अंकलूच्या खांद्यावर हात ठेवला.

थंडगार, हडकुळा, निर्जीव खांदा...

"अंकल्..."

काहीच हालचाल झाली नाही. ते बघून मॉनने त्यांचा खांदा जरासा हलवला. तसे ते दचकून हलले. त्यांची मान थरथरत वर झाली. क्षणभर ती समोर मढ्यासारख्या पडलेल्या बानूच्या चेहऱ्यावर स्थिरावली अन् मग मॉनकडे वळली. पण आज त्या नजरेत ओळख नव्हती. आंधळी, अंधारलेली नजर... काही बघू न शकणारी... त्यांचा निस्तेज चेहरा... डोळ्यांच्या खोबणी... भोवती जमलेली काळी वर्तुळं... बसलेली गालफडं... तोंड उघडं असल्याने लुळा होऊन खाली पडलेला जबडा... तोंडानेच कष्टाने घेतला जाणारा श्वास... छातीचा भाता वरखाली होतोय... धप्धप्... ते बघून मॉन चरकला. काहीतरी बोलायला हवे होते.

"अंकल्, आय ॲम गोईंग, कम टू से गुड बाय."

पण अंकल् जराही हलले नाहीत. मॉनच्या चेहऱ्यावर स्थिरावलेल्या त्यांच्या नजरेत ओळखीची छटा परतून आली नाही. विस्फारलेल्या डोळ्यांनी ते एकटक तसेच बघत राहिले. खांदे... छाती वरखाली धपापत राहिले. अंधारलेली, खुळचटलेली ती नजर मॉनवरून हटत नव्हती, ती तशीच त्याच्या चेहऱ्याला चिकटून राहिली होती. मॉनचा चेहरा तापू लागला. अन् तो सटपटला. हे काय होत चालले? माझ्या जाण्याचा यांना आनंद का होत नाही? ही कसली रिॲक्शन? व्हॉटस् हॅपनिंग? त्याला काहीच सुचेना, समजेना. त्याची नजर बाजूच्या बानूआंटीकडे वळली. मग पुन्हा अंकल्... अन् सटपटून गेलेल्या मॉनच्या लक्षात आले की ती प्रेतासारखी थंडगार बानू अन् खुर्चीवर कुबड काढून बसलेल्या अंकल्मध्ये फारसा फरक नाही.

बोथ ऑफ देम आर फिनिश्ड.

त्याच्या मेंदूतून एक चरचरीत शहारा उमटत गेला.

तो निघाला.

त्याचे सामान कधीच खाली नेले गेले होते. खांद्याची छोटी बॅग कॉटवर पडली होती. त्याने ती उचलली आणि पॅसेज मागे टाकून तो दारापाशी आला. दीना तिथे उभीच होती. लाडीक खोटे खोटे हसू हसत... चावी! हातातली लॅचची चावी पुढे करत मॉन म्हणाला.

"थॅंक्यू आन्टी... बाय..."

"थॅंक्यू डिकरा... टेक केअर हां"

आणि तेवढ्यात मागून टेलिफोनची रिंग वाजली. रिंगचा तो कर्कश आवाज पॅसेजमधून धावत येऊन त्यांच्या अंगावर कोसळला. आवाज ऐकताच दोघेही धसकून थबकले. कुठला फोन? अंकल्चा की माझा? नेमका आताच कुणी फोन केला? कोण बोलवत असेल? मी तर सकाळीच इथून निघणार होतो. मग या वेळी कोण? हू इज कॉलिंग मी बॅक टू द रूम? माझे तिथे काय राहून गेले? कोण पाठी खेचून नेत आहे? मागे वळायला लावत आहे?

घराच्या आतून उमटणारा तो कल्लोळ ऐकत तो तसाच ताठून उभा राहिला. त्याने समोरच्या दीनाकडे बघितले तर तीही ताठलेली... क्षणापूर्वी हसरा असणारा तिचा चेहरा आता वेडावाकडा झाला होता. विस्फारलेल्या डोळ्यात भीती उमटली होती. भीती... खालचा ओठ तिरपा होऊन लुळा पडला होता. भीतीचा ठसा स्पष्ट उमटलेला तिचा तो अवतार बघून मॉन त्या परिस्थितीत देखील आत कुठेतरी खुश होत गेला. त्याला क्षणभर वाटले... त्या भेदरलेल्या म्हातारीकडे सरळ पाठ फिरवून दणादण पावले टाकत त्या खोलीत परत जावे, फोनची मान गच्चकन मुठीत धरावी अन् फोन कानाला लावत मोठ्ठ्याने ओरडावे "हॅल्लू..." पार कोलमडेलच थेरडी. पण तसे काहीच न करता तो थंडपणे हसला. ते हसू नाटकीपणे चेहऱ्यावर खेळवत तिच्यापुढे मान झुकवत म्हणाला,

"टेक द कॉल, इट्स ऑल युअर्स नाऊ."

तो स्वत:शीच हसत जिना उतरत होता. काय फजिती झाली म्हातारीची? सकाळपासून गिधाडासारखी घिरट्या घालत होती... कधी हा निघेल, कधी खोली ताब्यात येईल? कसली घाबरली... तेवढ्यात त्याला जिन्याच्या वळणावरून कुणाची तरी सावली वर आल्यासारखी वाटली. पाठोपाठ डोके... कोण? केकू? बानूचा भाचा... बावळट आणि निरुद्योगी. अंकल्‌ना तो अजिबात आवडत नाही... या वेळी इथे काय करतोय?

तेवढ्यात केकू जिन्याच्या वळणावरून वर आला. त्याच्या एका हातात चामड्याची जुनी बॅग... दुसऱ्या खांद्याला भोंगाळलेली किनतानाची पिशवी... एक एक पायरी जपून चढण्याच्या नादात त्याचे समोर लक्ष नव्हते. वर आल्यावर धापा टाकत, त्याने बॅग खाली ठेवली आणि त्याची नजर वर गेली. मॉनला एकदम पुढ्यात उभा असलेला बघून तो दचकला, अडखळला अन् काही न सुचल्यासारखा सटपटत तिथेच थांबला. गोरामोरा होत अवघडलेला केकू... त्याचे ते अवघडणे मॉनला जाणवले पण का ते नेमके लक्षात आले नाही. तेवढ्यात केकूच्या पाठून वॉचमन आणखी एक बॅग घेऊन जिन्यावरून पायऱ्या चढत वर आला. समोरचे दृश्य बघून तोही एकदम चपापला, स्तब्ध झाला, पडेल चेहऱ्याने धास्तावून टकाटका बघू लागला. थोड्या वेळापूर्वी, त्यानेच मॉनच्या सगळ्या बॅगा खाली नेल्या होत्या, गाडीच्या डिकीत भरल्या होत्या... मॉनला आठवले अन् तेव्हा कुठे त्याच्या सगळे सण्णकन् लक्षात आले. म्हणून सकाळपासून घालमेल चालली होती बुड्ढीची! याला ठेवायचा होता इथे... या छक्क्याला... मग कशाला खोटं बोलली? मला खरं सांगायचं की याला इथे आणून ठेवणार आहे म्हणून. तिच्या म्हातारपणाचा आधार... बट अंकल् हेटस् हिम... म्हणून कोर्टात जाऊ म्हणाले ते. ही प्रॉपर्टी त्याच्या घशात घालायची नाही त्यांना, चॅरिटीला देतील पण याला नाही. माझ्या मदतीशिवाय जमले नसते त्यांना ते सगळे! पण आता हा खुळा

या घरात राहणार. वन मोर ॲडिशन टू द हाऊस ऑफ डेड... ती नर्स आता मांड्या आणखी उघड्या टाकून घरभर फिरेल...

दोन-तीन दिवसांपूर्वी संध्याकाळी त्याने केकूला घरापाठच्या स्टोअररूममधून बाहेर येताना बघितले होते, तेही त्याला आठवले. लालबुंद घामाघूम झालेला केकू... मॉनला तिथे अचानक उभा असलेला बघून घाबरला होता. "ओह.... लुकिंग फॉर अ हॉटवॉटर बॅग... " पुटपुटत नजर चुकवत तो कसाबसा तिथून पळाला होता. त्याचे ते नजर चुकवत घाबरेपणाने पळ काढणे... डरपोक साला... म्हणेपर्यंत त्याच्या पाठोपाठ नर्स अंधारलेल्या स्टोअररूमधून बाहेर आली होती. ते बघून मात्र मॉन चकित होऊन गेला होता. तिचे विस्कटलेले केस... सुजलेले लालसर ओठ... गाल... पाय ओढत ती बाहेर आली आणि सुस्तपणे दाराच्या चौकटीत उभी राहिली. पण मॉनला तिथे उभा असलेला बघून तिच्यावर कोणताच परिणाम झाला नाही. क्षण-दोन क्षण ती तशीच थंडपणे त्याच्याकडे रोखून बघत दारात उभी राहिली होती. आज तिथे दिवा लावलेला नव्हता. संध्याकाळच्या अंधुक उजेडात ती कुणी वेगळीच स्त्री भासत होती... अनोळखी... त्याच्यावरची नजर जराही न हटवता तिने आपले दोन्ही हात वर केले अन् सहज आपले केस नीट केल्यासारखे केसांवरून फिरवले... खांद्यावर आणले... आणि खाली... खाली... ते करताना तिचा ड्रेस मागे सरकला अन् एक खांदा उघडा पडला. काळा तुकतुकीत पुष्ट खांदा... अलगद नशा चढल्यासारखी तिची मान मागे झुकली तशी हनुवटी पुढे आली. ओठ विलग होत हसू लागले... विजयी हसू... ओठांच्या चिरेमध्ये जिभेचा टोकदार लाल ठिपका उमटला... सर्पासारखा वळवळणारा... डंख मारणारा. एक जहरी हसू तिच्या चेहऱ्यावरून अंगावर पसरत गेले...

तो चळ लागल्यासारखा ते दृश्य बघत होता. त्याने आतापर्यंत अशा अनेक स्त्रिया बघितल्या होत्या. कामाठीपुऱ्यातल्या रुबी... बबीता... अमीरा... आता ही! बघता बघता तो भडकत गेला. चॅलेंज करतेय् मला हरामजादी... इतकी पेटलीय... त्याचे अंग ताठ झाले तसा तो आणखीनच पेटून उठत चालला... त्या आव्हानापुढे शरमिंदा होत वेडावाकडा जळत चालला...

आत्ता समोर उभ्या केकूला बघताना त्याच्या अंगाने पुन्हा जाळ घेतलाच. ब्लडी पॅरासाईट... पण अचानक कुठेतरी लहानग्या पोराने उधळलेले साबणाचे फुगे हवेच्या लोटाबरोबर तरंगत यावेत तसे शशीचे शब्द कुठूनसे लहरत आले... रंगीबेरंगी चमकणारा एक तरल फुगा त्याच्या नाकावर बाप्पकन् आपटून फुटला... थंड शांत थेंब त्याच्या चेहऱ्यावर उडाले... "मॉन, तिथून निघताना नो झगडा, नो तमाशा. इतकी वर्षे राहिलास ना त्या घरात, मग ते घर सोडताना चांगल्या मनानं सोड. लीव्ह गुड व्हायब्रेशन्स बिहाईन्ड इन् दॅट हाऊस. ओके?"

"ओके."

तो स्वत:शीच पुटपुटला. केकूने तेवढीच पडत्या फळाची आज्ञा मानली अन् सुटका झाल्याच्या आनंदात तो मॉनच्या बाजूबाजूने निघून गेला. जिन्यावरून पावले वर गेली. पाठचे दार बंद झाले.

मॉनच्या गाडीपाशी सगळे जमले होते. दुपारच्या कडक उन्हात सगळा फूटपाथ तापून निघत होता. सुस्तावलेल्या कुलाब्यात इतरत्र कुठेच हालचाल नव्हती. एखाददुसरा चुकार टूरिस्ट अँटिक्सच्या दुकानासमोर रेंगाळत होता.

पानवाला भय्या, लालू, कार्पेटवाल्याची पोरं, ज्योतिष सांगणारा पोपटवाला स्वामी... मॉनचे इतक्या वर्षांचे साथी... ते सगळे यापुढेही कुलाब्यातच फूटपाथवर राहणार होते. तो त्यांना सोडून निघाला होता पण त्यांच्या ठायी कुठेही असूया नव्हती, हेवादावा नव्हता. त्याला निरोप द्यायला सगळे रस्त्यावर गोळा झाले होते. यांचीच आपली गर्दी. अन् जोश.

"गुड लक, मॉन."

"ए, मिलनेको आयेगा ना रे?"

"अरे यार, वो तो आयेगा और आपुन भी जायेगा उसका नवा घर देखनेकू."

"फोनका नंबर देखके रख, भिडू." लालूची संजय दत्त स्टाईल.

एकच धांदल उडाली. तेवढ्यात मॉनला आठवण झाली. दुकानाच्या फळीखाली फ्रॅन्कचे मुटकुळे पडले होते. झिंझाटलेला... चिंध्या चिरगुटांनी कसाबसा झाकलेला फ्रॅन्को... मॉनला क्षणभर चुकचुकले... भर दुपारीच तार चढली वाटते. आता या फूटपाथपाशी माझी गाडी असणार नाही. फ्रॅन्कला आठवण येईल? नक्कीच येईल. सुव्वर कुठला! कुणास ठाऊक आज या फ्रॅन्कच्या जागी कदाचित मी असतो. असाच धुळीत लडबडत किड्यासारखा रेंगाळत पडलो असतो. यांच्यापैकीच एखाद्याने फोन फिरवला असता. इतकी बेवारशी मढी उचलून देते म्युन्सिपालटी रोजची. त्यांत एकाची भर! घरच्यांना कुणी कळवलं असतं? कुणी आलं असतं? त्यांना काय फरक पडला असता? सगळं व्यवस्थितच असतं त्यांचं, नॉर्मल...

फ्लॅट घेतल्यानंतर त्याने अम्माला पत्राने कळवले होते पण त्याचे उत्तर नाही, अभिनंदनाचे साधे कार्डही त्याच्या घरुन आले नव्हते. इस्टेट एजंट अडवानी अन् शशीच ते काय खुश आहेत याबाबत. बाकी हे सगळे. इतक्या वर्षांचा आपला दोस्ताना. आता हे सगळे इथेच सोडून जायचे. त्याला आत कुठेतरी टुचकन् दुखले अन् त्या दुखण्याचे आश्चर्यही वाटले.

खिशातून पैशाचे पाकीट काढत तो म्हणाला.

"ए... अम्मा किधर... अम्माकू बुलाव रे कोई."

बोलता बोलता त्याची नजर समोरच्या टपरीकडे गेली आणि तो चकित होत थांबला.

टपरीबाहेर खोळ टांगली गेली होती.

गोणपाटाच्या त्रिकोणापुढे लालभगवी होडी... हवेत तरंगणारी... हेलकावे घेणारी... रिकामी खोळ...

खालच्या फूटपाथवर स्टोव्ह... त्यावर आलमीनचं पातेलं... कळकट चेपून पोचे पडलेलं... पण त्यात उसळ्या मारणारं पाणी? त्यात पाणी का नाही? रिकामं भगुलं? कडकजाळ उन्हाचा भपकारा त्याला अचानक जाणवू लागला. नेमकं हेही आजच? लक्ष्मी बाळंत होणार? त्याच्या छातीत कुणी घंटा वाजवत धावू लागले. पोटात गिरमिट फिरवल्यासारखे आतडी पिळवटून खेचू लागले. ज्वाळेचा लोट सळसळत उसळत मांड्यांतून वर आलेला त्याला जाणवला... ती आग त्याला असह्य झाली तेव्हा त्याने गप्पकन् डोळे मिटले. पेटलेल्या बुबुळांवर पापण्यांचा पडदा पुढे सरकला पण कुठे सावली पडलीच नाही. गारव्याचा एक थेंबही कुठे आत ठिबकला नाही. ती आग लाव्ह्यासारखी उसळत राहिली... त्याला जाळत राहिली... त्याला धुमसवत त्याचा कोळसा करत राहिली.

"मॉन..."

त्याने समोर बघितले.

लालू.

"अम्मा लक्ष्मीको लेके हॉस्पिटल गया."

"क्यों रे, क्या हुआ?" स्वामीनं चौकशी केली.

"लक्ष्मी का बच्चा मरेलाच पैदा हुआ था. इतना खून गया आंगपरसे, करके सामनेवाला ख्रिश्चन मेमसाबने डॉक्टरकू बुलाया. वो बोला ॲडमिट करो. बोले तो ले गये उसको सुब्बेच. बाकी बिन्ना गिन्ना गये मुर्दा दबानेकू. आते होंगे अब्बीच."

मॉन ते ऐकत खचत चालला. खरं तर त्याला हे ऐकून आनंद व्हायला हवा होता. झाला मात्र नाही. लक्ष्मीच्या गुबगुबीत शरीरात वाढलेला तो गोळा... त्याच्या रड्याची पहिली किंचाळी बाहेर पडण्यापूर्वीच शेवटची उचकी घेतली त्याने... नशीबातले पुढचे सगळे हाल लक्षात आले असतील त्याच्या... आईच्या गर्भाशयात सगळे समजून गेले असेल... त्याच्या रक्तात उतरले असेल हे विषारी शहर... फूटपाथवरली गू-घाण... म्हणून मृत्यूच पत्करला त्याने... हाराकिरी... नथिंग बट हाराकिरी... खोळ रिकामीच राहिली. पण लक्ष्मी अख्तरबरोबर पुन्हा निघून जाणार... बेगमसाथ बादशा... गुलामके साथ चिडी... डाव असाच चालू राहणार... सगळं नॉर्मल होणार... इटस् अ गेम... अ बिग गेम... परफेक्टली नॉर्मल...

त्याने एक नि:श्वास सोडला, सगळ्यांच्या नकळत.

हातात आले तेवढे सगळे पैसे काढून त्याने भय्याकडे दिले "फ्रॅन्कोके लिये... उसको संभालना भय्या... हम और भी देगा..." आणि तो स्वत:शीच आश्चर्यचकित

होऊन गेला. त्याने मागे वळून बघितले. घराच्या बाल्कनीच्या किनारीवर कपडे सुकत टाकले होते. ते वाऱ्यावर फडफडत होते. बाकी तिथे कुणीच उभे नव्हते. ते नसेल हे त्यालाही ठाऊक होते.

"गुड बाय, मॉन."

तो स्वतःलाच म्हणाला.

मॉनच्या घरी शशी पोचली तेव्हा शहरात रात्र व्हायला आली होती. बिल्डिंगसमोरच्या बागेत छोट्या मुलांचा दंगा अजून चालूच होता. घोळक्या घोळक्याने गप्पा मारत फिरणाऱ्या मुली... त्यांच्याकडे बघत गाडीला टेकून उभी राहिलेली मुलं. एकमेकांशी कुजबुजणारी... वॉचमनच्या टपरीत स्वयंपाकाला सुरुवात झाली होती. शशीला बागेतून चालत येताना बघून तो उठून पुढे आला. कधी मॉनचे सामान लावण्यासाठी, तर कधी त्याचे कागदपत्र सोसायटीच्या ऑफिसात देण्यासाठी शशीच्या तिथे फेऱ्या झाल्या होत्या. तो ओळखीचे हसला.

"कैसे हो रामशरण?"

"ठीक हूँ मेमसाब."

"साहब है उप्पर?"

तिने अगदी सहज म्हणून विचारले.

"हाँ मेमसाब, और भी कई लोग आये है."

कई लोग? ते ऐकताच ती थबकली. सकाळी मॉनचा फोन आला तेव्हा त्याने तसे काही म्हटलेले तिला आठवेना. पण एखाददुसरा मित्र किंवा मैत्रीण तिथे असेल असे तिने स्वतःशीच गृहीत धरलेले होते. मॉन तिथे राहायला येऊन बरेच दिवस झाले पण राहायला आल्यादिवशी त्याचा एक फोन आला त्यानंतर त्याचा पत्ताच नव्हता, की "घरी ये" म्हणूनही त्याने म्हटले नव्हते. घर घेताना, सेटल् होताना पदोपदी शशी हवी होती. मॉरल सपोर्ट द्यायला... पडेल ती मदत करायला. पण आता स्थिरस्थावर झाल्यावर मात्र एक फोन करायला वेळ मिळू नये त्याला? ती रागावत चालली होती. तरीही त्याच्या फोनची वाट बघत राहिली होती... तो तसाच आहे माणूसघाणा... आणि तसाच वागत राहणार आहे. गरजेला शशी... काम करायला शशी... मग एरवी का नको? तिच्या या अर्थहीन रागाचाच तिला राग येत होता. या रागाचा त्याच्यावर कोणताही परिणाम होणार नाही. मैत्री तुटेल... तुटू दे... असली मैत्री असण्यापेक्षा तुटलेलीच बरी... तिच्या रागाची मात्रा वाढत गेली होती. म्हणून मॉनचा फोन आला तेव्हा आजारी पडलेल्या मैत्रिणीला बघायला जायची सबब काढून तिने फोन आदळला होता.

पण संध्याकाळी बेल वाजल्यावर तिने फोन उचलला तर मॉन... ती नेमकी घरातच सापडली होती. आता आमंत्रण टाळून चालणार नव्हते.

ती जिना चढत वर पोचली. मॉनच्या फ्लॅटचे दार अर्धवट उघडे होते. आतल्या उजेडाची तिरपी किनार पॅसेजमध्ये सांडली होती. शशीला सगळे आठवत गेले... पहिल्या वेळी अस्वस्थ असणारा मॉन... दुसऱ्या वेळी सामान लावणारा... मग ती सगळ्या त्याच्या गिफ्टस् घेऊन आली तेव्हा आनंदून गेलेला... आता कसा असेल? आत म्युझिक सुरू होते. अन् हसण्याबोलण्याचे आवाज. ते ऐकताच शशीच्या कपाळावर आठी उमटली. इतक्या सगळ्या लोकांबरोबर बोलावलं मला? का? त्याने सारखे फोन केले म्हणून मी तरी का विरघळले? का लगेच हो म्हणाले? त्याला मला एकटीलाच बोलावता नसतं आलं? त्या सुंदर टेबलावर छोटंसं डिनर... मी नाही करत त्याच्यासाठी? नेहमी करते, न चुकता करते... कितीही दमूनभागून आले तरी करते. पण हा काहीच शिकला नाही, समजला नाही त्यातून की समजूनसुद्धा नासमझ बनतोय? जाणूनबुजून हा प्रयत्न... मला इतरांमधलीच एक करून टाकण्याचा, तू कुणी स्पेशल नाहीस, होणारही नाहीस हे न बोलता सांगण्याचा... आज कई लोकांच्यात एक शशीसुद्धा... तिच्या मानेच्या खालून एक बारीकशी त्रास देणारी कळ उमटायला सुरुवात झाली. वाटलं, परत फिरावं... काय गरज आहे त्यांच्यातली एक होण्याची... इतकी नगण्य नाही मी... गो बॅक शशी...

ती वळतच होती तेवढ्यात समोरच्या फ्लॅटचा दरवाजा उघडून अडवानी बाहेर आला... पाठोपाठ सेठी... दोघे मोठ्याने बोलत खिदळत बाहेर आले. दोघांनाही नीट चालता येत नव्हते. अडवानीने जिन्याच्या कठड्याचा आधार घेतला अन् टेकून कसाबसा उभा राहिला, "हे यू बास्टर्ड सेठी... कमॉन लेट अस् गो." सेठीही भेलकांडतच होता. "याह लेटस् गो. गेट सम बीअर, यार." तेवढ्यात त्यांचे लक्ष शशीकडे गेले. "अरे, मॅडम आल्या, वेलकम् वेलकम् मॅम." त्यांचे उत्साहित चढलेले आवाज ऐकून घराच्या आतले आवाज शांत झाले. कोण आले त्याचा कानोसा घेत सुमसाम झाले तशी क्षणभर शांतता पसरली.

शशी त्यांच्या बाजूने आत सरकली तेवढ्यात कपाटामागून मॉन पॅसेजमध्ये पुढे आला. उजळलेले घर... मध्ये ते सुंदर टेबल... शशी बघत राहिली... भिंतीवरची पेंटिंग्ज... हे इथे नव्हते त्या वेळी... तिची नजर घरातले सगळे बदल टिपत होती... पेंटिंग्जमधली न्यूडस्... दिवाणवरची बदललेली रंगीत चादर... उशांची कव्हर्स. मी दिलेल्या मॅटस् कुठे गेल्या? अन् पॅरिसहून आणलेलं ते मॉनेच्या वॉटर लिलिजचं प्रिंट? हे आक्रमक रंगांचं चीप क्लॉथ पेंटिंग... कुठल्याही दुकानात मिळणारं कॉमनप्लेस क्राफ्ट... कुणी आणलं? खिडक्यांना मोठमोठ्या फुलांचे रंगीबेरंगी पडदे... इनडोअर प्लान्टस्च्या कुंड्या... कधी बदललं हे सगळं? हे सगळं यानं केव्हा केलं? तिनं बघितलं तर मॉन तिच्याकडे रोखून बघत तिथेच उभा होता. काहीतरी चुकतंय का माझं? समथिंग इज नॉट राइट हिअर... हे घर इतकं बदललं?

कसं बदललं? आणि हा इतका डिस्टर्बड? का आहे?

ती बारीकशी हसली.

हसायलाच हवं होतं म्हणून हसली.

"हाय शशी..."

पाठून आवाज आला.

"हे यू रिमेम्बर विक्रम?"

विक्रम? पूर्वी कधीतरी मॉननेच त्यांची ओळख करून दिली होती. मॉनच्या इंग्रजाळलेल्या ग्रुपपैकी एक... आर्ट क्रिटिक किंवा हिस्टोरियन म्हणून मिरवणाऱ्यांची एक निर्बुद्ध तितकीच निरुद्योगी जमात या शहरात आहे. ब्रिटिश कौन्सिलच्या स्कॉलरशिप्स मिळवून सतत तिकडे पळणारी... थर्ड वर्ल्ड कंट्रीतले म्हणून तिथे सहानुभूती मिळवणारी अन् त्या पुण्याईच्या जोरावर तिथेच सेटल होऊ पाहणारी. त्यासाठी काय वाट्टेल ते करू शकणारी... विक्रम तर पॅन्झीच आहे... असले लोक तिकडे सहज सामावून घेतले जातात. मॉनचे सगळे मित्र असलेच आहेत आणि तो तरी कुठे फारसा वेगळा आहे?

शशीने स्वतःलाच चापले.

इटस् ओके फॉर देम् ... पण हे घर इतकं कसं बदललं?

ड्रिंकचा आग्रह टाळून तिने पेप्सीचा ग्लास घेतला आणि ती दिवाणवर बसली. इथेतिथे रिकामे ग्लास पडले होते. बराच वेळ पितायत बहुधा... आपण लवकर कटावं हे बरं!

"सो, मॉन काय चाललंय् सध्या? कसा आहेस?"

गप्पांना सुरुवात झाली. मॉन तिच्यासमोर बसला होता. तोच मॉन... तेच कपाळ, लांब केस... सरळ नाक, पातळ ओठ... तरीही बदललेला. स्वतःच्या हक्काच्या घरात त्याने रिलॅक्स व्हायला हवे पण हा तसा झालेला नाही. अनईझी आहे अगदी... शशीला ते जाणवू लागले तशी तीही अस्थिर होऊ लागली. तिचा आवाज बोलता बोलता खोल खोल आत जात चालला आहे हे तिच्या लक्षात येत गेले. शेवटी तर एका वाक्यातले शब्द एकमेकांत गुंतत गेले तेव्हा ती अडखळून थांबलीच. हे माझ्या मित्राचे घर... इथे मला सहज, सरळ का वागता येत नाही? मॉनबरोबर नेहमीसारखे ट्यून होता येत नाही... आणि स्वयंपाकघरातल्या त्या सुंदर टेबलाजवळ तंगड्या पसरून पीत बसलेला हा माणूस या गोंधळात भर टाकतोय्. का आहे हा इथे? एरवी अंकल्च्या नावाने हळवा होणारा हा मॉन... इतक्या दिवसांत याने मला फोन केला नाही, तसाच त्यांनाही केला नसेल? की असेल? विचारावे का त्याला?

मग अगदी काहीतरी बोलायलाच हवे म्हणून

“मॉन, पडदे सुंदर आहेत हं.”

“आवडले तुला? विक्रमचा चॉईस.’

विक्रमचा?

“हां, हे सगळं विक्रमनंच केलंय्. हे पडद्यांचे रॉडस् बघितलेस? नवे लावले... मग पडदे एका दिवसात करून घेतले त्यानं. हे पेंटिंग त्यानंच गिफ्ट दिलंय्... इजन्ट इट् ग्रेट? मग आम्ही जाऊन पॅटर्न्सर्समधून बेडकव्हर्स, कुशन्स आणली, प्लान्टस् आणली... आरन्ट दे लव्हली? खूप धमाल चाललीय् आमची. शशी इथे इतकी रेस्टॉरंटस् आहेत, पब्ज आहेत... सगळे पालथे घातले आम्ही... ॲण्ड ब्लडी जॉइन्टस.. आय टुक् विकी एव्हरीव्हेअर.”

शशीचा गोंधळ वाढत चालला होता. हा विक्रम एवढा महत्त्वाचा कसा झाला? आणि हा मॉन एवढा अप्पलपोटा कसा झाला? स्वार्थी... गरज पडली तेव्हा मला कामाला लावलं आणि मीही बिनबोभाट ते करत राहिले. का करतेस हे सगळं, गरज आहे याची? हा प्रश्न स्वत:ला का विचारला नाहीस? आणि आता डावलली गेलीस तू? ही मैत्री टिकवण्याची जबाबदारी तुझी एकटीची नाही. शशी, ती त्याची देखील आहे... जिथे तू असायला पाहिजेस तिथे विक्रम कसा घुसू शकतो? मॉनच्या आयुष्यातली एवढी जागा व्यापू शकतो? इतक्या सहज बाजूला टाकण्यासारखी तू क्षुद्र आहेस?

गोंधळू नकोस, चिडू नकोस... ती स्वत:ला समजावत राहिली. पण तिची उलाघाल संपेना, तळमळ कमीच होईना. त्यातून कशी सुटका करून घ्यावी तेही तिला समजेना. तेवढ्यात विक्रम स्वयंपाकघरातून उठून तिथे आला, त्याचे ते बायकी चालणे शशीला टोचून गेले.

“हे मॉन डियर, सम् बीअर फॉर यू?”

त्यांचे ग्लास पुन्हा भरले गेले.

“चीअर्स” करताना त्यांचे ते एकमेकाला टेकलेले ग्लास. एकमेकांमध्ये गुंतलेल्या नजरा... हसू... ती परकी होऊन गेली तिथे...

“मॉन, मला निघायला हवं.” शशी उठली.

“नो नो, यू मस्ट हॅव डिनर, सेठी येईलच इतक्यात.”

“नको, मला उद्या सकाळी लवकर मीटिंग आहे. उशीरच झालाय् आता. तूच घरी ये एकदा. येशील ना?” बोलता बोलता ती थांबली. आता हा कशाला येईल? गरज संपली. स्वत:चे घर झाले. आता इथे मॉन आणि विक्रम... त्याचा सध्याचा जानी दोस्त... ती उठलीच.

“येशील ना?”

“येस्, ऑफ कोर्स.”

विक्रमला ती ‘ये’ म्हणाली नाही, वाईट दिसतेय् हे जाणून देखील तिच्या

तोंडून ते आमंत्रण बाहेर पडले नाही. तेवढ्यात विक्रमच पुढे आला. त्याची ती नाजूक दुडकी चाल शशीला त्रास देऊ लागली. किनरा लाडिक आवाज... चोंबडेपणा करत तो त्या दोघांमध्ये घुसलाच.

"आणि मी शशी, मी नको येऊ?"

"बरं रे विक्रम, तूसुद्धा ये. चला बाय्."

पायात सॅण्डलस् चढवता चढवता तिने बघितले. त्या पॅसेजमध्ये दोघे उभे शेजारी शेजारी... एकमेकाला खेटलेले... पॅसेज इतका अरुंद तर नव्हता...

ती अर्धा जिना उतरून भराभर खाली आली अन् तिच्या लक्षात आले तिचा मोबाईल तिच्या हातात नव्हता. या गोंधळात वरतीच राहिला? कुठे? मॉनच्या कॉम्प्युटरच्या बाजूला ठेवला होता नाही? दुसरी कोणतीही वस्तू असती तर राहू दिली असती पण मोबाईलशिवाय अडचण होईल उद्या... ती क्षणभर विचार करत तिथेच उभी राहिली, वळली अन् पुन्हा वर आली. दरवाजा आता नुसताच लोटलेला होता. आतल्या पॅसेजमधला दिवा मंद करण्यात आला होता. म्हटला तर प्रकाश, म्हटला तर अंधार...

दार लोटून ती आत शिरली. कुठे गेले दोघे? तेवढ्यात फ्रीजमागे उभ्या मॉनची पाठ तिला दिसली. लांबसडक मजबूत ताठ पाठ... मजबूत खांदे... तिला खूप आवडतात ते... तिला पूर्वी वाटायचे कधी स्पर्श केला तर मॉन नाही थोडाच म्हणेल? पण निदान आत्ता तरी सगळी गणितं बदललेली आहेत. सगळेच संदर्भ पुन्हा तपासून बघायला हवेत. कदाचित ही माझी शेवटचीच भेट या घराला... पुन्हा कधी यायला मिळणार नाही... येववणारही नाही... ही संध्याकाळ विसरायची... हे घर, हा पत्ताच विसरायचा... मॉन ते करू शकतो... मी नाही करू शकणार?

तेवढ्यात पुढच्या अंधारात हालचाल झाली. मॉन एक पाऊल मागे सरकला. शशी आत आलेली कुणाच्याच लक्षात आले नव्हते पण शशीला मात्र पुढच्या संकटाची चाहूल अंधारातून स्पष्टपणे जाणवली. ती थरथर कापू लागली. मॉन मागे आला तसा तिला दिसला मॉनच्या अंगाभोवती पडलेला हातांचा विळखा... ओह् गॉड, नो... तो विक्रम होता... मॉनला घट्ट चिकटलेला, जखडलेला... धुंद झालेला... मॉनच्या मिठीत... त्याची मान वर उचलली गेली होती... उत्सुक, उत्तेजित ओठ... कुजबुजणारे... "मॉन... मॉन... किस् मी... गिव्ह इट् टू मी" दोन शरीरं आवेगानं एकमेकांत घुसलेली... शशी तिथून निघताच एकमेकांकडे धावत, झेपावत बिलगलेली, हावरी... हवे ते मागणारी... देणारी... कुस्करून निघणारी... डोळे मिटलेला मॉन ते सगळं अनुभवत तृप्तीचे हुंकार भरणारा...

त्याच्या केसातून फिरणारी विकीची बोटं... त्याच्या खांद्यावर... खाली...

त्याच्या पाठी झाकलं गेलेलं ते संगमरवरी टेबल...

त्या दृश्याच्या तडाख्याने शशी आत - बाहेरून हादरत, फाटत गेली. प्रचंड

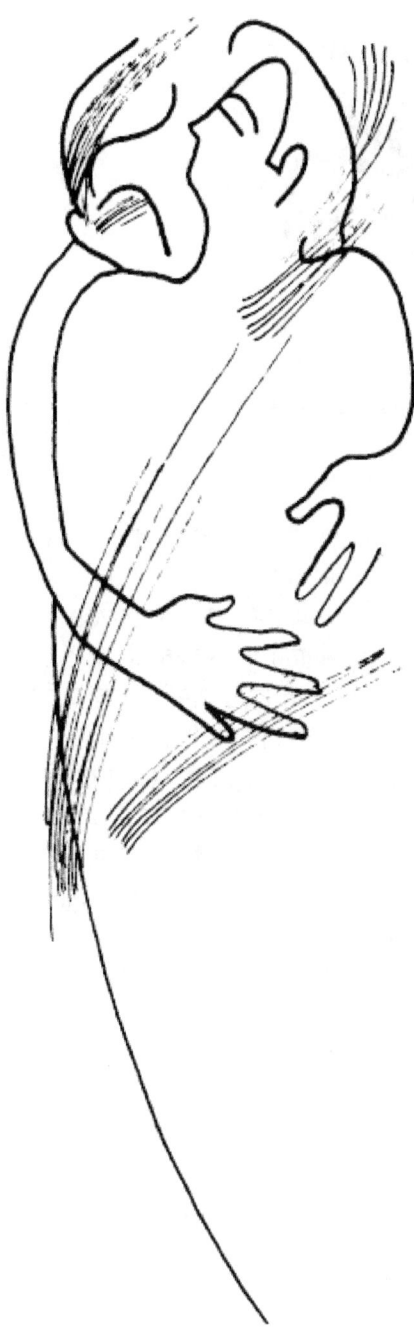

स्फोट होऊन ठिकऱ्या व्हाव्यात तशा तिच्या चिंध्या चिंध्या होत गेल्या. घाण घाण चिंध्या... विटाळलेल्या... गूघाणीनं लडबडलेल्या चिंध्या... रड्याचा एक प्रचंड कल्लोळ तिच्या आतून उमटला. ती घुसमटत चालली. सैरभैर होत चक्रावत चालली. असहाय्यपणे तिच्या तोंडून एकदम हुंदका बाहेर पडला. तो थरारणारा हुंदका ऐकताच एकमेकांच्या मिठीत हरवलेले मॉन आणि विक्रम थबकले. दोघांच्या नजरा अंधारातून धावल्या. मुठी वळून ओक्साबोक्शी रडणाऱ्या शशीकडे बघताना कुणाच्याच पायाखाली जमीन उरली नाही.

हरवूनच गेले सारे...

ते,

ती

आणि त्यांचे घर.

◆

थर्ड पर्सन

लेखक

यशोधरा काटकर

यशोधराची कथा रूढ असलेल्या कालक्रमनिष्ठ पद्धतीने अवतरत नाही. ती अवतरते आत्माविष्काराच्या आत्ममग्न टवटवीत शैलीत. तिचा हा आविष्कार त्या त्या वेळी घडणाऱ्या आणि स्वाभाविक वाटणाऱ्या लहानमोठ्या घटना-प्रसंगांतून पुढे सरकत असतो. कथेतील दोन पात्रे एकमेकांना सहज भेटतात किंवा सामोरी येतात आणि त्यांच्यात संवाद सुरू होतो. त्या पात्रांचा मागचापुढचा संदर्भ लेखिका तिथल्या तिथे देत नाही. त्यामुळे पात्रांच्या नात्याला वाचकांच्या दृष्टीने धूसरता प्राप्त होते. त्यांची कथा वाचकाला आरंभापासूनच खिळवून ठेवते. त्यातूनच वाचकाची जिज्ञासा वाढत जाते आणि ती कथा पूर्ण वाचायची ओढच त्याला लागते. या कथा महानगरीय तरुण स्त्रीमनाचे भावविश्व यशस्वीपणे रेखाटणारी शब्दशिल्पे झाली आहेत. स्वतःचेच एक कलात्म विश्व निर्माण करणाऱ्या अशा या कथा इतर बहुतेक तरुण स्त्रीवादी लेखिकांच्या कथांपेक्षा एकदम वेगळ्या आणि दर्जेदार वाटतात. कारण त्यांना कुठल्याही वादाचे, अभिनिवेशाचे, पुरुष-विरोधी धोपट रागालोभाचे तत्त्वज्ञान माहीत नाही. त्या निरभिनिवेश आहेत. त्यांना फक्त कलात्मतेचे सुजाण भान आहे. त्यामुळेच त्या अधिक प्रभावी वाटतात. वास्तव जीवन रेखाटणाऱ्या, महानगरीय स्त्रीचा एकाकीपणा, एकटेपणा टिपणाऱ्या वाटतात. मराठी कथेच्या क्षेत्रात वेगळे दालन निर्माण करणाऱ्या वाटतात.